மீண்டும் ஷெர்லாக் ஹோம்ஸ்!

தொகுதி 3 - பாகம் 1

சர் ஆர்தர் கோனான் டாயில்

தமிழில்: குகன்

Return of Sherlock Holmes (Part 1) நூலின் தமிழாக்கம்

We Can Books

மீண்டும் ஷெர்லாக் ஹோம்ஸ்!

சர் ஆர்தர் கோனான் டாயில்

முதற் பதிப்பு: ஜனவரி 2025

அட்டை வடிவமைப்பு: வி. தனலட்சுமி

வி கேன் புக்ஸ் வெளியீட்டு எண்: 35

வி கேன் புக்ஸ் (அலுவலகம்)
3A, டாக்டர் ராம் தெரு, நெல்வயல் நகர்,
பெரம்பூர், சென்னை - 600 011.
செல்: 9003267399

வி கேன் புக்ஸ் (Show Room)
Flat No.3 (Ground Floor),
Meenakshi Sundaram Flats
Old Door No.11, New Door No. 33
Sivaji Street, T.Nagar, Chennai & 600 017.
Cell: 9940448599

ISBN: 978-81-968554-0-6

பக்கம்: 212

விலை: ரூ. 250

உள்ளே

25. காலியான வீட்டால் அமைந்த சாகசம்	5
26. நோர்வூட்டில் வீடு கட்டுபவரால் ஏற்பட்ட சாகசம்	36
27. நடனம் ஆடும் மனிதர்களின் சாகசம்	70
28. சைக்கிள் ஓட்டுபவரால் விளைந்த சாகசம்	106
29. ப்ரியரி பள்ளியில் நிகழ்ந்த சாகசம்	135
30. பிளாக் பீட்டரால் விளைந்த சாகசம்	180

25. காலியான வீட்டால் அமைந்த சாகசம்

1894 ஆம் ஆண்டின் வசந்த காலம். மிகவும் அசாதாரணமான, விவரிக்க முடியாத சூழ்நிலையானது ரொனால்ட் அடேரின் என்பவரின் கொலையால் லண்டன் நகரமே பரபரப்பாக மாறியிருந்தது. காவல்துறை விசாரணையாலும், ஏற்கெனவே குற்றத்தைப்பற்றி வெளிவந்த செய்திகளாலும் பொதுமக்கள் இந்தச் சம்பவத்தைக் குறித்து நன்கு அறிந்திருந்தனர்; ஆனால் அந்தச் சந்தர்ப்பத்தில் வழக்கு தொடர்பான பல உண்மைகள் மறைக்கப்பட்டிருந்தது. அதைப்பற்றி வெளியே சொல்ல வேண்டிய அவசியமும் அப்போது உருவாகவில்லை. இப்போதுதான், ஏறக்குறைய பத்து வருடங்களுக்குப் பிறகு, அந்தக் குறிப்பிடத்தக்கச் சம்பவத்தைச் சொல்லுவதால் எந்த பாதிப்பு இல்லாததால் சொல்ல அனுமதிக்கப்பட்டுள்ளேன். குற்றம் மிகவும் சுவாரஸ்யமானது. எனது சாகச வாழ்க்கையில் இந்த நிகழ்வு மிகப்பெரிய அதிர்ச்சியையும் ஆச்சரியத்தையும் அளித்தது. இப்போதும்கூட, இந்த நீண்ட இடைவெளிக்குப் பிறகு, நான் அதை நினைத்துப் பார்க்கும்போது சிலிர்ப்பாகவும், என் மனதை முழுவதுமாக மூழ்கடிக்கக்கூடிய மகிழ்ச்சியும், ஆச்சரியம் கலந்த நம்பிக்கையின்மையைப் பெருபவனாகவும் உணர்கிறேன். மிகவும் குறிப்பிடத்தக்கச் சம்பவம் நடக்கும்போது, நான் அவ்வப்போது அந்த மனிதனைக் குறித்து நினைத்துப் பார்க்கிறேன். தன் சொந்த அனுபவத்தால் குற்றம் நடந்த காரணத்தைக் கண்டுப்பிடிக்க முடியாமல் வருந்தினேன். அவர் என் வாழ்க்கையில் இல்லாத வெற்றிடத்தைப் பல சமயத்தில் உணர்ந்தும் இருக்கிறேன்.

ஷெர்லாக் ஹோம்ஸுடனான எனது நெருக்கம் குற்றங்களின் புலனாய்வு எனக்கு ஆழ்ந்த அனுபவத்தை

ஏற்படுத்தியிருந்தது. அவரது மறைவுக்குப் பிறகு, பல்வேறு பிரச்சினைகள் செய்தித்தாள்ல் வருவதைக் கவனமாகப் படிக்கிறேன். எனது சொந்த அனுபவத்தால் கற்றுக்கொண்டதை வைத்து வழக்குகளை எனக்கு நானே கண்டுபிடிப்பேன். இதில் பலசமயம் நான் வெற்றி பெற்றதில் எனக்குத் திருப்தியாக இருந்தது. இருப்பினும், ரொனால்ட் அடேரின் கொலையைப் போல் என்னைக் கவர்ந்த வழக்கு எதுவும் இல்லை. இதுபோன்ற சந்தர்ப்பங்களில் இருக்கும் ஆதாரங்களைக் கொண்டு எளிமையாகக் குற்றவாளியைக் கண்டுபிடிக்க ஷெர்லாக் ஹோம்ஸ் இல்லாதது லண்டன் நகரத்திற்குப் பெரிய இழப்பு என்பேன். இந்த விசித்திரமான வழக்கில் விசேஷம் என்னவென்றால் குற்றவாளி குறித்து காவலர்களுக்கு எந்தத் தகவலும் கிடைக்கவில்லை. இந்தச் சம்பவத்தைப் பலமுறை என் மனதில் ஓட்டிப்பார்த்தும் குற்றத்திற்கான காரணத்தைக் கண்டறிய முடியவில்லை.

மறைந்த ரொனால்ட் அடேர், மேனூத் ஏர்லினின் இரண்டாவது மகன். அப்போது ஆஸ்திரேலிய காலனிகளில் ஒன்றின் ஆளுநராக இருந்தார். அடேரின் தாய் கண்புரை அறுவை சிகிச்சைக்காக ஆஸ்திரேலியாவிலிருந்து திரும்பி யிருந்தார். அவருடைய மகன் ரொனால்ட், அவரது மகள் ஹில்டா ஆகியோருடன் 427 பார்க் லேனில் அவர் ஒன்றாக வசித்து வந்திருக்கிறார்கள். இதுவரை வந்த செய்திகளை வைத்துப் பார்த்தால் அவர்களுக்குத் தீங்கு செய்யக்கூடிய எதிரிகள் என்று இல்லை. இதற்குமுன், அடேர் கார்ஸ்டெய்ர்ஸின் மிஸ் எடித் வூட்லியுடன் நிச்சயதார்த்தம் செய்யப்பட்டு, பின்பு சில மாதங்களுக்கு முன்பு முறிந்து போனது. அவரது நண்பர்கள் வட்டமும்கூட மிகவும் குறுகியது. மேலும், அவருடைய பழக்கவழக்கங்கள் அமைதியானவராகவும், சிலசமயம் அமையதியற்றவராகவும் இருந்திருக்கிறார். 1894 மார்ச் 30, இரவு பத்து முதல் பதினொன்று இருபது மணிக்கு எதிர்பாராத விதமாக அவருக்கு மரணம் நிகழ்ந்திருக்கிறது.

ரொனால்ட் அடேர் சீட்டு விளையாட்டை மிகவும் விரும்பியதால் அதனால், தொடர்ந்து அதை விளையாடினார். அவர் பால்ட்வின், கேவென்டிஷ், பகடெல்லே போன்ற

கார்டு கிளப்களில் உறுப்பினராக இருந்தார். அவர் இறந்த நாளில் இரவு உணவிற்குப் பிறகு ரப்பர் ஆஃப் விஸ்ட் என்ற கிளப்பில் விளையாடியிருக்கிறார். மதியமும் அங்கே விளையாடியிருக்கிறார். அவருடன் விளையாடியவர்களான திரு. முர்ரே, சர் ஜான் ஹார்டி, கர்னல் மோரன் போன்றவர்கள் சாட்சியாக இருக்கிறார்கள். அன்று அடேர் ஐந்து பவுண்டுகளை இழந்திருக்கலாம். அதைவிட அதிகமாக அவர் இழக்கவில்லை. அத்தகைய இழப்பு அவரை எந்த வகையிலும் பாதிக்காது. அவர் ஒவ்வொரு நாளும் ஒரு கிளப்பில் விளையாடுவார். இருந்தாலும் அவர் எச்சரிக்கை உணர்வுடன் விளையாடுபவராக இருந்தார். காட்ஃப்ரே மில்னர், லார்ட் பால்மோரல் ஆகியோரிடமிருந்து சில வாரங்களுக்கு முன்பு கர்னல் மோரனுடன் கூட்டு சேர்ந்து அவர் 420 பவுண்டுகள் வென்றிருக்கிறார். இந்த உண்மைகூடச் சமீபத்திய விசாரணையில் தெரிய வந்திருக்கிறது.

குற்றம் நடந்த அன்று, மாலை கிளப்பில் இருந்து அவர் சரியாக பத்து மணிக்குத் திரும்பி இருக்கிறார். அவரது தாயும் சகோதரியும் ஒரு உறவினருடன் மாலையைக் கழிக்க வெளியே சென்று கொண்டிருந்தனர். பொதுவாகவே அவன் உட்காரும் அறையாகப் பயன்படுத்தப்படும், இரண்டாவது மாடியிலுள்ள முன் அறைக்குள் அவர் நுழைவதை அவள் கேட்டதாகக் கூறினாள். குளிருக்காக நெருப்பை மூட்டி, புகைப்பிடித்தபடி அவள் ஜன்னலைத் திறந்தாள். லேடி மேனூத், அவரது மகளும் பதினொன்று இருபதுக்குத் திரும்பும்வரை அறையிலிருந்து எந்தச் சத்தமும் வரவில்லை. அவரது அம்மா குட் நைட் சொல்ல ஆசைப்பட்டு மகனின் அறைக்குள் நுழைய முற்பட்டாள். கதவு உள்பக்கமாகப் பூட்டப்பட்டிருந்தது. அவரது அம்மா பல முறை தட்டியும் கதவு திறக்கப்படவில்லை. பின்பு, சிலருடைய உதவியுடன் கதவு உடைக்கப்பட்டு உள்ளே சென்றபோது துரதிர்ஷ்டவசமாக அடேர் மேசையில் இறந்து கிடந்தான். ரிவால்வர் புல்லட்டால் அவனுடைய தலை பயங்கரமாகச் சிதைக்கப்பட்டிருந்தது. ஆனால் அறையில் எந்த வகையான துப்பாக்கியும் கிடைக்கவில்லை. மேசையில் இரண்டு 10 பவுண்ட் நோட்டும், 17 பவுண்டுக்கான பத்து செண்ட் ரூபாய் நோட்டுகளும் கிடந்தன. மேலும் வெள்ளி, தங்கம், பணம்

என வெவ்வேறு அளவுகளில் சிறிய குவியல்களும் இருந்தன. ஒரு தாளில் தனது கிளப் நண்பர்களின் பெயர்களுடன் சில எண்களும் குறிப்பிடப்பட்டிருந்தது. அதிலிருந்து இறப்பதற்கு முன் அவர் தனது வெற்றியால் பெற்ற பணம் அதுவென்று ஊகிக்கப்பட்டது.

சூழ்நிலைகளை ஆய்வு செய்ததில் வழக்கு மேலும் சிக்கலாகத் தோன்றியது. முதலில், அந்த இளைஞன் கதவை உள்பக்கமாக ஏன் பூட்டியிருக்க வேண்டும் என்பதற்கு எந்தக் காரணமும் கூறப்படவில்லை. ஒருவேளை கொலையாளி இதைச் செய்துவிட்டு ஜன்னல் வழியாகத் தப்பிச் சென்றிருக்க வாய்ப்புகள் உள்ளதென்று கருதப்பட்டது. ஆனால் குறைந்தது இருபது அடி உயரம் அது இருந்தது. ஜன்னலின் வழியாகக் குதித்து அங்கிருந்த பூக்களைத் தாண்டிய, கால் தடம் எதுவும் கிடைக்கவில்லை. சாலையிலிருந்து வீட்டின் ஜன்னல் மூலம் அறைக்குள் நுழைந்த அடையாளமும் இல்லை. அதனால், அந்த இளைஞன்தான் கதவைப் பூட்டி யிருக்கிறான். அப்படியென்றால் அவர் எப்படி இறந்தார்? தடயங்கள் இல்லாமல் யாரும் ஜன்னல் வரை சென்றிருக்க முடியாதே. ஒரு மனிதன் ஜன்னல் வழியாகச் சுட்டதாக வைத்துக்கொள்வோம். அது உண்மையில் ஒரு ரிவால்வரால் இவ்வளவு கொடிய காயத்தை ஏற்படுத்தக்கூடிய குறிப்பிடத்தக்க துப்பாக்கியின் சத்தத்தைப் பலரும் கேட்டிருப்பார்கள். சம்பவம் நடந்த வீட்டைச் சுற்றி எப்போதும் மக்கள் நடமாட்டம் இருக்கிறது. யாரும் துப்பாக்கிச் சத்தத்தைக் கேட்கவில்லை. அப்படியொரு மனிதன் இறந்திருக்கிறான் என்றால், அங்கு ரிவால்வர் காளான்கள்போல முளைத்து மென்மையான தோட்டாக்கள் வெளியேறி, உடனடியாக மரணத்தை ஏற்படுத்தியிருக்க வேண்டும். பார்க் லேன் மர்மத்தின் சூழ்நிலைகள் அனைத்தும் சிக்கலாகவே இருந்தது. ஏனெனில், நான் கூறியதுபோல், இளம் அடேருக்கு எந்த எதிரியும் இருப்பதாகத் தெரியவில்லை. மேலும் பணம் அல்லது மதிப்புமிக்க பொருட்கள் திருடப்பட்ட எந்த முயற்சியும் அந்த அறையில் நிகழவில்லை.

நாள் முழுவதும் இந்த உண்மைகளை என் மனத்தில் புரட்டிப்போட்டேன். அவை அனைத்தையும் சமரசம் செய்யக்கூடிய சில கோட்பாட்டைத் தாக்க முயற்சித்தேன்.

மேலும் ஒவ்வொரு விசாரணையின் தொடக்கப் புள்ளியிலும் என் நண்பன் அறிவுறுத்திய குறைந்தபட்ச எதிர்ப்பைக் கண்டறிய முயற்சித்தேன். அதில் நான் கொஞ்சம் முன்னேற்றமும் கண்டேன். மாலையில் பூங்கா முழுவதும் உலா வந்தேன். பார்க் லேனின் ஆக்ஸ்ஃபோர்டு தெரு முனையில் சுமார் ஆறு மணியளவில் சுற்றினேன். நடைபாதையில் இருந்த லோஃபர்களின் குழு, ஒரு குறிப்பிட்ட ஜன்னலைப் பார்த்து, நான் பார்க்க வந்த வீட்டிற்கு என்னை அழைத்துச் சென்றது. சாதாரண உடையில் ஒல்லியான மனிதரைப் பார்த்தேன். அவர் துப்பறியும் நபர் என்று நினைக்கிறேன். வண்ணக் கண்ணாடியுடன் தனது சொந்தக் கோட்பாட்டைச் சுட்டிக் காட்டிக் கொண்டிருந்தார். மற்றவர்கள் அவர் சொல்லுவதைக் கேட்பதற்காகக் கூட்டம் கூட்டமாக நின்றார்கள். நான் என்னால் முடிந்தவரை நெருங்கினேன். ஆனால் அவரது அவதானிப்புகள் எனக்கு அபத்தமாகத் தோன்றின. அதனால் மீண்டும் ஒரு வெறுப்புடன் பின்வாங்கினேன். நான் அவ்வாறு செய்யும்போது, எனக்குப் பின்னால் வந்த ஒரு வயதான மனிதரைத் தாக்கி, அவர் வைத்திருந்த பல புத்தகங்களைத் தட்டினேன். நான் அவற்றை எடுத்துக்கொண்டபோது, அவற்றில் ஒன்றின் தலைப்பு, 'மர வழிபாட்டின் தோற்றம்' என்பதைக் கவனித்தேன். மேலும் அவர் பொழுதுபோக்காகவோ, நூலகத்திற்காகவோ புத்தகங்களைச் சேகரிப்பவராக இருக்க வேண்டுமென்று எனக்குத் தோன்றியது. கீழே விழுந்த புத்தகங்களை எடுத்துக்கொடுத்தேன். பிறகு, அவரிடம் மன்னிப்பு கேட்க முயற்சித்தேன். துரதிர்ஷ்டவசமாக அந்த நபர் தனது புத்தகங்களை எடுத்துகொண்டு எந்தவித பதிலுமின்றிச் சென்றார். அவரது வளைந்த முதுகைக் கவனிக்கும்போது அந்தக் கூட்டத்தின் மத்தியில் மறைந்துபோவதைக் கண்டேன்.

எண். 427 பார்க் லேனைப் பற்றிய எனது அவதானிப்புகள், நான் ஆர்வத்துடன் இருந்த சிக்கலைத் தெளிவுபடுத்தவில்லை. வீடு, தெருவிலிருந்து ஒரு தாழ்வான சுவரால் பிரிக்கப்பட்டிருந்தது. ஐந்தடிக்கு மேல் உயரம் இல்லை. எவரும் தோட்டத்திற்குள் செல்லுவது மிகவும் எளிதாக இருந்தது. ஆனால் ஜன்னலை முழுமையாக எட்ட முடியவில்லை. ஏனென்றால் தண்ணீர்க் குழாய் அங்கு

இருந்தது. மிகவும் சுறுசுறுப்பான மனிதன் ஏறுவதற்கு உதவுவதாக எதுவும் இல்லை. முன்பைவிட மிகவும் குழப்பமாக, நான் கென்சிங்டனிலிருக்கும் என் வீட்டுக்குத் திரும்பினேன். என் வீட்டின் படிகளை நான் ஏறும்போது, ஒருவர் என்னைப் பார்க்க விரும்புவதாகப் பணிப்பெண் சொன்னாள். எனக்கு ஆச்சரியமாக இருந்தது. அது வேறு யாருமல்ல, நான் இடித்த விசித்திரமான பழைய புத்தக சேகரிப்பாளர். விஸ்தாரமான முகம், வெள்ளை முடியுடன் காணப்பட்டார். அவரிடம் குறைந்தது பன்னிரண்டு புத்தகங்களாவது இருக்க வேண்டும் என்று நினைக்கிறேன்.

"என்னைப் பார்த்து ஆச்சர்யமாக இருக்கிறதா சார்." என்று வினோதமான குரலில் அவர் கேட்டார்.

நான் "ஆமாம்" என்று ஒப்புக்கொண்டேன்.

"எனக்குப் புரிகிறது சார். நீங்கள் இந்த வீட்டிற்குள் செல்லுவதை நான் பார்க்க நேர்ந்ததும், உங்களைப் பின்தொடர்ந்து உள்ளே நுழைந்தேன். எனது தோற்றத்தைப் பார்க்க முரட்டுத்தனமாகத் தோன்றினாலும் யாருக்கும் எந்த தீங்கையும் செய்பவனல்ல. எனது புத்தகங்களை எடுத்துச் கொடுத்ததற்கு உங்களுக்கு நன்றி கூறவே வந்தேன்."

"இது மிகவும் அற்பமான விஷயம். நான் யார் என்பதை உங்களுக்கு எப்படித் தெரியும்?" என்று கேட்டேன்.

"நான், உங்கள் பக்கத்து வீட்டுக்காரர். சர்ச் ஸ்ட்ரீட்டின் மூலையிலுள்ள எனது சிறிய புத்தகக்கடையை நீங்கள் காண்பீர்கள். உங்களைப் பார்த்ததில் மிகவும் மகிழ்ச்சி அடைகிறேன். இதோ இந்தப் புத்தகங்களைப் பாருங்கள். பிரிட்டிஷ் பறவைகள், கேடல்லஸ், தி ஹோலி வார் போன்ற ஐந்து தொகுதி நூல்களைக் கொண்டு உங்களுடைய இரண்டாவது அலமாரியின் இடைவெளியை நிரப்பலாமே. அதை காலியாகப் பார்க்க நன்றாகவே இல்லை."

எனக்குப் பின்னால் இருந்த அலமாரியைப் பார்க்கத் தலையை நகர்த்தினேன். பின்பு மீண்டும் திரும்பியபோது அங்கு ஷெர்லாக் ஹோம்ஸ் என்னைப் பார்த்துச் சிரித்துக் கொண்டிருந்தார். நான் ஆச்சரியத்தில் எழுந்தேன். சில

நொடிகள் அவரைப் பார்த்தேன், பின்னர் என் வாழ்க்கையில் முதலும், கடைசியுமாக நான் மயக்கமடைந்திருக்க வேண்டும் என்று தோன்றுகிறது. நிச்சயமாக ஒரு சாம்பல் நிற மூடுபனி என் கண்களுக்கு முன்பாகச் சுழன்றது. என் உடல் செயலிழந்து கிடப்பது போன்ற உணர்வு. திடீரென்று என் உதடுகளில் பிராந்தியைச் சுவைப்பதுபோல் இருந்தது. ஹோம்ஸ் என் நாற்காலியின் அருகே கையில் பிளாஸ்க்குடன் அமர்ந்திருந்தார்.

"மை டியர் வாட்சன்." என்று நன்றாக நினைவில் நின்ற குரல். "உங்களிடம் ஆயிரம் முறை மன்னிப்புக் கேட்க கடமைப்பட்டிருக்கிறேன். நீங்கள் இவ்வளவு அதிர்ச்சியடைவீர்கள் என்று எனக்குத் தெரியாது."

நான் அவருடைய கைகளைப் பிடித்தேன்.

"ஹோம்ஸ்!" நான் அழுதேன். "உண்மையில் நீங்கள்தானா? உண்மையில் நீங்கள் உயிருடன் இருக்கிறீர்களா? அந்தப் பயங்கரமான படுகுழியிலிருந்து நீங்கள் உயிர்த்தெழுந்து வந்தீர்களா?"

"கொஞ்சம் பொறுங்கள்!" என்றார் அவர். "அந்த விஷயங்களைப் பற்றிப் பேச நீங்கள் இயல்புநிலைக்கு வந்துவிட்டீர்களா? நான் செய்த தேவையில்லாத நாடகத் தோற்றத்தால் உங்களுக்குக் கடும் அதிர்ச்சியைக் கொடுத்துவிட்டேன்."

"நான் நன்றாக இருக்கிறேன். ஆனால் உண்மையில், நீங்கள்தானா ஹோம்ஸ். என் கண்களை என்னால் நம்ப முடியவில்லை. என் மகிழ்ச்சிக்கு அளவே இல்லை." என்றேன். "அந்த பயங்கரமான பள்ளத்திலிருந்து நீங்கள் எப்படி உயிருடன் வந்தீர்களென்று சொல்லுங்கள்."

அவர் எனக்கு எதிரே அமர்ந்து தனது பழைய அலட்சியமான முறையில் சிகரெட்டைப் பற்ற வைத்தார். அவர் புத்தக வியாபாரி போன்று அணிந்திருந்த சீடி ஃபிராக்-கோர்ட்டைக் கழட்டினார். தனது வெள்ளை முடி, பழைய புத்தகங்களைக் குவியலாக மேஜைமீது வைத்தார். ஹோம்ஸ் முன்பைவிட மெலிந்து, கூர்மையாகத் தெரிந்தார். அவருடைய முகத்தில் சோர்வாக இருப்பது தெரிந்தது. அவர்

தமிழில் : குகன் ● 11

பல நாள்களாக ஆரோக்கியமாக இல்லை என்பதை அது உணர்த்தியது.

“உங்களைப் பார்த்ததில் நானும் மகிழ்ச்சி அடைகிறேன், வாட்சன்.” என்று அவர் கூறினார். “அந்த உயரமான பள்ளத்தாக்கிலிருந்து தப்பித்தது நகைச்சுவையான விஷயமல்ல. என் அன்பான தோழரே! இந்த விளக்கங்களை உங்களிடம் சொல்லுவதற்கு முன் இன்றைய இரவு கடினமான வேலை ஒன்று இருக்கிறது. அதற்கு உங்களுடைய முழு ஒத்துழைப்பு கிடைத்தால் நன்றாக இருக்கும். அந்த வேலை முடிந்ததும் முழு நிலவரத்தையும் உங்களிடம் சொல்லுகிறேன்.”

“ஹோம்ஸ்! நான் உண்மையைத் தெரிந்துகொள்வதற்கு ஆர்வமாக இருக்கிறேன்.”

“அப்படியென்றால் இன்றிரவு என்னுடன் வருவீர்களா?”

“உங்களுடன் வருவது எப்போதும் எனக்குப் பிடிக்கும்.”

“உண்மையில் நம்முடைய பழைய காலத்தை இது நினைவுபடுத்துகிறது. நாம் செல்லுவதற்கு முன் நல்ல இரவு உணவு ஏதாவது சாப்பிட வேண்டும். சரி, நான் தப்பித்தது பற்றி கேட்டீர்கள் இல்லையா! அந்தப் பள்ளத்திலிருந்து வெளியே வருவது எனக்குப் பெரிய விஷயமாக தெரியவில்லை. காரணம், நான் அந்தப் பள்ளத்தில் விழவே இல்லை.”

“நீங்கள் அந்தப் பள்ளத்தில் விழவில்லையா?”

“இல்லை, வாட்சன். நான் அதில் விழவில்லை. உங்களுக்கு நான் எழுதிய குறிப்பு முற்றிலும் உண்மை. மறைந்த பேராசிரியர் மோரியார்டியின் மோசமான உருவத்தைக் கண்டபோது என் வாழ்க்கையின் இறுதிக் கட்டத்தை அடைந்துவிட்டேன் என்று நினைத்ததில் சந்தேகம் இல்லை. அவருடைய கோபத்திலிருந்து தப்ப முடியாது என்பதையும் உணர்ந்தேன். அவருடன் பேசி உங்களுக்காக எழுதிய சிறுகுறிப்புக்கு மட்டும் அனுமதியைப் பெற்றேன். நான் அதை என்னுடைய சிகரெட் பெட்டியுடன் தடியை விட்டுவிட்டு, மோரியார்டியை நோக்கி நடந்தேன். அவர் எந்த ஆயுதமும் எடுக்கவில்லை. ஆனால் அவர் என்னை

நோக்கி கோபமாக வந்தார். தனது நீண்ட கைகளைக் கொண்டு என்னைத் தாக்கினார். அவருடைய தீய வணிகம் என்னால் முடிந்துவிட்டதில் என்னைப் பழிவாங்கத் துடித்தார். இருவரும் அந்த நீர் வீழ்ச்சியின் விளிம்பில் சண்டை போட்டோம். எனக்குக் கொஞ்சம் பாரிட்சு, ஜப்பானிய மல்யுத்தம் தெரிந்ததால் அவருடன் சண்டையில் என்னால் தாக்குப்பிடிக்க முடிந்தது. ஒன்றுக்கும் மேற்பட்ட முறை எனக்கு மிகவும் பயனுள்ளதாக இருந்தது. அவரது பிடியிலிருந்து நான் நழுவினேன். அவர் பயங்கரமான அலறலுடன் வெறித்தனமாக உதைக்க வர, என் இரு கைகளால் தடுத்தேன். தனது சமநிலையைப் பெற முடியாமல் அவர் பாறையில் அடிபட்டு அந்தப் பள்ளத்தில் நீண்ட தூரம் தள்ளி விழுந்ததைக் கண்டேன். பின்னர் அவர் இன்னொரு பாறையில் அடிப்பட்டு, தண்ணீரில் விழுந்தார்."

ஹோம்ஸ் தன்னுடைய சிகரெட்டைப் புகைப்பதற்கு இடையில் வழங்கிய இந்த விளக்கத்தை ஆச்சரியத்துடன் கேட்டேன்.

"ஆனால் தடங்கள்! அந்தப் பாதையில் யாரும் திரும்பி வராததற்கான எந்தத் தடங்களும் இல்லை என்பதை என்னுடைய கண்களால் பார்த்தேன்." என்று கூறினேன்.

"பேராசிரியர் மோரியார்டி மறைந்த உடனேயே, விதி என் வழியில் அதிர்ஷ்டக் காற்றை வீசுவதை உணர்ந்தேன். என்னுடைய மரணத்தை மோரியார்டி மட்டும் அல்ல மேலும் மூன்று பேர் எதிர்ப்பார்க்கிறார்கள் என்பதை உணர்ந்தேன். அவர்களுடைய தலைவரின் மரணத்தால் என்னைப் பழிவாங்கும் ஆசை அவர்களுக்கு அதிகரிக்கும். அவர்கள் அனைவரும் மிகவும் ஆபத்தான மனிதர்கள். ஒருவரிடம் தப்பித்தால், மற்றவரிடம் மாட்டிக்கொள்வேன். அதனால், நான் இறந்துவிட்டேன் என்று உலகத்தை நம்ப வைத்துவிட்டால் அவர்கள் சுதந்திரத்துடன் திரிவார்கள். இந்த மனிதர்கள் என்னைப் பற்றி மறந்துவிடுவார்கள். அவர்கள் எதிர்பாராத சமயத்தில் தோன்றி அவர்களை அழிக்க முடியும். நான் உயிருடன் இருப்பதை வெளியே தெரியாமல் பார்த்துக்கொள்ள வேண்டும். பேராசிரியர் மோரியார்டி ரைச்சென்பாக் வீழ்ச்சியின் அடிப்பகுதியை அடைவதற்கு

முன்பே இதையெல்லாம் முடிவு செய்திருந்தேன். என் மூளை அவ்வளவு வேகமாகச் செயல்பட்டது.

எழுந்து நின்று எனக்குப் பின்னால் இருந்த பாறைச் சுவரைப் பார்த்தேன். நான் தப்பித்த சில மாதங்களில் நீங்கள் அந்தப் பாறையைக் குறித்து எழுதிய அழகிய பதிவுகளை வாசித்தேன். நீங்கள் எழுதியதுபோல் உண்மை இல்லை. கால் வைத்து நடப்பதற்கு மிகவும் சிரமமாக இருந்தது. மலைக் குன்று மிக உயரமாக, அதில் ஏறுவதும் சாத்தியமற்றது. மேலும் சில தடங்களை விட்டு ஏறினால் ஈரமான பாதையில் செல்வது சாத்தியமற்றது. இதே போன்ற சந்தர்ப்பங்களில் என் காலணிகளை மாற்றி அணிந்து வேறு ஒருவர் சென்றதுபோல் செய்திருக்கலாம். அதுவும் ஆபத்தை விளைவிப்பதுபோல் இருந்தது. மொத்தத்தில், அபாயமான பகுதியில் இருந்தேன். நீர்வீழ்ச்சி எனக்குக் கீழே கர்ஜித்தது. நான் விழுந்தால் எப்படியிருக்கும் என்று கற்பனைகூடச் செய்ய வேண்டியதில்லை. மோரியார்டியின் குரல் படுகுழியில் இருந்து என்னைக் கத்தி விழுந்தைப் பார்த்துவிட்டேன். சிறு தவறு கூட எனக்கு மரணமாக இருந்திருக்கும். ஒன்றுக்கும் மேற்பட்ட முறைகளைக் கையாண்டேன். என் கையில் புல்லைப் பிடித்து நடக்கும்போது பாறையின் ஈரத்தில் என் கால்கள் நழுவியது. நான் இறந்துவிட்டேன் நினைத்தேன். ஆனால் நான் மேல்நோக்கிப் போராடினேன். கடைசியாக நான் பல அடி ஆழமுள்ள ஒரு விளிம்பை அடைந்தேன். மென்மையான பச்சைப் பாசியால் மூடப்பட்டிருந்தேன். அங்கு நான் யார் கண்ணுக்கும் தெரியாமல் படுத்துக்கொண்டேன். என் அன்பான வாட்சன், நீங்களும் உங்களுடன் இருந்தவர்களும் எனது மரணத்தின் சூழ்நிலையை மிகவும் அனுதாபத்துடன் ஆராய்ந்து கொண்டிருந்ததைப் பார்த்து நெகிழ்ந்தேன்.

"கடைசியாக, நீங்கள் அனைவரும் தவிர்க்க முடியாமல், தவறான முடிவுகளை எடுத்த பிறகு ஹோட்டலுக்குப் புறப்பட்டீர்கள். அங்கு நான் தனியாக இருந்தேன். எனது சாகசங்களின் முடிவை அடைந்துவிட்டேன் என்று கற்பனை செய்தேன். ஆனால் எதிர்பாராத ஒரு நிகழ்வு எனக்கு இன்னும் இருக்கிறது என்பதைக் காட்டியது. ஒரு பெரிய பாறை, மேலே இருந்து விழுந்து, என்னைக்

கடந்து, பாதையைத் தாக்கி, பள்ளத்திற்குள் நுழைந்தது. அது ஒரு விபத்து என்று ஒரு கணம் நினைத்தேன்; ஆனால் சிறிது நேரம் கழித்து, மேலே பார்த்தபோது, இருள் சூழ்ந்த வானத்திற்கு எதிராக ஒரு மனிதனின் தலையைக் கண்டேன். மற்றொரு கல் நான் நின்றிருந்த விளிம்பில், என் தலையின் ஒரு அடிக்குள் தாக்கியது. நிச்சயமாக, ஓர் உண்மை தெளிவாகத் தெரிந்தது. மோரியார்ட்டி தனியாக வரவில்லை. அவருடன் இன்னொருவர் வந்திருக்கிறார். அந்த நபர் எவ்வளவு ஆபத்தானவர் என்று எனக்கு அது உணர்த்தியது. பேராசிரியர் என்னைத் தாக்கும்போது அவர் காவலாக இருந்திருக்கிறார். தொலைவிலிருந்து, நான் பார்க்காத வகையில் தனது நண்பரின் மரணத்திற்கும், நான் தப்பித்ததற்கும் சாட்சியாக இருந்தார். நீங்கள் சென்ற பின்னர், குன்றின் உச்சிக்குச் சென்று, தனது தோழர் தோல்வியுற்ற இடத்தில் அவர் வெற்றிபெற முயற்சித்தார்.

"நான் அதைப் பற்றிச் சிந்திக்க அதிக நேரம் எடுக்கவில்லை, வாட்சன். மீண்டும் அந்தக் குன்றின் மேல் ஏறி அந்தக் கோரமான முகத்தைப் பார்த்தேன். அது வேறொரு கல்லின் முனை என்பது நான் தடுமாறி விழும்போதுதான் தெரிந்தது. அந்தக் குளிர் என் இரத்தத்தை உரைய செய்தது. விழுந்த அடியை விடச் சமாளித்து எழுவது நூறு மடங்கு கடினமாக இருந்தது. ஆனால் ஆபத்தைப் பற்றிச் சிந்திக்க எனக்கு நேரமில்லை. ஏனென்றால் விளிம்பின் விளிம்பிலிருந்து என் கைகளால் நான் தொங்கும்போது மற்றொரு கல் என்னைக் கடந்தது. நான் நழுவி பாதி கீழே விழுந்தேன். ஆனால் கடவுளின் ஆசீர்வாதத்தால் மிகுந்த இரத்தக் காயத்துடன் மலைப் பாதையில் இறங்கினேன். என் குதிகாலை எடுத்து, இருளில் மலைகளுக்கு மேல் பத்து மைல் நடந்திருப்பேன். ஒரு வாரம் கழித்து புளோரன்ஸில் இடத்தில் என்னைக் கண்டேன். எனக்கு என்ன ஆனதென்று உலகில் யாருக்கும் தெரிந்திருக்க வாய்ப்பில்லை.

"அப்போது, எனக்கு நம்பிக்கை தரக்கூடிய ஒரே ஒரு நபர் மட்டுமே இருந்தார் – என் சகோதரர் மைக்ரோஃப்ட். என் அன்பான வாட்சன், நான் உங்களிடம் மன்னிப்பு கேட்க வேண்டும். ஆனால் நான் இறந்துவிட்டேன் என

நீங்கள் நினைப்பது மிகவும் முக்கியமானதென்று கருதினேன். அப்படி நீங்கள் நினைத்திருக்காவிட்டால் எனது முடிவை இவ்வளவு நம்பத்தகுந்த வகையில் நீங்கள் எழுதியிருக்க மாட்டீர்கள் என்பது உறுதி. ஆகவேதான் உங்கள் எழுத்து உண்மையாக இருந்தது. கடந்த மூன்று வருடங்களில் நான் பலமுறை என் பேனாவை எடுத்து உங்களுக்கு எழுதினேன். ஆனால் என் மீதான உங்களின் அன்பு, என் ரகசியத்தைக் காட்டிக்கொடுத்துவிடும் என்று அஞ்சினேன். சில கவனக்குறைவும் உங்களைத் தூண்டிவிடுமோ என்று பயந்தேன். அந்தக் காரணத்திற்காக, இன்று மாலை நீங்கள் என் புத்தகங்களை எடுத்துக்கொடுக்கும்போது, உங்களிடமிருந்து விலகிவிட்டேன். ஏனென்றால், நான் அந்த நேரத்தில் ஆபத்தில் இருந்தேன். மேலும் உங்கள் பங்கிற்கு ஏதேனும் ஆச்சரியமோ, உணர்ச்சிவசப்பட்டோ என் அடையாளத்தின் வெளியே கொண்டுவந்து எதிர்பாராத விளைவுகளை ஏற்படுத்தியிருக்கலாம். எனக்குத் தேவையான பணத்தை மைக்ரோஃப்ட்டிடம் பெற்றுக்கொள்வேன். ஆனால் லண்டனில் நடந்த நிகழ்வுகள் நான் எதிர்பார்த்தது போல் சிறப்பாக நடக்கவில்லை. ஏனென்றால் மோரியார்டி கும்பலின் இரண்டு ஆபத்தான உறுப்பினர்களை நீதிமன்றம் விடுதலை செய்திருந்தது. நான் உயிருடன் இருப்பது அவர்களுக்குத் தெரிந்தால் என்னைப் பழிவாங்குவதற்காக வருவார்கள். அதனால், திபெத்தில் இரண்டு வருடங்கள் பயணம் செய்தேன். லாசாவுக்குச் சென்று, தலைவன் லாமாவுடன் சிலநாட்கள் செலவழித்து மகிழ்ந்தேன். சிகர்சன் என்ற நார்வேஜியரின் குறிப்பிடத்தக்க ஆய்வுகளை நீங்கள் படித்திருக்கலாம். ஆனால் அதை நான் எழுதினேன் என்ற சந்தேகம் உங்களுக்கு வந்திருக்க வாய்ப்பில்லை. பின்பு, நான் பெர்சியா வழியாகச் சென்று, மெக்காவைப் பார்த்தேன். கார்ட்டூமிலுள்ள கலீஃபாவுக்குச் சுவாரஸ்யமான விஜயத்தை மேற்கொண்டேன். நான் இருக்கும் இடத்தை அவ்வப்போது எனது சகோதரனுக்கு தெரிவித்துக்கொண்டிருந்தேன். பிரான்சுக்குத் திரும்பியதும் நிலக்கரி, தார் சம்பந்தமான ஆராய்ச்சியில் என் நேரத்தைச் செலவிட்டேன். இது பிரான்சின் தெற்கிலுள்ள 'Montpelier' என்ற பகுதியில் இருக்கும்போது லண்டனில் என் எதிரிகளில் ஒருவர்

மட்டுமே எஞ்சியிருக்கிறார் என்பதை அறிந்து திரும்பினேன். மேலும், அற்புதமான பார்க் லேன் மர்மம் பற்றிய செய்தி என்னைப் பெரிதாக ஈர்க்கவில்லை என்றாலும், எனக்குத் தனிப்பட்ட ஆதாயம் இருப்பதாகத் தோன்றியது. நான் உடனடியாக லண்டனுக்கு வந்தேன். பேக்கர் தெருவிலுள்ள நமது வீட்டிற்குச் சென்று திருமதி ஹட்சனிடம் நடந்த உண்மைகளைக் கூறினேன். மேலும் மைக்ரோஃப்ட் எனது அறைகளையும், அதிலிருந்த காகிதங்களையும் எப்போதும் போலவே பாதுகாத்து வைத்திருப்பதைக் கண்டேன். என் அன்பான வாட்சன், இன்று மதியம் இரண்டு மணியளவில் எனது பழைய அறையில் கை நாற்காலியில் என்னைக் கண்டேன். மேலும், எனது பழைய நண்பர் வாட்சனை அந்த நாற்காலியில் பார்க்க வேண்டுமென்று விரும்புகிறேன்."

அந்த ஏப்ரல் மாலையில் நான் கேட்ட குறிப்பிடத்தக்கக் கதை இதுதான். என் நண்பரின் உறுதியான பார்வை அவர் சொல்லும் கதையை உண்மையானது என நம்ப முடிந்தது. அதேசமயம் அவர் என்னுடைய சோகமான துக்கத்தையும் அறிந்திருந்தார். அவரைப் பிரிந்து நான் வருந்தியதை அனுதாபப்பட்ட அவர், வார்த்தைகளில் காட்டவில்லை என்றாலும் அவரது பார்வையில் உணர முடிந்தது. "என் அன்பு வாட்சன்! வேலையே துக்கத்திற்கான சிறந்த மருந்தாகும்." என்று அவர் கூறினார். "இன்றிரவு நம் இருவருக்கும் ஒரு வேலை இருக்கிறது. அதை நாம் ஒரு வெற்றிகரமான முடிவுக்குக்கொண்டுவர முடிந்தால், ஒரு மனிதனுக்கு நாம் நியாயத்தை வழங்க முடியும்." அவர் இன்னும் சொல்ல வேண்டுமென்று விரும்பினேன். "நாளை காலைக்கு முன் உங்களுக்கு அனைத்தையும் சொல்லுகிறேன்." என்று பதிலளித்தார். "கடந்த மூன்று வருடங்களைப் பற்றிப் பேச நிறையவே இருக்கிறது. ஆனால் காலியான வீட்டில் நமக்கான சாகசம் காத்திருக்கிறது. இன்னும் ஒன்பது அடிக்க அரைமணி நேரத்திற்கு முன் நாம் அங்கிருக்க வேண்டும்."

அது உண்மையில் பழைய காலத்தைப் போலவே இருந்தது. அந்த நேரத்தில், அவர் பின்னால் நின்றேன். என் பாக்கெட்டில் என்னுடைய ரிவால்வரும், இதயத்தில் சாகசத்திற்கான சிலிர்ப்புடனும் இருந்தேன். ஹோம்ஸ்

தமிழில் : குகன் ♦ 17

அமைதியாகவும், கொஞ்சம் இருக்கமாகவும் இருந்தார். தெருவிளக்குகளின் பிரகாசம் அவரது கடுமையான இருக்கத்தைப் பளிச்சிட்டபோது, அவரது புருவங்கள் சிந்தனையில் இழுக்கப்பட்டு மெல்லிய உதடுகள் சுருக்கப்பட்டதை கண்டேன். இருண்ட காட்டில் மிருகத்தை வேட்டையாடுவதுபோல் லண்டன் நகரத்தில் எந்த கிரிமினலைத் தேடப்போகிறோம் என்று எனக்குத் தெரியவில்லை. ஆனால் ஹோம்ஸ் கிரிமினல்களை வேட்டையாடுவதில் மாஸ்டர் என்பதை நான் நம்புகிறவன். அதேசமயம் கேலிக்குரிய சிரிப்பு அவரது முகத்தில் முளைத்தது.

நாங்கள் பேக்கர் தெருவுக்குச் செல்கிறோம் என்று நினைத்தேன். ஆனால் ஹோம்ஸ் கேவெண்டிஷ் சதுக்கத்தின் மூலையில் வண்டியை நிறுத்தினார். அவர் வெளியே வரும்போது வலதுபுறமும், இடதுபுறமும் மிகவும் தேடும் பார்வையைச் செலுத்தியதைக் கவனித்தேன். மேலும் ஒவ்வொரு அடுத்தடுத்த தெரு முனைகளிலும் அவர் மிகவும் சிரத்தை எடுத்துக்கொண்டு கவனமாக இருந்தார். நாங்கள் வந்த பாதை தனித்துவமாக இருந்தது. லண்டனின் வழித்தடங்கள் பற்றிய ஹோம்ஸின் அறிவு அசாதாரணமானது. இந்தச் சந்தர்ப்பத்தில் அவர் வேகமாகவும், உறுதியான படியாகவும், நான் அறிந்திராத பல சந்துகளில் என்னை அழைத்துச் சென்றார். நாங்கள் கடைசியாக ஒரு சிறிய சாலையில் வெளிப்பட்டோம், பழைய இருண்ட வீடுகள் வரிசையாக இருந்தது. அது எங்களை மான்செஸ்டர் தெருவிற்கும், அதனால் பிளாண்ட்ஃபோர்ட் தெருவிற்கும் அழைத்துச் சென்றது. அங்கே அவர் ஒரு குறுகிய பாதையில் வேகமாகத் திரும்பி, ஒரு மர வாயில் வழியாக ஒரு வெறிச்சோடிய முற்றத்தில் நுழைந்தார். பின்னர் ஒரு வீட்டின் பின் கதவைச் சாவி கொண்டு திறந்தார். நாங்கள் இருவரும் ஒன்றாக நுழைந்தோம். உள்ளே நுழைந்ததும் கதவை மூடினார்.

அந்த இடம் இருட்டாக இருந்தது. ஆனால் அது ஒரு காலியான வீடென்பது எனக்குத் தெளிவாகத் தெரிந்தது. எங்கள் கால்கள் வெற்றுப் பலகையின் மேல் படபடவென்று சத்தமிட்டன. நீட்டிய என் கை சுவரைத் தொட்டபோது,

அதில் காகித ரிப்பன் தொங்கிக்கொண்டிருந்தது. ஹோம்ஸின் குளிர்ந்த, மெல்லிய விரல்கள் என் கையைப் பிடித்து முன்னோக்கி அழைத்துச் சென்றார். அங்கே ஹோம்ஸ் திடீரென்று வலது பக்கம் திரும்பினார். நாங்கள் ஒரு பெரிய, சதுர, வெற்று அறையில் நுழைந்தோம். அங்கிருந்து தெருவின் மையத்தில் விளக்குகள் மங்கலாக எரிவதைக் கண்டோம். அதனருகில் வேறு விளக்கு ஏதும் இல்லை, ஜன்னல் முழுவதும் தூசி படிந்திருந்தது. என் தோழர் என் தோளில் கை வைத்தார். அவர் உதடுகளை என் காதுக்கு அருகில் வைத்தார்.

"நாம் எங்கே இருக்கிறோம் தெரியுமா?", அவர் கிசுகிசுத்தார்.

"அது பேக்கர் தெரு" என்று பதிலளித்தேன். மங்கலான ஜன்னல் வழியாக வெறித்துப் பார்த்தேன்.

"சரியாக. நாம் நம்முடைய பழைய குடியிருப்புக்கு எதிரே நிற்கும் கேம்டன் ஹவுஸில் இருக்கிறோம்."

"ஆனால் நாம் ஏன் இங்கே இருக்கிறோம்?"

"ஏனென்றால், அந்த அழகிய காட்சியை உங்களுக்குக் காட்டுவதற்குத்தான், என் அன்பான வாட்சன்! ஜன்னலுக்குச் சற்று அருகில் வருவதற்கும், நம்மை யாரும் பார்க்கக் கூடாது என்று எல்லா முன்னெச்சரிக்கை நடவடிக்கைகளையும் எடுத்துக்கொள்வதற்கும், பின்னர் நம் பழைய அறைகளைப் பார்ப்பதற்காகவா நான் உங்களை இவ்வளவு தொந்தரவு செய்தேன்? நான் இல்லாத மூன்று வருடங்கள் உங்களை ஆச்சரியப்படுத்தும் சக்தி முழுவதையும் பறித்துவிட்டதா!!" என்று கேட்டார்.

நான் முன்னோக்கி நகர்ந்து, பழக்கமான ஜன்னலைப் பார்த்தேன். என் கண்கள் அதன்மீது விழுந்தபோது எனக்கு ஆச்சரியம் காத்திருந்தது. அறையில் ஒரு விளக்கு மட்டும் எரிந்து கொண்டிருந்தது. உள்ளே ஒரு நாற்காலியில் அமர்ந்திருந்த ஒரு மனிதனின் நிழல் ஜன்னலின் ஒளிரும் திரையில் கடினமான, கருப்பு வெளிப்புறமாக வீசப்பட்டது. தலையின் சமநிலை, தோள்களின் சதுரத்தன்மை, அம்சங்களின் கூர்மை ஆகியவற்றில் தவறில்லை. முகம்

அரைவட்டமாக மாறியது. அந்த அறையின் ஜன்னலுக்குப் பின்னால் நிற்கும் நிழலைப் பார்த்தால் அது ஹோம்ஸின் சரியான மறு உருவாக்கமாக இருந்தது. நான் மிகவும் ஆச்சரியப்பட்டேன். அந்த மனிதன் என் பக்கத்தில் நிற்கிறார் என்பதை உறுதிப்படுத்த அவரைத் தொட்டுப் பார்த்தேன். மௌனமாகச் சிரித்தார்.

"இது ஓர் அற்புதம்!" என்று கூறினேன்.

"வயதானாலும் என் திறமை இன்னும் மாறவில்லை என்பதை நீங்கள் நம்புவீர்கள் என நினைக்கிறேன். அது பார்ப்பதற்கு என்னைப் போலவே இருக்கிறதா?" என்று அவர் கேட்டார். ஒரு கலைஞர் தனது சொந்தப் படைப்பில் அடையும் மகிழ்ச்சியையும் பெருமையையும் அவரது குரலில் உணர்ந்தேன்.

"அது நீங்கள்தான் என்று சத்தியம் செய்ய நான் தயாராக இருக்கிறேன்."

"அந்த அழகான எனது உருவச் சிலையைச் செய்தது மான்சியர் ஆஸ்கார் மியூனியர் என்பவர். அவர் சில நாள்கள் மோல்டிங் செய்வதில் ஈடுபட்டார். அது என் மார்பளவு வரை மெழுகில் செய்யப்பட்டது. இன்று பிற்பகல் பேக்கர் தெருவுக்குச் சென்று நானே ஏற்பாடு செய்தேன்."

"ஆனால் ஏன்?"

"ஏனென்றால், நான் அங்குதான் இருக்கிறேனென்று சிலர் நினைப்பதற்கு வலுவான காரணத்தை உருவாக்குவதற்குத்தான்."

"அறைகளை யாராவது கண்காணிக்கிறார்கள் என்று நீங்கள் நினைத்தீர்களா?"

"அவர்கள் கண்காணித்துக்கொண்டுதான் இருக்கிறார்கள் என்பது எனக்குத் தெரியும்."

"யார் அவர்கள்?"

"என் பழைய எதிரிகள், வாட்சன். ரீச்சென்பாக் வீழ்ச்சியில் அவர்களது தலைவன் இறந்தபிறகு நான் இன்னும் உயிருடன் இருக்கிறேன் என்பது அவர்களுக்குத் தெரியும்.

இன்னும் சொல்லப்போனால் அவர்களுக்கு மட்டுமே தெரியும் என்பதை நினைவில் கொள்ளுங்கள். என்றோ ஒருநாள் என்னுடைய அறைகளுக்குத் திரும்புவேன் என்று அவர்கள் நம்புகிறார்கள். அவர்கள் தொடர்ந்து நமது அறையைக் கண்காணித்து வருகிறார்கள். இன்று காலை நான் வருவதைப் பார்த்தார்கள்."

"உங்களுக்கு எப்படித் தெரியும்?"

"ஏனென்றால் என் ஜன்னலுக்கு வெளியே பார்த்தபோது நம் அறையை வேவு பார்க்கும் நபரை நான் அடையாளம் கண்டுகொண்டேன். அவர் ஒரு பாதிப்பில்லாத நபர். சிறு வர்த்தகம் செய்யக்கூடியவர். நாம் அவரைப் பெரிதாகப் பொருட்படுத்த வேண்டியதில்லை. ஆனால் அவருக்குப் பின்னால் இருந்த மிகவும் வலிமையான நபர், மோரியார்டியின் நெருங்கிய நண்பர், குன்றின் மேல் பாறைகளை வீசியவர். லண்டனில் மிகவும் ஆபத்தான குற்றவாளியாக அவரைக் கருதுகிறேன். வாட்சன்! இன்றிரவு அந்த அறைக்குப் பின்னால் வரப்போகிறவர். அவருக்குப் பின்னால் நாம் இருக்கிறோம் என்பதை அறியாதவர்."

எனது நண்பரின் திட்டங்கள் படிப்படியாகப் புரிந்தது. இந்த வசதியான பின்வாங்கலிலிருந்து எங்களைக் கண்காணிப்பவர்களை நாங்கள் கண்காணித்துக்கொண்டிருந்தோம். அந்த மெழுகுச்சிலையின் நிழல்தான் எங்களுடைய தூண்டில். நாங்கள் வேட்டையாடுபவர்கள். மௌனமாக இருளில் ஒன்றாக நின்று எங்களின் முன்னே கடந்துசென்று திரும்பும் விரைந்த உருவங்களைப் பார்த்தோம். ஹோம்ஸ் அமைதியாக அசையாமல் இருந்தார்; ஆனால் அவர் மிகவும் விழிப்புடன் இருந்தார். அவரது கண்கள் ஒவ்வொரு வழிப்போக்கர்களையும் கவனித்தது என்று என்னால் சொல்ல முடிந்தது. அந்த இருண்ட இரவில் நீண்ட தெருவில் காற்று விசில் அடித்தது. பலர் அங்கும் இங்கும் நகர்ந்து கொண்டிருந்தார்கள். அவர்களில் பெரும்பாலோர் தங்கள் கோர்ட்டை அசைந்தபடி நடந்தனர். ஓரிரு முறை அந்த உருவத்தைப் பார்த்ததாக எனக்குத் தோன்றியது. தெருவில் சிறிது தூரத்தில் ஒரு வீட்டின் வாசலில் காற்றில்

இரண்டு மனிதர்களைக் குறிப்பாகக் கவனித்தேன். என் தோழரின் கவனத்தை அவர்களிடம் திருப்ப முயற்சித்தேன். ஆனால் அவர் பெரிதாக எடுத்துக்கொள்ளவில்லை. மேலும் தெருவையே வெறித்துப் பார்த்தார். ஒன்றுக்கும் மேற்பட்ட முறை அவர் கால்களை வேகமாகத் தரையில் தட்டினார். அவர் கவலையடைகிறார் என்பதும், அவர் எதிர்பார்த்தபடி அவரது திட்டங்கள் முழுவதுமாகச் செயல்படவில்லை என்பதும் எனக்குத் தெளிவாகத் தெரிந்தது. கடைசியாக, நள்ளிரவு நெருங்கி, தெரு மெல்ல மெல்ல அமைதியாகத் தொடங்கியது. அறைக்குள் மேலும் கீழுமாக நடந்தார். நான் அவரிடம் சில கருத்துகளைச் சொல்லவிருந்தேன். ஒளிரும் ஜன்னலுக்கு என் கண்களை உயர்த்தினேன். மீண்டும் முன்பு போலவே ஒரு பெரிய ஆச்சரியத்தை அனுபவித்தேன். அத்துடன் ஹோம்ஸின் கையைப் பிடித்து மேலே காட்டினேன்.

"உங்கள் உருவத்தின் நிழல் நகர்ந்தது!" என்று நான் கூறினேன்.

இந்த மூன்று வருடத்தில் அவருடைய கோபமோ, அவரின் சுறுசுறுப்பான புத்திசாலித்தனத்தையோ, பொறுமை யின்மையையோ எதுவும் மென்மையாக ஆகவில்லை.

"ஆமாம், அது நகர்ந்துவிட்டது." என்று அவர் கூறினார். "வாட்சன்! நீங்கள் எதிரியைக் குறைத்து மதிப்பிடுகிறீர்கள். நாம் இந்த அறையில் இரண்டு மணிநேரம் இருக்கிறோம். திருமதி. ஹட்சன் அந்த எண்ணிக்கையில் எட்டு முறை, அதாவது கால் மணிநேரத்திற்கு ஒரு முறை அந்த உருவத்தை மாற்றி வைத்துள்ளார். அதனால் திருமதி. ஹட்சனுடைய நிழலை ஒருபோதும் பார்க்க முடியாது." என்று அவர் கூறினார். அந்த மங்கலான வெளிச்சத்தில் அவருடைய தலையானது முன்னோக்கி வீசப்பட்டதைக் கண்டேன். அவர் தனது திட்டத்தைக் குறித்து யோசித்துகொண்டிருக்கிறார் என்பதையும் கவனித்தேன். எங்கள் வீட்டு அறையில் இருந்த இரண்டு மனிதர்களை என்னால் பார்க்க முடியவில்லை. அனைத்தும் அமைதியாகவும் இருட்டாகவும் இருந்தது. அந்த அறையின் மையத்தில் கோர்ட் அணிந்த உருவம் பிரகாசமாக

மஞ்சள் திரையில் தெரிந்தது. மீண்டும் அந்தத் தெருவானது முழு மௌனத்தில் ஆழ்ந்து அடைக்கப்பட்டதுபோல் இருந்தது. சிறிது நேரம் கழித்து அவர் என்னை மீண்டும் அறையின் கருப்பு மூலைக்கு இழுத்துச் சென்றார். மேலும் எச்சரிப்பதற்காக எனது கைகளை அவர் பிடிப்பதை உணர்ந்தேன். என்னைப் பிடித்திருந்த விரல்கள் நடுங்கின. ஆனால் இருண்ட தெரு இன்னும் எங்களுக்கு முன்பாகத் தனிமையாகவும் அசையாமலும் நீண்டுள்ளது.

ஆனால் திடீரென்று அவருடைய உணர்வுகள் ஏற்கெனவே வேறுபடுத்திக் காட்டியதை அறிந்தேன். ஒரு தாழ்வான, திருட்டுத்தனமான சத்தம் என் காதுகளுக்கு வந்தது. அது பேக்கர் தெருவின் திசையிலிருந்து அல்ல. நாங்கள் மறைந்திருக்கும் வீட்டின் பின்புறத்திலிருந்து. ஒரு கதவு திறந்து மூடப்பட்டது. அமைதியாக இருக்க வேண்டிய படிகளில் யாரோ நடப்பதுபோன்ற சப்தம் கேட்டது. அந்தச் சத்தம் காலியான வீட்டில் கடுமையாக எதிரொலித்தன. ஹோம்ஸ் மீண்டும் சுவரில் குனிந்து நின்றார். நானும் அதையே செய்தேன். என்னுடைய கையை என் ரிவால்வரின் கைப்பிடியில் வைத்திருந்தேன். இருளிலிருந்து எட்டிப் பார்த்தபோது, திறந்திருந்த கதவின் கருமையை விடக் கருப்பு நிறமான ஒரு மனிதன் தெளிவற்று வெளிப்படுவதைக் கண்டேன். அவர் ஒரு கணம் நின்றார். பின்னர் முன்னோக்கி, குனிந்து, அச்சுறுத்தி, அறைக்குள் நுழைந்தார். எங்களிடமிருந்து மூன்று அடி தொலைவில் அவர் இருந்தார். இந்த மோசமான உருவத்திற்கு நாங்கள் இருப்பது பற்றி எதுவும் தெரியாது என்பதை நான் புரிந்துகொள்வதற்கு முன்பே, அந்த உருவத்தை எதிர்கொள்ள என்னைத் தயார்படுத்திக்கொண்டேன். அந்த உருவம் நாங்கள் இருப்பது தெரியாமல் எங்களைக் கடந்து ஜன்னலை நோக்கிச்சென்றது. அந்த உருவம் ஜன்னலைச் சத்தமில்லாமல் மிகவும் மென்மையாக உயர்த்தியது. அவர் திறந்தபோது அமைதியில் மூழ்கிய இந்த அறையில் காற்று வீசத் தொடங்கியது. தெருவின் வெளிச்சம் அந்த உருவத்தின் முகத்தில் விழுந்தது. அந்த மனிதர் உற்சாகத்துடன் இருப்பது போல் தோன்றியது. அவனுடைய இரண்டு கண்களும்

நட்சத்திரங்களைப் போலப் பிரகாசித்தன. அவன் தனது திட்டத்தைச் செயல்படுத்துவதுபோல் தோன்றினான். அந்த உருவம் பார்க்க ஒரு முதியவர்போல் இருந்தது. மெல்லிய மூக்கு, உயரமான, வழுக்கை நெற்றி பெரிய நரைத்த மீசையுடன் இருந்தார். ஒரு தொப்பி அவரது தலையின் பின்புறத்தில் தள்ளப்பட்டிருந்தது. அவருடைய முகம் துணிச்சலாகவும், உறுதியாகவும் இருந்தது. ஆழமான, காட்டுமிராண்டித்தனமான முகபாவனை கொண்டிருந்தது. அவருடைய கையில் ஒரு குச்சியைப் போல் தோன்றியதை எடுத்தார். ஆனால் அவர் அதை தரையில் கிடத்தும்போது அது ஒரு உலோகக் கனத்தைக் கொடுத்தது. பின்னர் அவர் தனது மேலங்கியின் பாக்கெட்டிலிருந்து ஒரு பருமனான பொருளை எடுத்தார். மேலும் அவர் ஏதோ ஒரு வேலையில் ஈடுபட்டார். அது ஒரு உரத்த, கூர்மையான 'கிளிக்' என்ற சத்தத்தில் முடிந்தது. பின்னர் ஒரு போல்ட்டின் சத்தம் கேட்டது. இன்னும் தரையில் வைத்திருந்த பொருட்களைக் குனிந்து தனது வலிமையைப் பயன்படுத்தி ஏதோ வேலையைச் செய்தார். இதன் விளைவாக நீண்ட நேரத்திற்குப் பிறகு ஒரு 'கிளிக்' சத்தம் வந்தது, அப்போது அவர் நிமிர்ந்து நின்றார். அவர் கையில் வைத்திருந்த ஒரு வகையான துப்பாக்கியைக் கண்டேன். ஆர்வமான அந்த உருவம் எதிர்புறம் இருக்கும் ஷெர்லாக் ஹோம்ஸ் உருவத்தை உற்றுப் பார்த்தது. பின்னர் கீழே குனிந்து திறந்த ஜன்னலின் விளிம்பில் அவர் ஹோம்ஸின் உருவத்தைப் பார்க்கும்போது முகம் பளபளத்ததைக் கண்டேன். அவன் தோளில் அணைத்தபடி ஒரு சிறிய பெருமூச்சைக் கேட்டேன். தனது இலக்கை நோக்கி அவன் தெளிவாக நிற்பதைக் கண்டேன். ஒரு கணம் அவர் திடமான அசைவற்று இருந்தார். பின்னர் அவரது விரல் துப்பாக்கியை இறுக்கியது. ஒரு விசித்திரமான, உரத்த சத்தம், உடைந்த கண்ணாடியின் நீண்ட, வெள்ளி டிங்கிள் சத்தம்போல் இருந்தது. அந்த நேரத்தில், ஹோம்ஸ் ஒரு புலியைப் போலத் துப்பாக்கிச் சுடும் உருவத்தின் முதுகில் பாய்ந்தார். ஹோம்ஸ் அந்த உருவத்தைத் தூக்கி எறிந்தார். அந்த நபர் மீண்டும் எழுந்தார். மேலும் வலிமையுடன் ஹோம்ஸின் தொண்டையைப் பிடித்தார்; ஆனால் என் ரிவால்வரின் பிட்டத்தால் அந்த

உருவத்தின் தலையை அடித்தேன். அவன் மீண்டும் தரையில் விழுந்தான். அவர் மீது நானும் விழுந்தேன். அவரைப் பிடித்துக் கொண்டிருக்கும்போது என் தோழர் ஒரு விசில் எழுப்பினார். நடைபாதையில் ஓடும் கால்களின் சத்தம் கேட்டது. சீருடையில் இருந்த இரண்டு போலீஸ்காரர்கள், ஒரு சாதாரண உடையில் துப்பறியும் நபருடன், முன் நுழைவாயில் வழியாக அறைக்குள் விரைந்தனர்.

"வாருங்கள் லெஸ்ட்ரேட்?" என்று ஹோம்ஸ் கூறினார்.

"ஆம், மிஸ்டர் ஹோம்ஸ். உங்களை மீண்டும் லண்டனில் பார்ப்பது மகிழ்ச்சி அளிக்கிறது."

"உங்களுக்கு ஒரு சிறிய அதிகாரப்பூர்வமற்ற உதவி வேண்டுமென்று நினைக்கிறேன். ஒரு வருடத்தில் கண்டுபிடிக்கப்படாத மூன்று கொலைகள் இருப்பதை நான் அறிவேன். ஆனால் நீங்கள் மோல்சே மர்மத்தை உங்கள் வழக்கத்தைவிட மிகவும் நன்றாகக் கையாண்டீர்கள்," என்றார்.

நாங்கள் இருவரும் எழுந்தோம். எங்கள் கைதி கடினமாக மூச்சுத் திணறினார். அவருக்கு இருபுறமும் ஒரு உறுதியான கான்ஸ்டபிள் இருந்தார். ஹோம்ஸ் ஜன்னலுக்கு ஏறி, அதை மூடிவிட்டார். லெஸ்ட்ரேட் அறையின் இருளைப் போக்க இரண்டு மெழுகுவர்த்திகளை ஏற்றினார். போலீஸ்காரர்கள் அந்த விளக்கின் வெளிச்சத்திற்கு முன்பு எங்கள் கைதியை நன்றாகப் பார்க்கக் கொண்டு வந்தார்கள்.

அந்த நபர் எங்களை நோக்கிக் கோபமாகப் பார்த்தார். அவருக்குள் தீமை குடி புகுந்திருந்தது. அந்த நபர் தீமைக்கான சிறந்த திறன்களுடன் இருக்க வேண்டும். ஆனால் அவரது கொடூரமான நீலக் கண்களை, அவற்றின் தொங்கும் இழிந்த இமைகள், கடுமையான, ஆக்ரோஷமான மூக்கு, ஆழமான புருவம் என்று இயற்கையின் தெளிவான ஆபத்துடன் அச்சுறுத்துவது போலவே பார்க்க முடிந்தது. அவர் எங்கள் யாரையும் கவனிக்கவில்லை. ஆனால் அவரது கண்கள் வெறுப்பும் வியப்பும் சமமாக கலந்த ஒரு வெளிப்பாட்டுடன் ஹோம்ஸின் முகத்தைப் பார்த்தது. "நீ புத்திசாலி! மிகவும் புத்திசாலி!! ஹோம்ஸ்" என்றார்.

"ஓ.. கர்னல். பயணங்கள் எல்லாம் காதலர் சந்திப்புகளில் முடிவடையும் என்று பழைய நாடகம் சொல்லுவது போல அமைந்திருக்கிறது," என்று ஹோம்ஸ் கூறினார். "ரீசென்பாக் வீழ்ச்சிக்கு மேலே நான் படுத்திருந்தபோது, என்னைக் கொல்வதற்காகக் கற்களை வீசி என் கவனத்தை நீங்கள் பெற்றதிலிருந்து உங்களைச் சந்திக்கும்வரை எனக்கு மகிழ்ச்சி இல்லாமல் இருந்தது."

கர்னல் இன்னும் என் நண்பனை மயக்கத்தில் உள்ளவரைப் போல் பார்த்துக் கொண்டிருந்தார். "நீ கூடத் தந்திரமானவன் ஹோம்ஸ்!" என்று அவர் கூறினார்.

"நான் இன்னும் உங்களை அறிமுகப்படுத்தவில்லை." என ஹோம்ஸ் கூறினார். "இந்த ஜென்டில்மேன், ஹெர் மெஜஸ்டியின் இந்திய இராணுவத்தின் கர்னல் செபாஸ்டியன் மோரன். மேலும் நமது கிழக்குப் பேரரசு இதுவரை உருவாக்கிய சிறந்த வீரர். கர்னல், உங்கள் புலிப் பைகள் இன்னும் நிகரற்றதாகவே இருக்கின்றன. நான் சொல்லுவது சரி என்று நம்புகிறேன்?"

கடுமையான முதியவர் எதுவும் பேசவில்லை. ஆனால் இன்னும் என் தோழரை முறைத்துப் பார்த்தார்; அவரது காட்டுமிராண்டித்தனமான கண்கள் மற்றும் மிருதுவான மீசையுடன், ஒரு புலிபோல் அற்புதமாக இருந்தார்.

"எனது மிக எளிய தந்திரம் இவ்வளவு பழைய ஷிகாரியை ஏமாற்ற முடியுமா என்று நான் ஆச்சரியப்படுகிறேன்," என்று ஹோம்ஸ் கூறினார். "அது உங்களுக்கு நன்றாகத் தெரிந்திருக்கும். நீங்கள் ஒரு இளம் குழந்தையை மரத்தடியில் கட்டி வைத்து, அதன் மேல் உங்கள் துப்பாக்கியால் படுக்க வைத்து, புலியைப் பிடிக்கத் தூண்டிலுடன் காத்திருக்கவில்லையா? அதுபோல இந்த காலியான வீடு என் மரம். நீங்கள் என் புலி. ஒரு வேளை உங்கள் துப்பாக்கி வேலை செய்யவில்லை என்றால் அதற்கு மாற்றாக வேறு துப்பாக்கியை நீங்கள் வைத்திருப்பீர்கள் இல்லையா! அதுபோலத்தான் இவர்கள் என் மற்ற துப்பாக்கிகள்" என்று சுற்றிக் காட்டினார்கள்.

கர்னல் மோரன் ஆத்திரத்துடன் முன்னோக்கிப் பாய்ந்தார். ஆனால் கான்ஸ்டபிள்கள் அவரை இழுத்துப் பிடித்தனர். அவன் முகத்தில் இருந்த கோபம் பார்ப்பதற்கே பயங்கரமாக இருந்தது.

“எனக்காக ஒரு சிறிய ஆச்சரியம் உங்களிடம் இருந்தது என்பதை ஒப்புக்கொள்கிறேன்.” என்று ஹோம்ஸ் கூறினார். “இந்தக் காலியான வீட்டையும், இந்த வசதியான முன்பக்க ஜன்னலையும் நீங்கள் பயன்படுத்துவீர்கள் என்று நான் எதிர்பார்க்கவில்லை. என் நண்பன் லெஸ்ட்ரேட், அவரது கான்ஸ்டபிள்கள் உங்களுக்காகக் காத்திருக்கும் தெருவிலிருந்து நீங்கள் செயல்படுவீர்கள் என்று கற்பனை செய்தேன். அதைத் தவிர்த்து, நான் எதிர்பார்த்தபடியே அனைத்தும் நடந்துள்ளது.”

கர்னல் மோரன் அதிகாரப்பூர்வத் துப்பறியும் நபரிடம் திரும்பினார்.

“என்னைக் கைது செய்ததற்கு உங்களிடம் எந்த ஒரு காரணம் வேண்டுமானாலும் இருக்கலாம். ஆனால் இந்த நபரின் கோபத்திற்கு நான் அடிபணிவதற்கு எந்தக் காரணமும் இருக்க முடியாது. நான் சட்டத்தின் கைகளில் இருப்பதால், காவல் நிலையத்திற்கு அழைத்துச் செல்லுங்கள்.” என்றார்.

“சரி, அது நியாயமானது.” என்று லெஸ்ட்ரேட் கூறினார். “மிஸ்டர் ஹோம்ஸ், நாங்கள் செல்லுவதற்கு முன் நீங்கள் எதாவது சொல்ல வேண்டியது இருக்கிறதா?”

ஹோம்ஸ் தரையிலிருந்து சக்திவாய்ந்த காற்றுத் துப்பாக்கியை எடுத்து, அதன் பொறிமுறையை ஆராய்ந்து கொண்டிருந்தார்.

“இது ஒரு போற்றத்தக்க தனித்துவமான ஆயுதம்.” என்று அவர் கூறினார். ”சத்தமில்லாத சுடக்கூடிய துப்பாக்கி. மறைந்த பேராசிரியர் மோரியார்டியின் கட்டளைப்படி அதைக் கட்டமைத்த பார்வையற்ற ஜெர்மன் மெக்கானிக்கான வான் ஹெர்டர் என்பதை அறிவேன். பல ஆண்டுகளாக இந்தத் துப்பாக்கி இருப்பதை நான் அறிந்திருக்கிறேன். இருந்தாலும் அதைத் தொட்டுப் பார்க்கும் வாய்ப்பு எனக்கு

ஒருபோதும் கிடைக்கவில்லை. லெஸ்ட்ரேட் அவர்களே! இதற்குப் பொருத்தமான தோட்டாக்கள் உங்கள் கவனத்தை ஈர்க்கும் என்று நம்புகிறேன்.

“இவனை நாங்கள் கவனித்துக்கொள்கிறோம் என்பதை நீங்கள் நம்பலாம், மிஸ்டர் ஹோம்ஸ்,” என்று லெஸ்ட்ரேட் கூறிவிட்டு, “மேலும் ஏதாவது சொல்ல வேண்டுமா?” என்று கேட்டார்.

“நீங்கள் குற்றத்திற்காக அவர்மீது வழக்குப் பதிவு செய்யப்போகிறீர்கள் என்று தெரிந்துகொள்ளலாமா?”

“ஏன், நிச்சயமாக, திரு. ஷெர்லாக் ஹோம்ஸின் கொலை முயற்சி என்கிற வழக்கில்தான்.”

“அப்படி இல்லை, லெஸ்ட்ரேட். இந்த விவகாரத்தில் என் பெயரைச் சேர்க்க வேண்டிய அவசியம் தங்களுக்கு இல்லை. இவரைக் கைது செய்த பெருமை உங்களை மட்டுமே சாரும். ஆம், லெஸ்ட்ரேட் நான் உங்களை வாழ்த்துகிறேன்! உங்கள் திறமையால் ஒரு கொலையாளியைப் பிடித்திருக்கிறீர்கள்.”

“யாரைக் கொன்றதற்காக நான் இவரைக் கைது செய்ய வேண்டும் மிஸ்டர் ஹோம்ஸ்!”

“உங்களுடைய ஒட்டுமொத்த உழைப்பும் வீண் போகவில்லை. எண். 427 பார்க் லேனின் இரண்டாம் மாடியின் முன் திறந்த ஜன்னல் வழியாக, தனது காற்று துப்பாக்கியிலிருந்து தோட்டா மூலம் மாண்புமிகு ரொனால்ட் அடேரைச் சுட்டது கர்னல் செபாஸ்டியன் மோரன். கடந்த மாதம் 30ஆம் தேதி அது நடந்தது. அந்தக் குற்றச்சாட்டிற்கு இவரைக் கைது செய்யுங்கள் லெஸ்ட்ரேட்! வாட்சன், இப்போது நாம் சென்றால் நான் சுருட்டு பிடித்துக்கொண்டு பேசும் அரை மணிநேரம் உங்களுக்கு லாபகரமான பொழுதுபோக்கைக் கொடுக்கலாம் என நினைக்கிறேன்.” என்றார்.

மைக்ராஃப்ட் ஹோம்ஸின் மேற்பார்வை, திருமதி. ஹட்சனின் உடனடி கவனிப்பின் மூலம் எங்கள் பழைய அறைகள் மாறாமல் அப்படியே இருந்தன. இது உண்மை, விரும்பத்தகாத நேர்த்தியானது. ஆனால் பழைய

அடையாளங்கள் அனைத்தும் அந்த இடங்களில் இருந்தன. இரசாயன மூலையில் அமிலக் கறை படிந்த ஒப்பந்தம் மேசையில் இருந்தது. அங்கே ஓர் அலமாரியில் பயங்கரமான ஸ்கிராப் புத்தகங்களும் குறிப்புப் புத்தகங்களும் வரிசையாக இருந்தன. எதைவெல்லாம் இதர குடிமக்கள் பலரும் எரிப்பதில் மகிழ்ச்சியடைவார்களோ அவையனைத்தும் பாதுகாப்பாக இருந்தன. வரைபடங்கள், வயலின்–கேஸ் மற்றும் பைப்–ரேக் – புகையிலை அடங்கிய பாரசீக ஸ்லிப்பர்கூட அந்த அறையில் பாதுகாக்கப்பட்டிருந்தது. நான் அறையைச் சுற்றிப் பார்த்தபோது அனைத்தும் என் கண்களில் பட்டது. அறையில் இருவர் இருந்தனர். ஒருவர் திருமதி. ஹட்சன், நாங்கள் உள்ளே நுழையும்போது எங்களுக்குக் கதவு திறந்து ஒருவர் வரவேற்றார். மற்றொன்று, மாலையின் சாகசங்களில் மிக முக்கியமான பங்கு வகித்த ஹோம்ஸின் போலி உருவம். இது எனது நண்பரின் மெழுகு நிற மாதிரியாகவே இருந்தது. மேலும் அதற்கு ஹோம்ஸின் பழைய டிரஸ்ஸிங் கவுனை மாட்டியதில், தெருவிலிருந்து பார்க்கும்போது ஹோம்ஸ் நிற்கும் மாயைதான் ஏற்பட்டிருக்கும்.

“எல்லா முன்னெச்சரிக்கை நடவடிக்கைகளையும் நீங்கள் பாதுகாத்திருக்கிறீர்கள் என்று நம்புகிறேன், திருமதி ஹட்சன்?” என ஹோம்ஸ் கூறினார்.

“நீங்க சொன்ன மாதிரியே அனைத்தையும் செய்தேன் சார்.”

“அருமை. நீங்கள் எல்லாக் காரியத்தையும் மிகச் சிறப்பாகச் செய்தீர்கள். என் உருவத்தைத் தாக்கிய தோட்டாவைக் கவனித்தீர்களா?”

“ஆமாம். அது அந்த உருவத்தின் அழகிய மார்பைக் கெடுத்துவிட்டதென்று நான் பயந்தேன். ஆனால் அது தலை வழியாகச் சென்று சுவரில் மோதி சமன் செய்தது. நான் அதைக் கம்பளத்திலிருந்து எடுத்து வைத்திருக்கிறேன். அது இங்கே உள்ளது!”

ஹோம்ஸ் அதை என்னிடம் நீட்டினார். “ஒரு மென்மையான ரிவால்வர் தோட்டா. நீங்கள் உணர்ந்தது போல், வாட்சன் அவர் ஒரு மேதை. காற்று துப்பாக்கியிலிருந்து

சுடப்பட்ட தோட்டா என்று யாராவது சொல்ல முடியுமா? சரி, திருமதி. ஹட்சன்! உங்கள் உதவிக்கு நான் மிகவும் கடமைப்பட்டிருக்கிறேன். இப்போது, வாட்சன், உனது பழைய இருக்கையில் மீண்டும் அமர்வோம். ஏனென்றால் நான் உங்களுடன் பேச விரும்பும் பல விஷயங்கள் இருக்கிறது".

தனது மெழுகு உருவத்தில் இருந்த கோர்ட்டை எடுத்து அவர் அணிந்துகொண்டார்.

"பழைய ஷிகாரியின் நரம்புகள் உறுதியாக இல்லையென்றாலும், அவருடைய கண்கள் கூர்மையாக இருக்கிறது." என்று சிரித்தபடி, அந்த உருவத்தின் உடைந்த நெற்றியைப் பார்த்தார்.

"தலையின் பின்புறத்தின் நடுவில் தாக்கி, மூளையைச் செயல் இழக்கச் செய்வதுபோல் சுட்டிருக்கிறார். அவர் இந்தியாவில் சிறந்த துப்பாக்கிச் சுடும் இராணுவ வீரர். லண்டனிலும் இவ்வளவு சிறப்பாகச் சுட முடியுமென்று நான் எதிர்பார்க்கவில்லை. இவரைப் பற்றி நீங்கள் கேள்விப்பட்டதில்லையா?"

"இல்லை ஹோம்ஸ்."

"இவர் மிகவும் பெருமைக்குரியவர். அப்படியென்றால், இந்த நூற்றாண்டின் சிறந்த புத்திசாலியான பேராசிரியர் ஜேம்ஸ் மோரியார்டியின் பெயரை நீங்கள் கேள்விப்பட்டிருக்க மாட்டீர்கள். எனது அலமாரியின் சுயசரிதைகளில் அந்தப் புத்தகத்தை எடுத்துக்கொடுங்கள்."

அவர் நாற்காலியில் சாய்ந்துகொண்டு ஒவ்வொரு பக்கங்களாகப் புகைத்தவாறு புரட்டினார்.

"என்னுடைய 'M' வரிசையிலிருக்கும் குற்றவாளிகள் பற்றிய சேகரிப்பில் மோரியார்டி தனிச் சிறப்பைச் செய்திருக்கிறார் என்று சொல்ல வேண்டும். இதோ பெயர்கள்: மோர்கன் – விஷமருந்து கொலை, மெர்ரிடியூ – அருவருப்பான நினைவாற்றல் கொண்டவன், மேத்யூஸ் – சேரிங் கிராஸில் காத்திருப்பு அறையில் இருந்தவன், இறுதியாக இதோ இன்றிரவின் இனிய நண்பர்."

அவர் புத்தகத்தைக் கொடுத்து படிக்கச் சொன்னார். "கர்னல் மோரன், செபாஸ்டியன். வேலையில்லாதவன். முன்பு முதலாவது பெங்களூர் பயணியராக இருந்தவன். லண்டனில் 1840ஆம் ஆண்டில் பிறந்தார். சர் சி.பி.அகஸ்டஸ் மோரனின் மகன், அவர் ஒருமுறை பாரசீகத்திற்கு பிரிட்டிஷ் அமைச்சராக இருந்தவர். ஏடன், ஆக்ஸ்போர்ட்டில் படித்தவர். ஜோவாகி முகாம், ஆப்கான் முகாம், சரசியாப், ஷெர்பூர், காபூல் என்று பல நாடுகளில் பணியாற்றினார். 1881இல் Heavy Game of the Western Himalayas என்ற புத்தகத்தையும் எழுதியிருக்கிறார். 1884இல் காட்டில் மூன்று மாதங்கள் தங்கியிருக்கிறார். அவருடைய முகவரி: காண்ட்யூட் தெரு. உறுப்பினராக இருக்கும் கிளப்புகள்: ஆங்கிலோ–இந்தியன், டேங்கர்வில்லி, பகடெல்லே கார்டு கிளப்.

ஓரத்தில் ஹோம்ஸின் கையில் துல்லியமான இவ்வாறு எழுதப்பட்டிருந்தது: "லண்டனில் இரண்டாவது மிகவும் ஆபத்தான மனிதர்."

"இது ஆச்சரியமாக இருக்கிறது," நான் புத்தகத்தைத் திருப்பிக் கொடுத்தேன். "அந்த மனிதர் ஒரு கௌரவமான இராணுவ வீரன் என்பதுதான்."

"அது உண்மைதான்." என்று ஹோம்ஸ் பதிலளித்தார். "ஒரு குறிப்பிட்ட கட்டம் வரும்வரை அவர் நன்றாகவே பணிகளைச் செய்திருக்கிறார். அவர் எப்பொழுதும் இரும்பாலான நரம்பு கொண்ட மனிதராகவே இருந்திருக்கிறார். இந்தியாவில் இருக்கும்போதே சில தவறுகளையும் செய்யத் தொடங்கிவிட்டார். சில மரங்கள் உள்ளன, வாட்சன்! அவை ஒரு குறிப்பிட்ட உயரத்திற்கு திடீரென வளர்ந்தது விசித்திரமான குணங்களுக்கு மாறும். இந்த மனிதரும் அப்படித்தான். தனது மூதாதையர்களின் புகழை மறந்து, தனது பரம்பரையின் நற்பெயரை மறந்து திடீரென்று தீமைகளைத் தனது கோட்பாடாக மாற்றிக்கொண்டார். அதனால், நல்ல பெயர் எடுத்த அவரின் குடும்ப வரலாறு மாறிவிட்டது."

"இதை நிச்சயமாகக் கற்பனை செய்ய முடியவில்லை."

“இதில் கற்பனை செய்ய ஒன்றுமில்லை. காரணம், எதுவாக இருந்தாலும், கர்னல் மோரன் தவறாக நடக்க ஆரம்பித்தார். இந்தியாவில் யாருக்கும் தெரியாமல் பல தவறுகளைச் செய்திருக்கிறார். அவர் ஓய்வு பெற்றபின் லண்டனுக்கு வந்தார். இங்கும் தீய செயலைத்தான் செய்தார். அந்த நேரத்தில்தான் அவருக்குப் பேராசிரியர் மோரியார்ட்டியின் அறிமுகம் கிடைத்தது. அப்போது, மோரியார்ட்டி அவருக்குத் தாராளமாகப் பணம் கொடுப்பார். எந்தவொரு சாதாரண குற்றவாளியும் செய்ய முடியாத காரியங்களை எல்லாம் மோரனைக் கொண்டு முடிப்பார். 1887இல் லாடரின் திருமதி ஸ்டீவர்ட்டின் மரணம் உங்களுக்கு நினைவிருக்கலாம். இல்லையா? சரி, அதை மோரன்தான் செய்தார் என்பதை உறுதியாக நம்புகிறேன்; ஆனால் எதையும் நிரூபிக்க முடியவில்லை. கர்னல் மிகவும் புத்திசாலித்தனமாகத் தன் அடையாளத்தை மறைத்துக் குற்றங்களைச் செய்தார். மோரியார்ட்டி கும்பல் உடைந்தபோதும், என்னால் அவரைக் குற்றஞ்சாட்ட முடியவில்லை. அந்தத் தேதியில், உங்கள் அறைக்கு நான் வந்தபோது, காற்றுத் துப்பாக்கிகளுக்குப் பயந்து ஷட்டரைப் போட்டேன் என்பது உங்களுக்கு நினைவிருக்கிறதா? நான் தேவையில்லாமல் பயப்படுவதாக நினைத்தீர்கள் என்பதில் சந்தேகமில்லை. நான் என்ன செய்கிறேன் என்று எனக்கு நன்றாகத் தெரியும். ஏனென்றால் இந்தக் குறிப்பிடத்தக்கத் துப்பாக்கி இருப்பதை நான் அறிந்தேன். மேலும் உலகின் சிறந்த துப்பாக்கி சுடுபவர் ஒருவர் பின்னால் இருக்கிறார் என்பதையும் அறிவேன். நாம் சுவிட்சர்லாந்தில் இருந்தபோது அவரும், மோரியார்ட்டியுடன் நம்மைப் பின்தொடர்ந்திருக்கிறார்கள். சந்தேகத்திற்கு இடமின்றி அவர்தான் ரீசென்பாக் விளிம்பில் ஐந்து நிமிடங்களை எனக்குக் கொடுத்தார்.

“நான் பிரான்சில் தங்கியிருந்தபோது, வாய்ப்பு கிடைக்கும் போதெல்லாம் அவரைப் பற்றிய செய்திகளைத் தேடிச் சேகரித்துக் கொண்டிருந்தேன். அவர் லண்டனில் சுதந்திரமாக இருக்கும்வரை என் உயிருக்குப் பாதுகாப்பு இருக்காது. இரவும் பகலும் அவருடைய நிழல் என் மேல் இருந்திருக்கும். அவர்களுக்கு வாய்ப்பு கிடைத்தால் என்னைக்

கொலை செய்ய முயற்சிப்பார்கள். அவர்களைப் பற்றிய தகவல் இல்லாமல் எங்கும் புகார் கொடுக்க முடியாது. சந்தேக அடிப்படையில் காவலர்கள் யார் மீது, எங்கு சென்று விசாரிக்க முடியும். அதனால் என்னால் ஒன்றும் செய்ய முடியவில்லை. ஏதாவது வழக்கில் அவர்களின் பெயரோ, குற்றத்தின் பின் அவர்களின் செயலோ இருப்பதை ஆராய நான் குற்றச் செய்திகளைப் பார்த்தேன். அப்போதுதான் இந்த ரொனால்ட் அடேரின் மரணம் வந்தது. எனக்குக் கடைசியாக வாய்ப்பு தெரிந்தது! இதற்குப் பின்னால் கர்னல் மோரன்தான் இருப்பார் என்று உறுதியாகத் தோன்றியது. அவர் அடேரோடு சீட்டு விளையாடினார்; மோரன் கிளப்பிலிருந்து வீட்டிற்குச் செல்லும்வரை அவரைப் பின்தொடர்ந்தார்; அவர் திறந்த ஜன்னல் வழியாக அவரைச் சுட்டுக் கொன்றார். அதில் எனக்கு எந்தச் சந்தேகமும் இல்லை. அதற்கு அவருடைய காற்றுத் துப்பாக்கிகள் போதுமானதாக இருந்தது. நான் உடனே வந்துவிட்டேன். அவர்களுடைய உளவாளியின் கண்களில் நான் பட்டேன். அது கர்னலின் கவனத்திற்குச் செல்லும் என்பது எனக்கு நன்கு தெரியும். நான் திடீரெனத் திரும்பியதும், அவருடைய குற்றத்தையும் அவர் இணைத்துப் பார்த்திருப்பார். உடனே என்னை அவருடைய வழியிலிருந்து வெளியேற்ற முயற்சி செய்வார் என்றும், அதற்காகவே தனது கொலைகார ஆயுதத்தைக் கொண்டு வருவார் என்றும் உறுதியாக நம்பினேன். அவருடைய தாக்குதலுக்காக ஜன்னலில் என் உருவத்தை வைத்தேன். போலீஸ் உதவி தேவைப்படும் என்பதால் அவர்களையும் எச்சரித்தேன். வாட்சன்! அந்த வாசலில் அவர்கள் நம் எதிரிக்காகக் காத்திருப்பதைக் கண்டீர்கள். ஆனால் நாம் மறைந்து கண்காணிக்கும் இடத்திலிருந்து அவர் தனது தாக்குதலைத் தேர்ந்தெடுப்பார் என்று கனவிலும் நினைக்கவில்லை. நான் விளக்கியதில் உங்களுக்குப் புரிந்திருக்கும்."

"புரிந்தது." நான் சொன்னேன். "ஆனால் மாண்புமிகு ரொனால்ட் அடேரை கொலை செய்ததில் கர்னல் மோரனின் நோக்கம் என்ன என்பதை இன்னும் நீங்கள் தெளிவுபடுத்தவில்லை," என்று கேட்டேன்.

“என் அன்பான வாட்சன்! மிகவும் தர்க்கரீதியான இடத்திற்கு நாம் வருவோம். தற்போதைய ஆதாரத்தின் அடிப்படையில் ஒவ்வொருவரும் அவரவர் கருத்துகளை உருவாக்கலாம். என்னுடையது போலவே உங்களுடையதும் சரியானதாக இருக்கலாம்.”

“அப்படியானால் இதற்காகக் காரணத்தை ஊகித்து விட்டீர்களா?”

“உண்மைகளை விளக்குவது கடினம் அல்ல என்று நினைக்கிறேன். கர்னல் மோரன், இளம் அடேருக்கு இடையே சீட்டு விளையாட்டில் கணிசமான அளவு பணத்தை வென்றிருப்பார்கள். அப்போது, சந்தேகத்திற்குரிய மோரன் விதிகளை மீறித் தவறாக விளையாடி ஏமாற்றி வெற்றி பெற்று வந்திருப்பார். கொலை நடந்த அன்று, மோரன் ஏமாற்றுவதை அடேர் கண்டுபிடித்தார் என்று நம்புகிறேன். அவருடன் தனிப்பட்ட முறையில் அவர் எச்சரித்திருக்கலாம். மேலும் அவர் கிளப் உறுப்பினர் பதவியைத் தானாக முன்வந்து ராஜினாமா செய்துவிட்டு, மீண்டும் சீட்டாட மாட்டேன் என்று உறுதியளிக்கச் சொல்லியிருப்பார். மறுத்தால் உண்மையை அம்பலப்படுத்துவேன் என்று மிரட்டியிருக்கலாம். அடேர் போன்ற ஓர் இளைஞன், தன்னைவிட மிகவும் வயதான ஒருவரின் ஊழலை வெளியே கொண்டு வந்து அவமானப்படுத்த நினைத்திருக்க மாட்டார். அனேகமாக நான் ஊகிப்பது என்னவென்றால் அவரது கிளப்களிலிருந்து விலக்கப்படுவதால் மோரனின் வருமானத்தைக் குறைக்கும். அவர் தவறாகச் சம்பாதித்த பணத்தின் ஆதாயங்களை இழப்பார். எனவே அவர் அடேரைக் கொலை செய்தார். அந்த நேரத்தில் அடேர் மோரனால் பணத்தை இழந்தவர்களுக்கு எவ்வளவு திருப்பித் தர வேண்டுமென்று முயற்சி செய்திருப்பார். அதனால், வீட்டிலிருக்கும் பெண்களுக்குத் தெரியக் கூடாது என்று கதவுகளைப் பூட்டி, பணம் கொடுக்க வேண்டிய பெயர்களை எழுதியிருக்கிறார். நான் எல்லாவற்றையும் தெளிவுபடுத்திவிட்டேன் என்று நினைக்கிறேன்.”

“உண்மையை எல்லாம் சரியாகக் கணித்திருக்கிறீர்கள் என்பதில் எனக்கு எந்தச் சந்தேகமும் இல்லை.”

இது விசாரணையில் சரியாக இருக்கலாம் அல்லது மறுக்கப்படலாம். இதற்கிடையில் என்ன வந்தாலும் இனி கர்னல் மோரனால் நமக்குத் தொந்தரவு வராது. வான் ஹெர்டரின் புகழ்பெற்ற காற்றுத் துப்பாக்கி ஸ்காட்லாந்து யார்டு அருங்காட்சியகத்தை அழகுபடுத்தும். மேலும் திரு. ஷெர்லாக் ஹோம்ஸ் மீண்டும் தனது சுவாரஸ்யமான வழக்குகளைச் சுதந்திரமாக எடுத்து ஆராயப்போகிறார். ஏனென்றால் லண்டனில் சிக்கலான வழக்குகள் மிகவும் ஏராளமாக இருக்கிறது.

26. நோர்வூட்டில் வீடு கட்டுபவரால் ஏற்பட்ட சாகசம்

“குற்றவியல் நிபுணரின் பார்வையில், மறைந்த பேராசிரியர் மோரியார்டியின் மரணத்திற்குப் பிறகு லண்டன் ஒரு தனித்த ஆர்வமற்ற நகரமாக மாறிவிட்டது.” என்று திரு ஷெர்லாக் ஹோம்ஸ் கூறினார்.

“உங்களால் ஒருபோதும் நல்ல குடிமக்களை ஏற்றுக்கொள்ள முடியாது என்றே நினைக்கிறேன்.” என்று பதிலளித்தேன்.

“சரி, சரி, நான் சுயநலவாதியாக இருக்கக் கூடாது,” என்று அவர் புன்னகையுடன் கூறினார், காலை உணவு மேசையிலிருந்து நாற்காலியைத் தள்ளினார். சமூகம் நிச்சயமாக ஆதாயமடைகிறது. இழப்பவர் என்று யாரும் இல்லை. வேலையில்லாமல் இருக்கும் ஏழை துப்பறியும் நிபுணரைக் காப்பாற்றுங்கள் எனப் பத்திரிகையில் விளம்பரம் செய்ய முடியாது. “வாட்சன், சிறிய வழக்குகளே என்னுடைய பெரிய வீரியம் மிக்க மூளைக்குப் போதுமானதாக இல்லை. வலையின் விளிம்புகளின் சிலந்திக்கு ஏற்படும் மென்மையான நடுக்கம் நினைவுக்கு வருகிறது. சிறிய திருட்டுகள், தேவையற்ற தாக்குதல்கள், நோக்கமற்ற சீற்றம் – துப்பு வைத்திருந்த மனிதனுக்கு இவை அனைத்தையும் ஒன்றாக இணைக்க முடியும். உயர்குற்றவியல் உலகின் விஞ்ஞான மாணவருக்கு, ஐரோப்பாவில் மூலதனமான லண்டனில் ஒரு வேலை இருக்காது என்றே நினைக்கிறேன்.” – தனது மனதில் உதித்த பல சிந்தனைகளை நகைச்சுவையாகச் சொல்லிக்கொண்டிருந்தார்.

ஹோம்ஸ் வேண்டுகோளின் பேரில் அவருடைய அறைக்குத் திரும்பி வந்து சில மாதங்கள் ஆகிவிட்டன. நான் எனது கிளினிக்கை விற்றுவிட்டு பேக்கர் தெருவிலுள்ள பழைய குடியிருப்பைப் பகிர்ந்துகொள்ளத் திரும்பினேன். வெர்னர் என்ற இளம் மருத்துவர் எனது சிறிய கென்சிங்டன் கிளினிக்கை வாங்கினார். மேலும், நான் கேட்கத் துணிந்த மிக உயர்ந்த விலையை வியக்கத்தக்க வகையில் சிறிது தயக்கத்துடன் கொடுத்தார். சில ஆண்டுகளுக்குப் பிறகு, ஹோம்ஸின் தொலைதூர உறவினராக வெர்னர் இருப்பதைக் கண்டபோது, அந்தச் சம்பவம் எனக்கு விளங்கியது. அந்தப் பணத்தைக் கொடுத்தது எனது நண்பர் என்றும் புரிந்தது.

அவர் கூறியது போல் எங்கள் மாதப் பணிகள் சீரற்றதாக இல்லை. ஏனென்றால் எனது குறிப்புகளைப் பார்க்கும்போது, இந்தக் காலகட்டத்தில் முன்னாள் ஜனாதிபதி முரில்லோவின் ஆவணங்கள், டச்சு ஸ்டீம்ஷிப் பிரைஸ்லேண்டின் அதிர்ச்சியூட்டும் விவகார வழக்குகள் மட்டுமே அடங்கும். இதுவே கிட்டத்தட்ட எங்கள் இருவரின் உயிரையும் பறித்திருக்கும். அவருடைய பொறுமையான பெருமிதமான இயல்பு எப்பொழுதும் அவரது சாகசத்திற்குப் பொதுமக்களின் கைதட்டல் கிடைக்கும். மேலும் அவர் தன்னைப் பற்றியோ, அவருடைய முறைகளைப் பற்றியோ அல்லது அவரது வெற்றிகளைப் பற்றியோ முழுமையாகச் சொல்ல சில தடைகளை நீக்கி இந்த வழக்கைப் பற்றிச் சொல்லப்போகிறேன்.

ஷெர்லாக் ஹோம்ஸ் தனது நாற்காலியில் சாய்ந்துகொண்டு, நிதானமாகக் காலை செய்தித்தாளை வாசித்துக்கொண்டிருந்தார். அப்போது மணியடித்த ஒரு பெரிய வளையம் எங்கள் கவனத்தைத் தடுத்து நிறுத்தியது. அதைத் தொடர்ந்து யாரோ வந்திருப்பதை அது உணர்த்தியது. வெளிவாசல் திறக்கப்பட்டதும் மிக அவசரமாகப் படிக்கட்டில் ஏறிவந்தார். சிறிது நேரத்தில் வெறித்தனமான அந்த இளைஞன் படபடவென்று எங்கள் அறைக்குள் நுழைந்தார். அவர் எங்களில் ஒருவரிடமிருந்து மற்றவரைப் பார்த்தார். எங்கள் பார்வையில் அவரின் முறையற்ற நுழைவுக்குச் சில மன்னிப்புகள் தேவை என்பதை அவர் உணர்ந்தார்.

"மன்னிக்கவும், ஹோம்ஸ்," அவர் அழுதார். "நீங்கள் என்னைத் தப்பாக நினைக்க வேண்டாம். நான் கிட்டத்தட்ட பைத்தியமாக இருக்கிறேன். இந்தத் துரதிர்ஷ்டசாலியின் பெயர் ஜான் ஹெக்டர் மெக்ஃபார்லேன்."

பெயர் மட்டுமே அவரது வருகை, அதன் விதம் என இரண்டையும் விளக்குவது போல் அவர் நடந்துகொண்டார். ஆனால் என் தோழரின் பதிலளிக்காத முகத்தில் அவரைக் கணிக்கும் அர்த்தம் எனக்குப் புரிந்தது.

"சிகரெட் வேண்டுமா? மிஸ்டர் மெக்ஃபார்லேன்," என்று அவர் தனது நாற்காலியைத் தள்ளினார். "உங்கள் அறிகுறிகளுடன் இங்குள்ள எனது நண்பர் டாக்டர் வாட்சன் ஒரு மருந்தைப் பரிந்துரைப்பாரென நான் நம்புகிறேன். இப்போது, இன்னும் கொஞ்சம் இணக்கமாக உணர்ந்தால், அந்த நாற்காலியில் அமர்ந்து நீங்கள் யார், உங்களுக்கு என்ன வேண்டும் என்று மிக அமைதியாக எங்களிடம் சொல்லலாம். உங்கள் பெயரைத் தவிர்த்து நீங்கள் திருமணமாகாதவர், வழக்கறிஞர், ஆஸ்துமா நோயாளி போன்ற வெளிப்படையான உண்மைகளைத் தவிர உங்களைப் பற்றி எனக்கு எதுவும் தெரியாது."

என்னுடைய நண்பரின் முறைகளை நான் நன்கு அறிந்திருந்ததால், அவருடைய துப்பறியும் முறைகளைப் பின்பற்றி உடையின் ஒழுங்கற்ற தன்மை, சட்டக் காகிதங்களின் உறை, கடிகாரத்தின் வசீகரம், ஓடி வரும்போது அதிகம் மூச்சு வாங்கியது போன்றவற்றைக் கவனிப்பதும் எனக்குக் கடினமாக இருக்கவில்லை. இருப்பினும், எங்கள் வாடிக்கையாளர் ஆச்சரியத்துடன் எங்களைப் பார்த்தார்.

"ஆம். நீங்கள் சொன்னது சரிதான். மிஸ்டர் ஹோம்ஸ், மேலும் லண்டனில் இந்நேரத்தில் மிகவும் துரதிர்ஷ்டவசமான மனிதன் யாரென்றால் அது நானாகதான் இருக்கும். கடவுளின் பொருட்டு என்னைக் கைவிட்டுவிடாதீர்கள். ஹோம்ஸ்! என் கதையை முடிப்பதற்குள் அவர்கள் என்னைக் கைதுசெய்ய வந்தால், முழு உண்மையையும் சொல்ல எனக்கு அவகாசம் கொடுங்கள். நீங்கள் வெளியில் எனக்காக வேலை செய்கிறீர்கள் என்று தெரிந்தால் நான் மகிழ்ச்சியுடன் ஜெயிலுச் செல்வேன்."

"உங்களை.. கைதா?" என ஹோம்ஸ் கூறினார். "இந்த உண்மை மிகவும் சுவாரஸ்யமாக இருக்கிறது. எந்த குற்றச்சாட்டிற்காக உங்களைக் கைது செய்யப்போகிறார்கள் என்று நினைக்கிறீர்கள்?"

"லோயர் நோர்வூட்டைச் சேர்ந்த திரு. ஜோனாஸ் ஓல்டாக்கரைக் கொலைசெய்த குற்றச்சாட்டிற்காக என்னைத் தேடுகிறார்கள்?"

என் தோழரின் வெளிப்படையான முகம் ஒரு அனுதாபத்தைக் காட்டியது. நான் பயப்பட்டேன். எனக்கு எந்தவிதமான உணர்வையும் காட்டத் தோன்றவில்லை.

"காலை உணவின் போது தான், என் நண்பர் டாக்டர் வாட்சனிடம், பரபரப்பான வழக்குகள் செய்திகள் வெளி யிடுவதை நாளிதழ்கள் மறைந்துவிடுகின்றன என்று குறை கூறினேன்," என அவர் கூறினார்.

எங்கள் வாடிக்கையாளர் நடுங்கும் கையை முன்னோக்கி நீட்டி, டெய்லி டெலிகிராஃப் பத்திரிகையை எடுத்து ஹோம்ஸிடம் கொடுத்தார்.

"இதைப் பார்த்திருந்தால், இன்று காலை உங்களிடம் எந்த வழக்குக்காக வந்திருக்கிறேன் என்பதைத் தெரிந்திருப்பீர்கள். என் பெயரையும், என் துரதிர்ஷ்டத்தையும் ஒவ்வொரு மனிதர்களும் பேசிக்கொண்டிருப்பார்களென்று உணர்கிறேன்," என்று கூறி செய்தித்தாளின் நடுப்பக்கத்தைப் புரட்டிக் காட்டினார். "இதோ, உங்கள் அனுமதியுடன் படிக்கிறேன். இதைக் கேளுங்கள், திரு ஹோம்ஸ். தலைப்புச் செய்திகள்: லோயர் நார்வூட்டில் மர்மமான கொலை. நன்கு அறியப்பட்ட பில்டரின் மறைவு. கொலை செய்தவனைப் பற்றிய துப்பு கிடைத்திருக்கிறது. ஹோம்ஸ்! அவர்கள் பின்பற்றும் துப்பு என்னைத்தான் கைக்காட்டும். நான் லண்டன் பிரிட்ஜ் ஸ்டேஷனிலிருந்து பின்தொடரப்படுகிறேன். அவர்கள் என்னைக் கைது செய்வதற்கான வாரண்டிற்காக மட்டுமே காத்திருக்கிறார்கள் என்பதை உறுதியாக நம்புகிறேன். அப்படி நடந்தால் அது என் தாயின் இதயத்தைச் சுக்குநூறாய் உடைக்கும்!" என்று அவர் கூறும்போது பயத்தின் வேதனையில் கைகளைக் கொண்டு தனது நாற்காலியில் முன்னும் பின்னுமாக ஆடினார்.

தமிழில் : குகன் ● 39

குற்றம் சாட்டப்பட்ட நபரை ஆர்வத்துடன் பார்த்தேன். அவர் நீண்ட முடி, பயமுறுத்தும் நீலநிறக் கண்களுடனும், முழுமையாகச் சவரம் செய்யப்பட்ட முகத்துடன் பலவீனமாக இருந்தார். அவருடைய வயது சுமார் இருபத்தி ஏழு இருக்கலாம். பார்ப்பதற்கு நல்ல ஜென்டில்மேன்போலத் தெரிந்தார். அவரது பாக்கெட்டில் இருந்த காகிதங்களைப் பார்க்கும்போது அவருடைய தொழில் குறித்துத் தெரிந்தது.

“நம்மிடமுள்ள நேரத்தை நாம் பயன்படுத்த வேண்டும்” என்றார் ஹோம்ஸ். “வாட்சன், அந்த பேப்பரை எடுத்து வாசியுங்கள். எனக்குத் தோன்றும் கேள்வியை அவரிடம் கேட்டு நிவர்த்திசெய்கிறேன்.”

எங்கள் வாடிக்கையாளர் மேற்கோள் காட்டிய தீவிரமான தலைப்புச் செய்தியை வாசித்தேன்:

“நேற்றிரவு அல்லது இன்று அதிகாலையில், லோயர் நோர்வூட் பகுதியில் ஒரு சம்பவம் நிகழ்ந்தது. திரு. ஜோனாஸ் ஓல்டேக்ரே அந்தப் புறநகரில் நன்கு அறியப்படும் நபர். அவர் பல ஆண்டுகளாகக் கட்டிடம் கட்டும் தொழிலை மேற்கொண்டு வருகிறார். திரு. ஓல்டேக்ரே திருமணமாகாதவர், ஐம்பத்தி இரண்டு வயது, அந்தச் சாலையில் சிடன்ஹாம் முடிவிலுள்ள டீப் டெனே ஹவுஸில் வசிக்கிறார். சில விசித்திரமான பழக்கவழக்கங்கள், ரகசியம் கொண்டவராக அவர் இருந்திருக்கிறார். சில ஆண்டுகளாக அவர் வணிக வியாபாரத்திலிருந்து விலகி ஓய்வு பெற்றார். ஏற்கெனவே தனது வணிகத்தின் மூலம் கணிசமான செல்வத்தைக் குவித்தவராகவும் இருந்தார். வீட்டின் பின்புறத்தில் ஒரு சிறிய மர முற்றம் உள்ளது. நேற்றிரவு, சுமார் பன்னிரண்டு மணியளவில் அவரது வீடு தீப்பிடித்து எரிவதாகத் தீயணைப்புக்குத் தகவல் கொடுக்கப்பட்டது. ஆனால் காய்ந்த மரம் பெரும் சீற்றத்துடன் எரிந்தது. அது முழுவதுமாக எரிந்து முடிக்கும்வரை தீப்பிடிப்பதைத் தடுக்க முடியவில்லை. ஆரம்பத்தில் இந்தச் சம்பவம் ஒரு சாதாரண விபத்தின் தோற்றத்தைக் கொண்டிருந்தது. ஆனால் புதிய அறிகுறிகள் கடுமையான குற்றத்தைச் சுட்டிக் காட்டுகின்றன. தீ விபத்து நடந்த இடத்தில் எஜமானர் ஓல்டேக்ரே இல்லாதது ஆச்சரியத்தை உண்டாக்கியது. தொடர்ந்து

விசாரணையில் அவருடைய வீட்டிலிருந்து அவர் காணாமல் போனது தெரியவந்தது. அவரது அறையை ஆய்வு செய்ததில், படுக்கையில் தூங்கவில்லை என்பதும், அதிலிருந்த பெட்டகம் திறந்திருந்ததும், அறையில் பல முக்கிய ஆவணங்கள் சிதறிக் கிடந்தது. இறுதியாக, கொலைக்கான போராட்டத்தின் அறிகுறிகளும் அந்த அறையில் தென்பட்டது. அறையில் இரத்தத்தின் சிறிய தடயங்கள் காணப்பட்டன. மேலும் ஒரு மர வாக்கிங் ஸ்டிக் கைப்பிடியில் இரத்தக் கறைகள் இருந்தன. அன்றிரவு திரு. ஜோனாஸ் ஓல்டேக்ரேவைச் சந்திக்க ஒரு பார்வையாளர் அவரது படுக்கையறைவரை சென்றிருக்கிறார் என்று அறியப்படுகிறது. மேலும் கண்டுபிடிக்கப்பட்ட வாக்கிங் ஸ்டிக் இந்த நபரின் அடையாளத்துடன் காணப்பட்டது. அது ஜான் ஹெக்டர் மெக்ஃபார்லேன் என்ற இளம் லண்டன் வழக்குரைஞர், கிரஹாம் – மெக்ஃபார்லேனின் இளைய பங்குதாரர். 426 கிரேஷாம் கட்டங்கள், EC என்ற இடத்தில் வசிக்கிறார். இவர் குற்றம் செய்ததற்கான உறுதியான நோக்கத்தை வழங்கும் ஆதாரங்கள் தங்களிடம் இருப்பதாகக் காவல்துறை நம்புகிறது. மேலும் வழக்கு குறித்த முன்னேற்றங்கள் தொடரும் என்பதிலும் சந்தேகமில்லை.

பின்னர் – திரு. ஜோனாஸ் ஓல்டேக்ரைக் கொலைக் குற்றச்சாட்டின் பேரில் திரு. ஜான் ஹெக்டர் மெக்ஃபார்லேன் உண்மையில் கைது செய்யப்பட்டார் என்ற வதந்தி பத்திரிகைகளுக்குப் பரவியிருந்தது. கைது வாரண்ட் பிறப்பிக்கப்பட்டுள்ளது என்பது குறைந்தபட்சம் உறுதியானது. நோர்வூட் விசாரணையில் மேலும் மோசமான முன்னேற்றங்கள் ஏற்பட்டுள்ளன. துரதிர்ஷ்டவசமாக இறந்தவரின் அறையில் ஒரு போராட்டத்தின் அறிகுறிகள் தெரிந்தது. அவரது படுக்கையறையின் பிரெஞ்சு ஜன்னல்கள் (தரை தளத்தில் உள்ளது) திறந்திருப்பது கண்டுபிடிக்கப்பட்டது. ஏதோ பருமனான பொருள் இருந்ததைப் போன்ற அடையாளங்கள் இருந்தன. அது மரக் குவியலுக்கு இழுத்துச் செல்லப்பட்டிருந்தது. இறுதியாக, தீயில் கருகி சாம்பலில் எரிந்த எச்சங்கள் கண்டுபிடிக்கப்பட்டன. காவல்துறையின் கோட்பாடு என்னவென்றால், மிகவும் பரபரப்பான குற்றம் நடந்துள்ளது. பாதிக்கப்பட்டவரை அவரது படுக்கையறையில் கட்டிவைத்து, அவருடைய காகிதங்கள் திருடப்பட்டுள்ளன,

அவரது சடலத்தை மர அடுக்குக்கு இழுத்து, பின்னர் அனைத்தையும் மறைக்கும் வகையில் எரிக்கப்பட்டுள்ளது. இந்த வழக்கை ஸ்காட்லாந்து யார்டு இன்ஸ்பெக்டர் லெஸ்ட்ரேட்டின் அனுபவமிக்க கைகளில் எடுத்துக் குற்றப் புலனாய்வு விசாரணை செய்கிறார். அவர் தனது பழக்கமான ஆற்றலுடனும், புத்திசாலித்தனமும் வழக்குக்கு உதவியாக இருக்கும்."

ஷெர்லாக் ஹோம்ஸ் இந்தக் குறிப்பிடத்தக்கச் செய்தியை மூடிய கண்களுடன் கேட்டார்.

"இந்த வழக்கு நிச்சயமாகச் சில சுவாரஸ்யங்களைக் கொண்டுள்ளது." என்று அவர் தனது பாணியில் கூறினார். "முதலில், மிஸ்டர் மெக்ஃபார்லேன், உங்கள் கைதை நியாயப்படுத்த போதுமான ஆதாரங்கள் இருப்பதால், அவர்கள் ஏன் இன்னும் உங்களைக் கைது செய்யவில்லை என்று சந்தேகம் எழுப்பலாமா?"

"நான் பிளாக்ஹீத்தின் டொரிங்டன் லாட்ஜில் எனது பெற்றோருடன் வசிக்கிறேன். ஆனால் நேற்றிரவு, திரு. ஜோனாஸ் ஓல்டேக்கருடன் பேச வேண்டியிருந்ததால், நான் நோர்வூட்டிலுள்ள ஒரு ஹோட்டலில் தங்கி, அங்கிருந்து எனது பணியைச் செய்தேன். நான் ரயிலில் இருக்கும்வரை இந்த விவகாரம் எதுவும் எனக்குத் தெரியாது. நீங்கள் இப்போது கேள்விப்பட்டதை, நான் செய்தித்தாளில்தான் படித்தேன். எனது நிலையின் பயங்கரமான ஆபத்தை நான் உடனடியாகக் கண்டேன். உங்கள் கைகளில் எனது வழக்கைக் கொடுக்க விரைந்து வந்தேன். எனது நகர அலுவலகத்திலோ அல்லது எனது வீட்டிலோ நான் கைது செய்யப்பட்டிருக்க வேண்டும் என்பதில் எனக்கு எந்தச் சந்தேகமும் இல்லை. லண்டன் பிரிட்ஜ் ஸ்டேஷனிலிருந்து ஒரு மனிதன் என்னைப் பின்தொடர்ந்து வந்துகொண்டிருந்தார். கடவுளே! என்ன சத்தம் அது?"

அது மணியின் சத்தம். படிக்கட்டிலுள்ள கனமான படிகள் துரிதமாகத் தொடர்ந்தது. சிறிது நேரம் கழித்து, பழைய நண்பர் லெஸ்ட்ரேட் எங்களின் வீட்டு வாசலில் தோன்றினார். அவரது தோளுக்கு அருகில் சீருடை அணிந்த போலீஸ்காரர்களை வெளியே பார்த்தேன்.

"மிஸ்டர் ஜான் ஹெக்டர் மெக்ஃபார்லேன்." லெஸ்ட்ரேட் கூறினார்.

எங்கள் துரதிர்ஷ்டவசமான வாடிக்கையாளர் ஒரு மோசமான முகத்துடன் எழுந்தார்.

"லோயர் நோர்வூட்டைச் சேர்ந்த திரு.ஜோனாஸ் ஓல்டேக்கரைக் கொலை செய்ததற்காக நான் உங்களைக் கைது செய்கிறேன்."

மெக்ஃபார்லேன் விரக்தியின் சைகையுடன் எங்களிடம் திரும்பி, நசுக்கப்பட்ட ஒருவரைப் போல மீண்டும் ஒருமுறை நாற்காலியில் சரிந்தார்.

"ஒரு கணம், லெஸ்ட்ரேட்." என ஹோம்ஸ் கூறினார். "அரை மணிநேரத்தை எங்களுக்குக் கொடுத்தால் இந்த வழக்கில் அது எந்த மாற்றத்தையும் ஏற்படுத்தாது. மேலும் இந்த மனிதர் சுவாரஸ்யமான பல தகவல்களைக் கூறவிருக்கிறார். இந்த வழக்கைத் தீர்க்க எங்களுக்கு அது உதவியாக இருக்கும்."

"சரி, மிஸ்டர் ஹோம்ஸ். நான் உங்கள் கோரிக்கையை மறுப்பது கடினம். ஏனென்றால் எங்களுடைய பல வழக்குகளைத் தீர்க்க நீங்கள் உதவியிருக்கிறீர்கள். மேலும் ஸ்காட்லாந்து யார்டில் இருப்பவர்கள் உங்கள்மீது நன்மதிப்பு வைத்திருக்கிறோம்." என்று லெஸ்ட்ரேட் கூறினார். "அதே நேரத்தில், என் கைதியுடன் நான் இருக்க வேண்டும். மேலும் அவர் எதைச் சொன்னாலும் அவருக்கு எதிரான ஆதாரங்கள் தோன்றுமென அவரை எச்சரிக்கவும் நான் கடமைப்பட்டிருக்கிறேன்."

"எனக்கு முழுச் சம்மதம்." என்று எங்கள் வாடிக்கையாளர் கூறினார். "நான் கேட்பதெல்லாம், நீங்கள் முழுமையான உண்மையைக் கேட்டு அறிந்துகொள்ள வேண்டும் என்பதே."

லெஸ்ட்ரேட் தனது கைக்கடிகாரத்தைப் பார்த்தார். "ஒரு அரைமணி நேரம் தருகிறேன்" என்றார்.

மெக்ஃபார்லேன் தொடர்ந்தார். "திரு. ஜோனாஸ் ஓல்டாக்ரைப் பற்றி எனக்கு எதுவும் தெரியாது. அவருடைய பெயர் எனக்குப் பரிச்சயமானது; பல ஆண்டுகளுக்கு

முன்பு, என் பெற்றோர்கள் அவருடன் பழகினார்கள். ஆனால் அவர்கள் பிரிந்துவிட்டனர். நேற்று, மதியம் மூன்று மணியளவில், அவர் நகரத்திலுள்ள எனது அலுவலகத்திற்குள் நுழைந்தபோது நான் மிகவும் ஆச்சரியப்பட்டேன். அவர் தனது வருகையின் பொருளை என்னிடம் சொன்னபோது நான் இன்னும் ஆச்சரியப்பட்டேன். அவர் கையில் ஒரு நோட்டுப் புத்தகத்தின் பல தாள்கள் இருந்தன. அவை எழுதப்பட்ட எழுத்துகளால் மூடப்பட்டிருந்தன. இதோ...” அவற்றை எடுத்து மேஜையில் எங்களுக்கு முன் வைத்தார்.

“இது என் உயில்” என்றார். “மிஸ்டர் மெக்ஃபார்லேன், நீங்கள் அதைச் சரியான சட்ட வடிவத்திற்கு மாற்ற வேண்டுமென விரும்புகிறேன். நீங்கள் அவ்வாறு செய்யும்வரை நான் இங்கே அமர்ந்திருக்கிறேன்.”

“அவருடைய உயிலை நான் நகலெடுத்துக் கொண்டேன். அவர் தனது சொத்துக்கள் அனைத்தையும் என் பெயரில் எழுதி வைத்ததைக் கண்டபோது எனக்கு உண்டான வியப்பை நீங்கள் கற்பனை செய்யலாம். அவர் ஒரு விசித்திரமான மனிதராகத் தெரிந்தார். நான் அவரைப் பார்த்தபோது அவருடைய கூரிய சாம்பல்நிறக் கண்கள் வேடிக்கையான முகபாவத்துடன் என்மீது நிலைத்திருப்பதைக் கண்டேன். நான் உயிலின் விதிமுறைகளைப் படிக்கும்போது என் சொந்த உணர்வுகளைக்கூட என்னால் நம்ப முடியவில்லை. ஆனால் அவர் திருமணமாகாதவர். எந்த உறவுகளும் அவருக்கு இல்லை. அவர் இளமைப் பருவத்தில் எனது பெற்றோரை அறிந்தவர் என்றும், அவர் என்னை மிகவும் தகுதியான இளைஞனாக எப்போதும் கேள்விப்பட்டதாகவும், அவருடைய பணம் தகுதியான கைகளில் இருக்குமென்று உறுதியளித்தார் என்றும் விளக்கினார். நிச்சயமாக, திகைப்புடன் என் நன்றியைத் தெரிவித்தேன். உயில் முறையாக முடிக்கப்பட்டு, கையொப்பமிட்டு, என் எழுத்தாளரால் சாட்சி கொடுக்கப்பட்டது. அந்தக் காகிதங்கள் இதுதான். திரு. ஜோனாஸ் ஓல்டாக்ரே, கட்டட குத்தகைகள், பத்திரங்கள், அடமானங்கள், சொத்துகள், பல ஆவணங்கள் உள்ளன என்று எனக்குக் காண்பித்து நான் பார்த்துப் புரிந்துகொள்ள வேண்டியது அவசியம். முழு

விஷயமும் தீர்க்கப்படும்வரை அவரது மனம் எளிதாக இருக்காது என்றே அவர் கூறினார். அன்றிரவு நோர்வூட்டில் உள்ள அவரது வீட்டிற்கு வந்து உயிலை ஏற்பாடு செய்யும்படி கெஞ்சினார். "நினைவுகொள்! இந்த விவகாரம் எல்லாம் முடிவடையும்வரை உன் பெற்றோரிடம் ஒரு வார்த்தை கூடச் சொல்லக் கூடாது. நான் அதை அவர்களுக்கு ஒரு சிறிய ஆச்சரியமாக வைத்திருக்கிறேன்." அவர் இந்த விஷயத்தில் மிகவும் வற்புறுத்தினார். மேலும் என்னை உறுதியளிக்கச் சொன்னார்.

"மிஸ்டர் ஹோம்ஸ், அவர் கேட்கும் எதையும் அவரிடம் மறுக்கும் நிலையில் அப்போது நான் இல்லை என்பதைப் புரிந்துகொள்ளுங்கள். மேலும் ஒவ்வொரு குறிப்பிட்ட விஷயத்திலும் அவரது விருப்பங்களை நிறைவேற்ற வேண்டும் என்பதே எனது விருப்பமாக இருந்தது. நான் வீட்டிற்கு ஒரு தந்தி அனுப்பினேன். எனக்கு முக்கியமான வேலை இருப்பதாகவும், எவ்வளவு தாமதமாக வருவேன் என என்னால் குறிப்பிட முடியாது என்றும் கூறினேன். திரு. ஓல்டேக்ரே, ஒன்பது மணிக்கு இரவு உணவு சாப்பிட விரும்புவதாக அவர் என்னிடம் கூறினார். ஏனெனில் அவர் அந்த நேரத்திற்கு முன்பு அவர் வீட்டில் இருக்கமாட்டாராம். அவருடைய வீட்டைக் கண்டுபிடிப்பதில் எனக்குச் சில சிரமங்கள் இருந்தன. ஆனால் நான் அதை அடைவதற்குள் ஏறக்குறைய அரை மணியாகிவிட்டது. என்றாலும் நான் அவரது வீட்டைக் கண்டுபிடித்தேன்."

"ஒரு நிமிடம்!" என ஹோம்ஸ் கூறினார். "கதவைத் திறந்தது யார்?"

"ஒரு நடுத்தர வயதுப் பெண். அவருடைய வீட்டுப் பணிப்பெண் என்றுதான் நினைக்கிறேன்."

"அவள்தான். உங்கள் பெயரை போலீஸுக்குக் குறிப்பிட்டது?"

"சரியாக." மெக்ஃபார்லேன் கூறினார்.

"மேலே தொடருங்கள்."

திரு. மெக்ஃபார்லேன் தனது ஈரமான புருவத்தைத் துடைத்து, பின்னர் தனது கதையைத் தொடர்ந்தார்:

"அந்தப் பெண் என்னை அமரும் அறைக்கு அழைத்துச் சென்றார். அங்கு சிற்றுண்டி உண்டப் பின்னர், ஜோனாஸ் ஓல்டாக்ரே என்னை அவரது படுக்கையறைக்கு அழைத்துச் சென்றார். அங்கிருந்த கனமான பாதுகாப்பு பீரோவைத் திறந்தார். அதிலிருந்த ஏராளமான ஆவணங்களை எடுத்துக் கொண்டு நாங்கள் ஒன்றாகச்சென்றோம். அதை முடிக்கும் போது பதினொன்றிலிருந்து பன்னிரண்டிற்குள் இருந்தது. வீட்டுப் பணியாளர்களிடம் எங்களைத் தொந்தரவு செய்யக் கூடாது என்று அவர் குறிப்பிட்டிருந்தார். அவருடைய அறையிலிருந்த பிரெஞ்சு ஜன்னல் வழியாக அவளை வெளியே செல்லுமாறு கூறினார்.

"அந்த ஜன்னல் மூடப்பட்டிருந்ததா?" என்று ஹோம்ஸ் கேட்டார்.

"என்னால் உறுதியாகச் சொல்ல முடியவில்லை. ஆனால் அது பாதி கீழே மூடப்பட்டிருந்தது என்று நினைக்கிறேன். ஆம், ஜன்னலைத் திறப்பதற்காக அவர் எதையோ மேலே இழுத்தார் என்பது மட்டும் எனக்கு நினைவில் இருக்கிறது. நான் செல்லும்போது எனது கைத்தடியை என்னால் கண்டுபிடிக்க முடியவில்லை. மேலும் அவர், "பரவாயில்லை. நான் தேடி எடுத்து வைக்கிறேன். அடுத்த முறை வரும்போது அதை எடுத்துக்கொள்ளலாம்." என்றார். நான் அந்த வீட்டை விட்டுவந்தேன். பத்திரத்தைத் திறந்து பார்த்துவிட்டுப் பாக்கெட்டில் போட்டுக்கொண்டேன். நான் செல்லும்போது அவரது பீரோ திறந்திருந்தது. நீண்ட நேர இரவானதால் நான் பிளாக்ஹீத்துக்குத் திரும்ப முடியவில்லை. அனெர்லி ஆர்ம்ஸில் இரவைக் கழித்தேன். காலையில் இந்தக் கொடூரமான விவகாரத்தைச் செய்தித்தாளில் படிக்கும்வரை எனக்கு எதுவுமே தெரியாது.

"மிஸ்டர் ஹோம்ஸ், நீங்கள் மேலதிகமாக ஏதாவது கேட்க விரும்புகிறீர்களா?" இந்தக் குறிப்பிடத்தக்க விளக்கத்தின் போது லெஸ்ட்ரேட் கேட்டார்.

"நான் பிளாக்ஹீத்துக்குச் செல்லும்வரை என்னால் உறுதியாக எதையும் சொல்ல முடியாது."

"நீங்கள் நோர்வூட்டைச் சொல்ல வருகிறீர்கள் என்று நினைக்கிறேன்" லெஸ்ட்ரேட் கேட்டார்.

“இல்லை. நான் பிளாக்ஹீத்தைத்தான் சொல்லுகிறேன்.” என்று ஹோம்ஸ் தனது புதிரான புன்னகையுடன் கூறினார். ரேஸர் போன்ற மூளையைத் தன்னால் ஊடுருவ முடியாததைக் குறைக்க முடியும் என்பதை ஒப்புக்கொள்வதைவிட லெஸ்ட்ரேட் அதிக அனுபவங்களால் கற்றுக்கொண்டார். அவர் என்னுடைய தோழரை ஆர்வத்துடன் பார்ப்பதை நான் பார்த்தேன்.

“மிஸ்டர் ஷெர்லாக் ஹோம்ஸ், நான் உங்களுடன் கொஞ்சம் பேச விரும்புகிறேன்.” என்று அவர் கூறினார். “இப்போது, மிஸ்டர் மெக்ஃபார்லேன், எனது இரண்டு கான்ஸ்டபிள்கள் வாசலில் இருக்கிறார்கள். ஒரு நான்கு சக்கர வாகனம் காத்திருக்கிறது.” அவலமான இளைஞன் எழுந்து, கடைசியாக எங்களைப் பார்த்து அறையிலிருந்து வெளியேறினான். அதிகாரிகள் அவரை வண்டியில் அழைத்துச் சென்றனர். லெஸ்ட்ரேட் எங்களுடன் இருந்தார்.

ஹோம்ஸ் உயிலின் பக்கங்களைப் பலமுறை வாசித்தார். அவரது முகத்தில் ஏதோ மிகுந்த ஆர்வம் இருந்ததைப் பார்க்க முடிந்தது.

“அந்த ஆவணத்தில் சில தகவல்கள் இருக்கின்றன. லெஸ்ட்ரேட்.” என்று ஹோம்ஸ் கூறினார்.

அதிகாரி குழப்பத்துடன் பார்த்தார்.

“முதல் சில வரிகளையும், இரண்டாவது பக்கத்தின் நடுவிலும், கடைசியில் ஒன்று அல்லது இரண்டையும் என்னால் படிக்க முடியும். அவற்றின் எழுத்துத் தெளிவாக உள்ளது. ஆனால் இடையில் எழுத்துகள் மிகவும் மோசமாக இருக்கின்றன. மேலும் மூன்று இடங்களில் என்னால் படிக்கவே முடியவில்லை. இதிலிருந்து உங்களுக்கு என்ன புரிகிறது?” என ஹோம்ஸ் கேட்டார்.

“உங்களுக்கு என்ன தோன்றுகிறது ஹோம்ஸ்?”

“இந்தப் பத்திரம் முழுவதும் ரயிலில் எழுதப்பட்டிருப்பதாகத் தோன்றுகிறது. நல்ல எழுத்துகள் ரயில் நிறுத்தத்திலும், மோசமான எழுத்துகள் ரயில் செல்லும் போதிலும், மிக மோசமான எழுத்து ரயில்

அதிவேகமாகச் செல்லும் போதிலும் எழுதப்பட்டிருக்கிறது. ஒரு பெரிய நகரத்தின் அருகாமையில் எந்த ரயில் அதிக வேகமாகச் செல்லும் என்று யோசித்தால், ஒரு புறநகர் கோட்டிற்குச் செல்லும் ரயில்தான் என்று சாதாரண நிபுணர்கூட உடனடியாகச் சொல்லிவிடுவார். அவரது முழுப் பயணத்திலும் உயிலை எழுதியிருக்கிறார் என்பதை ஏற்றுகொண்டால், அந்த ரயில் ஒரு எக்ஸ்பிரஸ். நோர்வூட், லண்டன் பாலம் இடையே ஒருமுறை மட்டுமே சென்றிருக்கும்."

லெஸ்ட்ரேட் சிரிக்க ஆரம்பித்தார்.

"உங்கள் கோட்பாடுகளை நீங்கள் எப்படி உருவாக்குகிறீர்கள் என்பதை என்னால் எளிதில் புரிந்துகொள்ள முடியவில்லை. இருந்தாலும், நீங்கள் சொன்னதற்கும், இந்த வழக்கிற்கும் இருந்த தகவல் எப்படி உதவப்போகிறது?"

"அந்த இளைஞன் சொன்னதிலிருந்து ஜோனாஸ் ஓல்டேக்ரேவால் உயில் எழுத நினைத்திருக்கிறார் என்பது உறுதியாகிறது. இல்லையா? - ஒரு மனிதன் மிகவும் முக்கியமான ஆவணத்தை மிகவும் இடையூறான முறையில் ஏன் எழுத வேண்டும். அந்த உயிலைப் பெரிதும் அவர் மதிக்கவில்லை. எப்படியும் இந்த ஆவணம் நடைமுறைப்படுத்த போவதில்லை என்ற அலட்சியத்தில் அவர் அதைச் செய்திருக்கலாம்."

"அதே நேரத்தில் அவர் தனது உயிருக்கு ஆபத்து வருகிறது என்று நினைத்துக்கூட எழுதியிருக்கலாம். இல்லையா?" லெஸ்ட்ரேட் கூறினார்.

"ஓ, அப்படி நினைக்கிறீர்களா?"

"ஏன் அதற்கு வாய்ப்பில்லையா?"

"இது மிகவும் சாத்தியம்தான். ஆனால் வழக்கானது எனக்கு இன்னும் தெளிவாகத் தெரியவில்லை."

"இதைவிட வழக்கில் என்ன தெளிவு வேண்டும் ஹோம்ஸ். ஒரு இளைஞன், ஒரு குறிப்பிட்ட முதியவர் இறந்தால், அவருக்கு பெரிய சொத்து கிடைக்கிறது என்று தெரிந்துகொள்கிறார். அவர் என்ன செய்கிறார்? அவர்

யாரிடமும் எதுவும் சொல்லாமல் தனது வாடிக்கையாளரைப் பார்ப்பதாக ஏதோ ஒரு சாக்குப்போக்கில் வெளியே செல்ல ஏற்பாடு செய்கிறார்; வீட்டிலிருக்கும் மற்றவர் மட்டும் படுக்கையில் இருக்கும்வரை காத்திருந்தார். பின்னர் அந்த மனிதனின் அறையில் அவரைத் தனிமையில் கொன்று, அவரது உடலை மரக் குவியலில் எரித்துவிட்டு, பக்கத்து ஹோட்டலுக்குச் செல்கிறார். அறையிலும், அவரது கைத்தடியிலும் இரத்தக் கறைகள் மிகக் குறைவாக இருக்கிறது. தனது குற்றத்தை இரத்தமற்றதோடு செய்திருக்கிறார். மேலும், உடலை எரித்துவிட்டால் அவருடைய மரணத்தின் முறையின் அனைத்துத் தடயங்களையும் அழித்துவிடலாம் என்று நம்பியிருக்கிறார். இதெல்லாம் தெரியவில்லையா?"

"நல்லது லெஸ்ட்ரேட். நீங்கள் சொல்லுவது அனைத்தும் வெளிப்படையான உண்மையாகவே தெரிகிறது. அதற்கான சில கற்பனையை நீங்கள் சேர்க்கிறீர்கள். ஆனால் இந்த இளைஞனின் இடத்தில் ஒரு கணம் உங்களை நிறுத்தி யோசித்துப் பாருங்கள். உங்கள் குற்றத்தைச்செய்ய உயில் எழுதிய அந்த இரவைத் தேர்ந்தெடுப்பீர்களா? இரண்டு சம்பவங்களுக்கிடையில் நெருக்கமான உறவை ஏற்படுத்தி தனக்கு எதிராகத் திரும்பும் என்று யோசித்திருக்க மாட்டீர்களா? ஒரு வேலைக்காரன் உங்களை உள்ளே அனுமதித்த சந்தர்ப்பத்தை நீங்கள் தேர்ந்தெடுப்பீர்களா? மேலும், இறுதியாக, உடலை மறைப்பதில் பெரும் சிரத்தை எடுத்துகொண்டு, நீங்கள் குற்றவாளி என்பதற்கு அடையாளமாக உங்கள் கைத்தடியை அங்கையே விட்டுவிடுவீர்களா? இதெல்லாம் கொஞ்சம் கூடச் சாத்தியமில்லை லெஸ்ட்ரேட்."

"மிஸ்டர் ஹோம்ஸ்! இந்தக் கொலையைப் பொறுத்தவரை குற்றவாளி குற்றத்திற்குப் பிறகு தனது நிதானத்தை இழந்திருக்கலாம். அச்சப்பட்டிருக்கலாம். அதனால் தனது கைத்தடியை அங்கேயே விட்டு அறைக்குத் திரும்பி யிருக்கலாம். உண்மைகளுக்குப் பொருந்தக்கூடிய வேறு ஏதாவது கோட்பாடு இருந்தால் சொல்லுங்கள்."

"நான் உங்களுக்கு மிக எளிதாக ஆறு காரணங்களைச் சொல்ல முடியும்." ஹோம்ஸ் கூறினார். "எடுத்துக்காட்டாக, மிகவும் சாத்தியமான ஒன்றைக் கூறுகிறேன். பெரியவர்

மதிப்புமிக்க தனது ஆவணங்களை இளைஞனுக்குக் காட்டுகிறார். பாதி மூடப்பட ஜன்னல் வழியாகக் குற்றவாளி பார்க்கிறான். வழக்கறிஞர் அறையைவிட்டு வெளியேறியதும், கொலையாளி உள்ளே நுழையுகிறான்! வழக்கறிஞரின் கைத்தடியைக் கொண்டு ஓல்டேக்ரேயைக் கொன்று உடலை எரித்துவிட்டுத் தப்பித்திருக்க வேண்டும்."

"கொலையாளி உடலை ஏன் எரிக்க வேண்டும்?"

"மெக்ஃபார்லேன் மட்டும் ஏன் எரித்திருக்க வேண்டும்?"

"ஆதாரங்களை மறைக்க."

"அதையே அந்தக் கொலையாளியும் செய்ய நினைத்திருக்கலாம்."

"அப்படியென்றால் நீங்கள் சொல்லும் கொலையாளி அறையிலிருந்து ஏன் எதையும் எடுக்கவில்லை?"

"அவனுக்கு உதவாத ஆவணங்கள் அவை." ஹோம்ஸ் இதைக் கூறியதும் லெஸ்ட்ரேட் தலையை அசைத்தார். இருப்பினும் அவரால் இந்தக் கோட்பாட்டை முழுவதுமாக ஏற்றுக்கொள்ள முடியவில்லை.

"சரி, மிஸ்டர் ஷெர்லாக் ஹோம்ஸ்! நீங்கள் சொல்லும் கொலையாளியைத் தேடுங்கள். நீங்கள் அவரைக் கண்டுபிடிக்கும்வரை எங்களிடம் இருக்கும் மனிதன்தான் குற்றவாளி. எது சரி என்பதை எதிர்காலம் காட்டும். இந்த வழக்கில் ஒரு குறிப்பு மட்டும் உண்மை. அந்த அறையிலிருந்த எந்த ஆவணங்களும் அகற்றப்படவில்லை. மேலும் இறந்த பெரியவரின் வாரிசாக இருக்கும் கைதிக்குத்தான் அவரது மரணத்தில் அதிக லாபம் இருக்கிறது. வேறு யாருக்கும் உள்நோக்கம் எதுவும் இருப்பதாகத் தெரியவில்லை."

என்னுடைய நண்பர் அவரது கருத்துகு உறுதியான கோட்பாடு எதுவும் சொல்லாமல் இருப்பதைப் பார்த்து அதிர்ச்சியடைந்தேன்.

"உங்கள் கோட்பாட்டிற்கு ஆதாரங்கள் மிகவும் வலுவாக உள்ளன என்பதை நான் மறுக்கவில்லை. மற்ற கோட்பாடுகள் சாத்தியம் என்பதை மட்டுமே சுட்டிக்காட்ட விரும்புகிறேன்.

நீங்கள் சொல்லுவதுபோல் எதிர்காலம் தீர்மானிக்கும். காலை வணக்கம்!" என்று அவர் கூறினார்.

லெஸ்ட்ரேட் சென்றதும், என் நண்பர் எழுந்து, அன்றைய தினத்திற்கான வேலையைத் திட்டமிட்டார்.

"வாட்சன்! என்னுடைய முதல் பணி பிளாக்ஹீத் சென்று விசாரணையைத் தொடங்குவதுதான்." என்றார்.

"ஏன் நோர்வூட் இல்லை?"

"ஏனென்றால், இந்த விஷயத்தில் இரண்டு சம்பவங்கள் நடந்திருக்கின்றன. முதல் சம்பவம் உயில். இரண்டாவது நிகழ்வு எழுதச் சொன்னவரின் மரணம். குற்றச்செயல் நடந்ததற்கான காரணம் முதல் சம்பவத்தில் இருப்பதால், இரண்டாவதாக நடந்த கொலைச் சம்பவத்தில் காவல்துறை கவனம் செலுத்தி தவறு செய்கிறது. ஆனால் இந்த வழக்கை அணுகுவதற்கான தர்க்கரீதியான வழி, முதல் சம்பவத்திற்கான காரணங்களை முழுமையாகத் தெரிந்துகொள்ள வேண்டும். எதற்காக அவர் மெக்ஃபார்லேனைத் தனது வாரிசாகத் தேர்ந்தெடுக்க வேண்டும். அதைத் தெரிந்துகொண்டால் வழக்கு எளிமையாகும். வாட்சன்! நீங்கள் இந்த வழக்கில் எனக்கு உதவ முடியுமென்று தோன்றவில்லை. எனக்குப் பெரிய ஆபத்திற்கான வாய்ப்பு இல்லை. அதனால், நான் விசாரித்துவிட்டு மாலை உங்களிடம் என்ன நடந்ததெனச் சொல்லுகிறேன்." என்றார்

என் நண்பன் திரும்பி வருவதற்குத் தாமதமாகிவிட்டது. அவருடைய கசப்பான, பதட்டமான முகத்தை ஒரு பார்வையில் பார்த்தேன். அவருடைய பயணம் அவருக்கு எந்த நம்பிக்கையையும் கொடுக்கவில்லை என்று புரிந்தது. ஒரு மணிநேரம் அவர் தனது வயலினில் மூழ்கி, தனது சொந்த மனச்சோர்வைத் தணிக்க முயன்றார். கடைசியாக அவர் வயலினைக் கீழே வைத்துவிட்டு, பிளாக்ஹீத்தில் நடந்ததை விளக்கினார்.

"இதெல்லாம் தவறாகப்போகிறது, வாட்சன், நடக்கும் எல்லாமே! நான் லெஸ்ட்ரேட் முன் எனது கோட்பாட்டுடன் மிக உறுதியாக இருந்தேன். என் உள்ளுணர்வு சரியான பாதையில்தான் செல்லுகிறேன் சொல்கிறது. ஆனால் எல்லா

உண்மைகளும் வேறு வழியில் செல்கிறது. லெஸ்ட்ரேட்டின் சொல்லுவது போன்றுதான் பல உண்மைகள் இருக்கிறது. முழு உண்மையை வெளியே கொண்டுவருவதற்குள் நீதிபதி தீர்ப்பு வழங்கிவிடக் கூடாது என அஞ்சுகிறேன்."

"நீங்கள் பிளாக்ஹீத்துக்குச் சென்றீர்களா?"

"ஆம், வாட்சன், நான் அங்கு சென்றேன். இறந்த ஓல்டாக்கர் ஒரு கரும்புலி என்பதை விரைவாகக் கண்டுபிடித்தேன். மெக்ஃபார்லேனின் தந்தை மகனைத் தேடி வெளியே சென்றிருந்தார். அவரது அம்மா மட்டும் வீட்டில் இருந்தார். கொஞ்சம், பஞ்சு போன்ற, நீலக்கண்கள் கொண்ட நபர். நிச்சயமாக, அவள் தனது மகன் குற்றம் செய்திருக்க மாட்டானென்று நம்புகிறாள். அதே சமயம், ஓல்டேக்கரின் மரணத்தைக் குறித்து எந்தவித வருத்தத்தையும் வெளிப்படுத்தவில்லை. அதற்கு மாறாக, அவனைப் பற்றிய மிகவும் கசப்பான உண்மைகளை அவள் பேசினாள். அவளுக்கு அறியாமலேயே மகனுக்கு எதிராகக் காவல்துறையின் வழக்கை வலுப்படுத்துகிறாள். ஏனென்றால், அவளது கதையைக் கேட்ட எந்த மகனும் அந்த மனிதன்மீது வெறுப்புகொண்டு வன்முறையில் இறங்கியிருப்பான்.

"இறந்த ஓல்டாக்கர் இளைஞனாக இருக்கும்போதே மிகவும் மோசமான, தந்திரங்கள் நிறைந்த மனிதன்" என்றாள்.

"அப்படியென்றால் ஓல்டாக்கரை உங்களுக்கு முன்பே தெரியுமா?" என்று கேட்டேன்.

"ஆம், எனக்கு அவரை நன்றாகத் தெரியும்; உண்மையில், அவரைத் திருமணம்செய்து கொள்வதாக எனக்கு நிச்சயதார்த்தமும் நடந்திருந்தது. ஆனால் அவருடைய தீய குணங்களை அறிந்த பிறகு ஏழையாக இருந்தாலும் சிறந்த ஒருவரைத் திருமணம் செய்துகொள்ளும் உணர்வு எனக்கும் இருந்தது. அதன்பிறகு, அந்தக் கொடூரமான மனிதனுக்கும் எனக்கு எந்தத் தொடர்பும் இல்லை."

பின்பு, அவர் பீரோவிலிருந்து ஒரு பெண்ணின் புகைப்படத்தைக் காட்டினார். அழகான அந்தப் பெண்ணின் புகைப்படம் கத்தியால் சிதைக்கப்பட்டிருந்தது.

"அது என்னுடைய புகைப்படம்" என்றாள். "எனக்குத் திருமணமான காலையில், என்னைச் சபிக்கும் விதமாக இந்தப் புகைப்படத்தை அந்தக் கொடூரன் அனுப்பினான்," என்றாள்.

"சரி. தற்போது அவர் மனம் திருந்தி உங்களை மன்னித்துவிட்டார் என்று நினைக்கிறேன். ஏனென்றால் அவர் தனது சொத்தை உங்கள் மகனுக்கு எழுதியிருக்கிறார்." என்று சொன்னேன்.

"ஓல்டேக்கரிடமிருந்து எனக்கோ அல்லது என் மகனுக்கோ எந்தவித ஆதாயத்தையும் பெற விரும்பவில்லை. ஓல்டேக்கர் உயிருடன் இருந்தாலும் அல்லது இறந்தாலும் எனக்குக் கவலையில்லை. மிஸ்டர் ஹோம்ஸ்! பரலோகத்தில் ஒரு கடவுள் இருக்கிறார். அந்தப் பொல்லாதவனைத் தண்டித்த அதே கடவுள், என் மகன் குற்றமற்றவன் என்று நல்ல நேரத்தில் காட்டுவார்," என்று கூறி அழுதார்.

நான் ஒன்றிரண்டு தடங்களை முயற்சித்தேன். ஆனால் எனது கோட்பாட்டால் உதவக் கூடிய எதுவும் பெற முடியவில்லை. மேலும் மெக்ஃபார்லேன் எதிரான பல தகவல்கள்தான் கிடைத்தன. அங்கு விசாரிப்பதைக் கைவிட்டு, நான் நோர்வூட் சென்றேன்.

அந்த இடம், டீப் டெனே ஹவுஸ். செங்கற்களால் ஒரு பெரிய நவீன வில்லா வீடாக அது இருந்தது. வீட்டிற்குமுன் புல்வெளி இருந்தது. வலதுபுறத்தில் சாலை யிலிருந்து சிறிது தொலைவில் தீ பற்றிய காட்சியாக இருந்த மர முற்றமும் இருந்தது. எனது நோட்டுப் புத்தகத்தில் அந்த வீட்டைக் குறித்த வரைப்படத்தைக் குறித்துக்கொண்டேன். இடதுபுறத்தில் உள்ள இந்தச் சாளரம் ஓல்டாக்கரின் அறைக்குள் ஜன்னல் தெரிந்தது. நீங்கள் அதைச் சாலையிலிருந்து அவரது அறையைப் பார்க்கலாம். இன்று எனக்குக் கிடைத்த ஒரே ஆறுதல் அதுதான். லெஸ்ட்ரேட் அங்கு இல்லை. ஆனால் அவரது தலைமை கான்ஸ்டபிள் எனக்கு உதவினார்கள். அவர்கள் எரிந்த மரக் குவியலின் சாம்பலின் நடுவே காலைப் பொழுதைக் கழித்தனர். மேலும் கருகிய கரிம எச்சங்களைத் தவிர, நிறமாற்றம் அடைந்த பல

உலோக வட்டுகளைப் பாதுகாத்திருந்தனர். நான் அவற்றைக் கவனமாகப் பரிசோதித்தேன். அங்கு இறந்தவரின் சட்டைப் பொத்தான்கள் என்பதில் எந்தச் சந்தேகமும் இல்லை. மேலும், அதைத் தைத்த தையல்காரரான "ஹைம்ஸ்" என்ற பெயரும் குறிப்பிடப்பட்டிருந்தது. பின்னர் கவனமாகப் புல்வெளியில் ஆய்வு செய்தேன். ஆனால் இந்த வறட்சி எல்லாவற்றையும் எனக்குக் கடினமாக்கியது. ஒரு மணிநேர முடிவில் ஆகஸ்ட் சூரியனுடன் புல்வெளியில் ஊர்ந்து சென்றதில் எனக்கு ஒன்றும் கிடைக்கவில்லை.

சரி. இந்தத் தோல்விக்குப் பிறகு படுக்கையறைக்குள் சென்று ஆராய்ந்தேன். இரத்தக் கறைகள் மிகவும் சிறியதாக இருந்தது. கைத்தடி அகற்றப்பட்டிருந்தது. ஆனால் அங்கும் சிறிய அடையாளத்தைக் குறித்திருந்தனர். அது நம்முடைய வாடிக்கையாளருக்குச் சொந்தமான கைத்தடி என்பதில் எந்தச் சந்தேகமும் இல்லை. அவர் அதை ஒப்புக்கொண்டுள்ளார். கம்பளத்தில் இருவரின் கால் அடையாளங்களைத் தவிர மூன்றாவது நபரின் அடையாளம் இல்லை. அந்த இடத்தை முழுவதுமாக ஆராய்ந்ததில் நமக்குச் சாதகமாக எதுவும் கிடைக்கவில்லை. ஆகவே நான் ஏமாற்றம் அடைந்தேன்.

"எனக்கு ஒரே ஒரு சிறிய நம்பிக்கை பிரகாசம் கிடைத்தது. அங்கிருந்த உள்ளடக்கங்களை ஆய்வு செய்தேன். அவற்றில் பெரும்பாலானவை வெளியே எடுக்கப்பட்டு மேசையில் வைத்தேன். அந்தக் காகிதங்கள் சீல் வைக்கப்பட்ட உறைகளாக இருந்தது. ஒன்றிரண்டு காகிதங்கள் போலீஸாரால் திறக்கப்பட்டிருந்தது. என்னால் தீர்மானிக்க முடிந்த அளவுக்கு ஓல்டாக்கர் சொத்திற்குப் பெரிய மதிப்பும் இருப்பதாகத் தெரியவில்லை. மேலும், திரு. ஓல்டாக்கர் மிகவும் வசதியான சூழ்நிலையில் இருந்தார் என்பதற்கு வங்கிக் கணக்கும் இல்லை. சில செயல்களுக்கான குறிப்புகள் மட்டுமே இருந்தன. ஒருவேளை மிகவும் மதிப்புமிக்கவை ஏதேனும் இருந்து அவற்றை என்னால் கண்டுபிடிக்க முடியவில்லை என்றே தோன்றுகிறது. இதை நம்மால் நிரூபிக்க முடிந்தால், லெஸ்ட்ரேட்டின் வாதத்தைத் தனக்கு எதிராக மாற்றிவிடும். ஏனென்றால் ஒருவர் பெறப் போகும் பெரிய மதிப்பில்லாத பொருளை யார்தான் திருட நினைப்பார்கள்?"

இறுதியாக, எல்லாக் குறிப்புகளையும் குறித்துக்கொண்டு கடைசியாக என் வீட்டுப் பணிப்பெண்ணிடம் என்னுடைய அதிர்ஷ்டத்தைச் சோதித்தேன். அவளது பெயர் திருமதி. லெக்சிங்டன். கொஞ்சம் அமைதியான நபர், சந்தேகத்திற்கிடமான கண்களைக் கொண்டிருந்தாள். அவள் விரும்பினால் என்னிடம் ஏதாவது சொல்ல முடியுமென்று நான் நம்புகிறேன். அவளை விசாரித்ததில், ஒன்பதரை மணியளவில் திரு. மெக்ஃபார்லேனை உள்ளே அனுமதித்திருந்தாள். பத்தரை மணிக்கெல்லாம் அவள் படுக்கைக்குச் சென்றிருந்தாள். அவளுடைய அறை வீட்டின் மறுமுனையில் இருந்தது. என்ன நடந்தது என்பதை அவளால் கேட்க முடியவில்லை. திரு மெக்ஃபார்லேன் தனது தொப்பியையும், அவரது கைத்தடியையும் வீட்டு ஹாலில் விட்டுச் சென்றிருந்தார். அவள் நெருப்பின் எச்சரிக்கையால் விழித்திருந்தாள். அவளுடைய எஜமானர் நிச்சயமாகக் கொலை செய்யப்பட்டிருப்பார் என்று கூறுகிறாள். அவருக்கு எதிரிகள் யாராவது இருந்தார்களா? சரி, ஒவ்வொரு மனிதனுக்கும் எதிரிகள் கண்டிப்பாக இருப்பார்கள். ஆனால் ஓல்டாக்கர் யாருடனும் அதிகம் பழகாதவர். மேலும் வணிகரீதியாக மட்டுமே மற்றவர்களைச் சந்தித்திருக்கிறார். பட்டன்களைப் பார்த்த பணிப்பெண், அவை நேற்றிரவு தனது ஏஜமானர் அணிந்திருந்த ஆடைகளுக்குச் சொந்தமானவை என்பதை அவள் உறுதியாகக் கூறினாள். ஒரு மாதமாக மழை பெய்யாததால், மரக் குவியல் மிகவும் வறண்டு நன்றாகவே எரிந்தது. அவள் அந்த இடத்தை அடையும் நேரத்தில் தீப்பிழம்புகளைத் தவிர வேறு எதையும் காண முடியவில்லை. அவளும் அனைத்துத் தீயணைப்பு வீரர்களும் சேர்ந்து எரிந்த நெருப்பிலிருந்து எதையும் மீட்க முடியவில்லை. அவளுக்கு ஆவணங்கள் பற்றியோ, ஓல்டாக்கரின் அந்தரங்க விவகாரங்கள் பற்றியோ எதுவும் தெரியாது.

“என் அன்பான வாட்சன்! எனது தோல்வி பற்றிய முழு அறிக்கை இதுதான்.” அவர் தனது மெல்லிய கைகளை நம்பிக்கையற்று பராக்ஸிஸத்தில் இறுக்கினார். “இது எல்லாம் தவறு என்று எனக்குத் தெரியும். என்னால் உணர முடிகிறது. ஆனால் உண்மை வெளியே கொண்டு வராத ஒன்றாக இருக்கிறது. எனுக்குள் மோசமான குற்றவுணர்வு மட்டுமே இருக்கிறது. இருப்பினும், வாட்சன்! இதைப் பற்றி

மேலும் பேசுவதில் எந்தப் பயனும் இல்லை; ஆனால் சில அதிர்ஷ்ட வாய்ப்புகள் வராத வரையில் நோர்வூட் வழக்கு நமது வெற்றிகளின் வரலாற்றுப் பட்டியலில் இடம் பெறாது என நான் அஞ்சுகிறேன்."

"இந்த வழக்கு நீதிமன்றத்தில் எந்த அளவுக்குக் காப்பாற்றப்பட வாய்ப்பிருக்கிறது." என்றேன் நான்.

"நாம் மாற்றுக் கோட்பாட்டை நிறுவி வெற்றிபெறாதவரை, இந்த மனிதன் தோற்றுப்போவான். இப்போது அவருக்கு எதிராக முன்வைக்கப்படும் எல்லா ஆதாரங்களும் வலுவாக இருக்கிறது. விசாரணையும், ஆவணங்களும் அதற்கு உதவியாக இருக்கிறது. நம்மிடம் இருக்கும் ஆவணங்களில் நமக்கு உதவியாக இருப்பது இறந்தவரின் வங்கிக் கணக்குப் புத்தகம். அதைப் பார்க்கும்போது, மிஸ்டர் கொர்னேலியஸ் என்பவருக்குக் கடந்த ஆண்டில் செய்யப்பட்ட பெரிய காசோலைகளின் காரணமாக இருப்பு குறைவாக இருந்ததைக் கண்டேன். ஓய்வுபெற்ற பில்டர் ஒருவர் இவ்வளவு பெரிய பரிவர்த்தனைகளை மேற்கொண்டுள்ள இந்த கொர்னேலியஸ் யாராக இருக்கலாம் என்பதை நாம் கண்டறிய வேண்டும். இந்த விவகாரத்தில் அவருக்கும் தொடர்பு இருந்திருக்குமா? கொர்னேலியஸ் ஒரு தரகராகக்கூட இருக்கலாம். இந்தக் காசோலைகளைப் பணமாக மாற்றிய மனிதருக்கு வங்கியில் விசாரணை நடத்த வேண்டும். பெரிய தொகையைக் கொடுத்ததற்கான காரணம் தெரியாதவரை இந்தத் தகவலும் நமக்கு உதவியாக இருக்காது. வாட்சன்! லெஸ்ட்ரேட் நமது வாடிக்கையாளரைத் தூக்கிலிடுவதன் மூலம் இந்த வழக்கு முடிவடைந்துவிடுமோ என்று நான் அஞ்சுகிறேன். இது நிச்சயமாக ஸ்காட்லாந்து யார்டுக்கு ஒரு வெற்றியாகத்தான் இருக்கும்."

அன்றிரவு ஷெர்லாக் ஹோம்ஸ் எவ்வளவு ஆழ்ந்து தூங்கினார் என்று எனக்குத் தெரியவில்லை. ஆனால் நான் காலை உணவுக்கு வந்தபோது அவரது முகம் வெளிர் நிறத்தில் இருந்தது. அவரது கண்கள் பிரகாசமாகத் தோன்றியது. அவர் நாற்காலியில் அமர்ந்து சிகரெட் புகைத்தப்படி இருந்தார். காலைப் பத்திரிகைகளும் சிதறிக் கிடந்தது. ஒரு திறந்த தந்தி மேஜையில் கிடந்தன.

“இதைப் பற்றி நீ என்ன நினைக்கிறாய், வாட்சன்?” என்று தந்தியை என்னிடம் நீட்டினார்.

அது நோர்வூட்டிலிருந்து வந்தது. அதில், வழக்கில் முக்கியமான புதிய ஆதாரம் ஒன்று கிடைத்திருக்கிறது. மெக்ஃபார்லேன்தான் குற்றவாளி என்று உறுதியாக நிறுவப்பட்டுவிட்டது. நீங்கள் வழக்கைக் கைவிடுமாறு அறிவுறுத்துகிறேன் – லெஸ்ட்ரேட்

“இது தீவிரமாகத் தெரிகிறது.” என்றேன் நான்.

“இது லெஸ்ட்ரேட்டின் வெற்றி.” ஹோம்ஸ் கசப்பான புன்னகையுடன் பதிலளித்தார். “இன்னும் வழக்கைக் கைவிடுவது முன்கூட்டியே இருக்கலாம். எல்லாவற்றிற்கும் மேலாக, முக்கியமான புதிய ஆதாரம் என்பது இரு முனைகள் கொண்டது. மேலும் லெஸ்ட்ரேட் கற்பனை செய்வதிலிருந்து வேறுபட்ட திசையில் அது அழைத்துச் செல்லலாம். உங்கள் காலை உணவை எடுத்துக்கொள்ளுங்கள், வாட்சன். நாம் ஒன்றாகச் செல்வோம். இன்று எனக்கு உங்களின் தார்மீக ஆதரவு தேவை என உணர்கிறேன்.”

எனது நண்பர் காலை உணவு சாப்பிடவில்லை, ஏனென்றால் அவரது தீவிரமான தருணங்களில் உண்ணாமல் இருப்பது அவரது தனித்தன்மைகளில் ஒன்றாகும். மேலும் மயங்கி விழும்வரை அவரால் பசியைப் பொருத்துக்கொள்ள முடியும் என்பதை நான் அறிவேன். “இப்போது என்னால் செரிமானத்திற்கான ஆற்றலில் எனது சக்தியை வீணாக்க முடியாது” என்று எனது மருத்துவக் குறிப்புகளிலிருந்து அவர் பதில் சொன்னார். எனவே, இன்று காலை அவர் தீண்டப்படாத உணவை அவருக்குப் பின்னால் விட்டுவிட்டு என்னுடன் நோர்வூட்டுக்குத் தொடங்கியபோது நான் ஆச்சரியப்படவில்லை. டீப் டேன் ஹவுஸைச் சுற்றிப் பார்வையாளர்களின் கூட்டம் இன்னும் கூடி இருந்தது. வாசலில் லெஸ்ட்ரேட் எங்களைச் சந்தித்தார். அவரது முகம் வெற்றியால் சிவந்தது.

“மிஸ்டர் ஹோம்ஸ், நாங்கள் தவறு செய்தவர்கள் என்று நிரூபித்துவிட்டீர்களா? உங்கள் கோட்பாட்டால் உருவான கொலையாளியைக் கண்டுபிடித்தீர்களா?” என்று கேலியாகக் கேட்டார்.

“நான் எந்த முடிவையும் எடுக்கவில்லை.” என்று என் தோழர் பதிலளித்தார்.

“நேற்று உங்களிடம் கொலைக்கான கோட்பாட்டைப் பற்றி விவாதித்தோம். இப்போது அது சரியானதுதான் என்று நிரூபித்துள்ளது; இந்த முறை உங்கள் முன்னிருக்கும் ஆதாரங்களை நீங்கள் ஒப்புக்கொள்ளத்தான் வேண்டும் ஹோம்ஸ்.”

“அசாதாரணமான ஒன்று நிகழ்ந்திருப்பதை என்னால் உணர முடிகிறது.” என்றார் ஹோம்ஸ்.

லெஸ்ட்ரேட் சத்தமாகச் சிரித்தார்.

“ஒரு மனிதன் எப்போதுமே சரியாக இருக்க வேண்டும் என்று எதிர்பார்க்க முடியாது – அப்படித்தானே வாட்சன்? நீங்கள் விரும்பினால் இந்த வழியில் வாருங்கள். இந்தக் குற்றத்தைச் செய்தது ஜான் மெக்ஃபார்லேன் என்று உங்களை உறுதியாக நம்ப வைக்க முடியும் ” என்றார்.

அவர் எங்களை ஒரு இருண்ட ஹாலுக்கு அழைத்துச் சென்றார்.

“குற்றத்தைச் செய்து முடித்த செய்யப்பட்ட பிறகு, மெக்ஃபார்லேன் தனது தொப்பியை எடுக்க இங்குதான் வந்திருக்க வேண்டும்.” என்று அவர் கூறினார். “இப்போது இங்கு பாருங்கள்.” திடீரென்று அவர் ஒரு தீக்குச்சியை ஏற்றினார். அதன் ஒளியால் வெள்ளையடிக்கப்பட்ட சுவரில் இருந்த இரத்தக் கறையை வெளிப்பட்டது. அது ஒரு கறை என்பதை விட அதிகமாக அழுத்தம் கொண்டிருப்பதைப் பார்த்தேன். அது ஒரு கட்டைவிரலின் நன்கு குறிக்கப்பட்ட அச்சாக இருந்து.

“ஹோம்ஸ்!'உங்கள் பூதக்கண்ணாடியில் அதைப் பாருங்கள்.”

“அவ்வாறே நான் பார்க்கிறேன்.”

“இரண்டு கட்டைவிரல் அடையாளங்களும் எப்போதும் ஒரே மாதிரி இருக்கும் என்று தெரியும்தானே?”

“ஆமாம். அப்படித்தான் கேள்விப்பட்டிருக்கிறேன்.”

“அப்படியானால், இன்று காலை எனது உத்தரவின் பேரில் மெக்ஃபார்லேனின் வலது கட்டைவிரலின் மெழுகுத் தோற்றத்துடன் அந்த அச்சை ஒப்பிட்டுப் பாருங்கள்.”

அவர் இரத்தக் கறையின் அருகே மெழுகு அச்சை வைத்திருந்ததால், சந்தேகத்திற்கு இடமின்றி இருவரும் ஒரே கட்டை விரலிலிருந்து இருப்பதைப் பார்க்க பூதக்கண்ணாடி தேவைப்படவில்லை. எங்கள் துரதிர்ஷ்டவசமான வாடிக்கையாளர் இந்த வழக்கில் தோல்வியுற்றது எனக்குத் தெளிவாகத் தெரிந்தது.

“விசாரணை முடிவுக்கு வந்தது,” என்று லெஸ்ட்ரேட் கூறினார்.

“ஆம், முடிவடைந்தது” என்று நானும் விருப்பமின்றி எதிரொலித்தேன்.

“இது முடிவடைந்தது...” ஹோம்ஸ் கூறினார்.

அவரது தொனியில் ஏதோ வித்தியாசம் தெரிந்தது. நான் அவரைத் திரும்பிப் பார்த்தேன். அவரது முகத்தில் ஒரு அசாதாரண மாற்றம் தெரிந்தது. அது உள்மன மகிழ்ச்சியுடன் நெளிந்து கொண்டிருந்தது.

அவருடைய இரண்டு கண்களும் நட்சத்திரங்களைப் போல மின்னியது. சிரிப்பைத் தடுக்க அவர் தீவிர முயற்சிகளை மேற்கொள்கிறார் என்று எனக்குத் தோன்றியது.

“நாம் நினைப்பது எல்லாம் சரியென்று நினைப்பது நமக்கு ஒரு பாடம் இல்லையா, லெஸ்ட்ரேட்?”

“ஆமாம். நம்மில் சிலர் அப்படித்தான் அதிகமாகவே இருக்கிறார்கள். மிஸ்டர் ஹோம்ஸ்.” என்று லெஸ்ட்ரேட் கூறினார். அந்த மனிதன் ஹோம்ஸ் கோட்பாட்டை வென்ற மகிழ்ச்சியில் பேசுவதை உணர முடிந்தது.

“இந்த இளைஞன் கொலையைச் செய்துவிட்டுத் தனது தொப்பியை எடுக்கும்போது இரத்தக்கறை படிந்த அவனது கட்டை விரல் ரேகை சுவரில் அழுத்தப்பட்டிப்பதை இயல்பான செயல் என்று நினைக்கிறீர்களா?” என்று ஹோம்ஸ் குரல் மட்டுமல்ல தற்போது அவரது முழு

உடலும் உற்சாகமாகக் காணப்பட்டார். "லெஸ்ட்ரேட், இந்த அடையாளத்தைக் கண்டுபிடித்துச் செய்தது யார்?"

"வீட்டுப் பணிப்பெண் லெக்சிங்டன். அவர்தான் இரவு காவலில் இருந்த கான்ஸ்டபிளின் கவனத்திற்குக்கொண்டு வந்தாள்."

"இரவு கான்ஸ்டபிள் எங்கு இருந்தார்கள்?"

"குற்றம் நடந்த படுக்கையறையில். எதையும் தொடாமல் பார்த்துக்கொண்டார்."

"ஆனால் இந்த இரத்தக்கறையை ஏன் நேற்று போலீசார் பார்க்கவில்லை?"

"ஹாலில் பரிசோதிக்க எங்களுக்கு எந்தக் காரணமும் இல்லை. தவிர, நீங்கள் பார்க்கிறபடி, குற்றம் நடந்ததற்கான முக்கியமான இடமாகவும் அது இல்லை."

"நேற்று இந்த அடையாளம் இங்கு இல்லவே இல்லை என்று நினைக்கிறேன்?"

லெஸ்ட்ரேட் ஹோம்ஸைப் பார்த்தார். ஹோம்ஸ் தனது தோல்வியை ஏற்றுக்கொள்ளாமல் இருப்பது அவருக்கு வியப்பாக இருந்திருக்கலாம். நானும் அவரது தொனியில் ஆச்சரியப்பட்டேன் என்று ஒப்புக்கொள்கிறேன்.

"அப்படியென்றால், தனக்கெதிரான ஆதாரங்களை வலுப்படுத்துவதற்காக மெக்ஃபார்லேன் இரவுக் காவலிலிருந்து வெளியே வந்து தனது கட்டைவிரல் அடையாளத்தை வைத்தார் என்று நினைக்கிறீர்களா!!" என்று லெஸ்ட்ரேட் கேட்டார்.

"இது சந்தேகத்திற்கு இடமின்றி அவரது கட்டைவிரலின் அடையாளம்தான்."

"அது போதும் எனக்கு. மிஸ்டர் ஹோம்ஸ்! நடைமுறையை வைத்துத்தான் என்னால் முடிவுக்கு வர முடியும். எனக்குக் கிடைத்த ஆதாரங்களை வைத்து வழக்கு குறித்த முடிவுக்கு வந்துவிட்டேன். உங்களுக்கு வேறு ஏதாவது சொல்ல வேண்டுமானால், நான் அந்த அறையில் வழக்கு குறித்த அறிக்கையை எழுதிகொண்டிருப்பேன்." என்றார்.

ஹோம்ஸின் வெளிப்பாட்டில் இன்னும் கேளிக்கை கலந்திருப்பதை என்னால் காண முடிந்தது.

"இது நல்ல வளர்ச்சி, வாட்சன். இன்னும், நமது வாடிக்கையாளரைக் காப்பாற்ற நம்பிக்கை தரும் தகவலாக இதைப் பார்க்கிறேன்."

"அதைக் கேட்டு நான் மகிழ்ச்சி அடைகிறேன். ஆனால் இது அவருக்கு எதிராக இருக்குமோ என்று தோன்றுகிறது." என்றேன்.

"எனக்கு அப்படித் தோன்றவில்லை. நமது நண்பர் முக்கியத்துவம் கொடுக்கும் இந்த ஆதாரத்தில் குறைபாடு உள்ளது."

"உண்மையாகவா? அது என்ன ஹோம்ஸ்?"

"நேற்று இந்த ஹாலை ஆய்வு செய்யும்போது இந்த அடையாளம் இங்கு இல்லவே இல்லை. வாருங்கள் வாட்சன்! சூரிய ஒளியில் நாம் கொஞ்சம் உலாவலாம்."

குழப்பமான சிந்தனையுடன், ஆனால் நம்பிக்கையான இதயத்தோடு எனது நண்பருடன் நான் அங்கிருந்த தோட்டத்தைச் சுற்றினேன். ஹோம்ஸ் வீட்டின் கதவுகளை மாறிமாறி ஆராய்ந்தார். பின்னர் அவர் உள்ளே சென்று முழுக் கட்டடத்தையும் அடித்தளத்திலிருந்து மாடிக்குச் சென்றார். ஹோம்ஸ் அனைத்தையும் நுணுக்கமாக ஆய்வு செய்தார். கடைசியாக, மேல் மாடியில் இருந்த படுக்கையறையை நீண்ட நேரம் ஆய்வு செய்தபின் ஏதோ ஆதாரம் கிடைத்த மகிழ்ச்சியில் காணப்பட்டார்.

"வாட்சன்! இந்த வழக்கில் மிகவும் தனித்துவமான பல அம்சங்கள் உள்ளன. நாம் நமது நண்பர் லெஸ்ட்ரேட்டின் நம்பிக்கையைப் பெற வேண்டுமென்று நினைக்கிறேன். இந்த சிக்கல் தீர வேண்டுமென்றால் எனது கோட்பாடு சரியென்று அவர் நம்ப வேண்டும். வாருங்கள் அவரிடம் செல்லலாம்."

ஸ்காட்லாந்து யார்டு இன்ஸ்பெக்டர் லெஸ்ட்ரேட் தனது அறிக்கையை மும்மரமாக எழுதிக் கொண்டிருந்தார்.

அப்போது, ஹோம்ஸ் குறுக்கிட்டு, "நீங்கள் இந்த வழக்கு குறித்த அறிக்கையை எழுதுகிறீர்கள் என்று நினைக்கிறேன்." என்றார்.

"ஆமாம்."

"உங்களுடைய ஆதாரம் முழுமையடையாததால் நீங்கள் அறிக்கையை எழுதுவதைக் கொஞ்சம் நிறுத்தி வைப்பது நல்லது."

லெஸ்ட்ரேட் என் நண்பரைப் பற்றி நன்கு அறிந்திருந்தார். அவருடைய வார்த்தைகளை அலட்சியம் செய்யாமல், தனது பேனாவைக் கீழே வைத்துவிட்டு அவரை ஆர்வமாகப் பார்த்தார்.

"என்ன சொல்கிறீர்கள், மிஸ்டர் ஹோம்ஸ்?"

"நீங்கள் பார்க்காத முக்கியமான சாட்சி ஒருவர் இருக்கிறார்."

"உங்களால் அவரைக் காட்ட முடியுமா?"

"என்னால் முடியுமென்று நினைக்கிறேன்."

"அப்படியானால் அவரைக் காட்டுங்கள்."

"அதற்கு உங்கள் உதவி தேவை. உங்களிடம் எத்தனை கான்ஸ்டபிள்கள் இருக்கிறார்கள்?"

"மூவர் இருக்கிறார்கள்."

"அருமை! அவர்கள் அனைவரும் பெரிய, ஆற்றல் மிக்க குரல்கள் கொண்ட மனிதர்களா?" என்று ஹோம்ஸ் கேட்டார்.

"அவர்களின் குரல்வளத்தில் எனக்கு எந்தச் சந்தேகமும் இல்லை. ஆனால் அவர்களுடைய குரலுக்கும் இதற்கும் என்ன சம்பந்தம்?"

"அவர்களை வைத்துத்தான் உண்மையை வெளியே கொண்டு வர உதவ முடியும். தயவுசெய்து உங்கள் ஆட்களை அழைக்கவும், நான் முயற்சி செய்கிறேன்," என்று ஹோம்ஸ் கூறினார்.

ஐந்து நிமிடங்களுக்குப் பிறகு மூன்று போலீஸ்காரர்கள் ஹாலில் கூடியிருந்தனர்.

"அவுட்ஹவுஸில் நீங்கள் கணிசமான அளவு வைக்கோலைப் பார்த்திருப்பீர்கள். அதில் இரண்டு மூட்டைகளை எடுத்து வாருங்கள். எனக்குத் தேவைப்படும் சாட்சியை உருவாக்க இது மிகப்பெரிய உதவியாக இருக்கும். மிக்க நன்றி." கான்ஸ்டபிள்களை அனுப்பிவிட்டு, வாட்சனை நோக்கி, "வாட்சன்! உங்கள் பாக்கெட்டில் தீப்பெட்டி இருக்கும் என்று நம்புகிறேன். இப்போது, மிஸ்டர் லெஸ்ட்ரேட், நாம் அனைவரும் மேல் மாடியிலிருக்கும் நடைபாதைக்குச் செல்வோம்" என்றார்.

நாங்கள் அனைவரும் ஷெர்லாக் ஹோம்ஸ்சைப் பின்தொடர்ந்து மேல்மாடிக்குச் சென்றோம். அங்கிருந்த காலியான படுக்கையறையைக் கடந்து நடைபாதைக்குச் சென்றார். கான்ஸ்டபிள்கள் சிரிக்க, லெஸ்ட்ரேட் எனது நண்பரை வியப்பு கலந்த எதிர்பார்ப்புடனும், பார்த்துக்கொண்டிருந்தனர். ஹோம்ஸ் ஒரு தந்திரம் செய்யும் மந்திரவாதி போன்று எங்கள் முன் நின்றார்.

"உங்கள் கான்ஸ்டபிள்களில் ஒருவரைத் தயவுசெய்து இரண்டு வாளி தண்ணீர் கொண்டுவரச் சொல்லுங்கள். இங்கே தரையில் வைக்கோலை வைக்கவும். இப்போது நாம் அனைவரும் தயாராக இருக்கிறோம் என்று நினைக்கிறேன்."

லெஸ்ட்ரேட்டின் முகம் சிவந்து கோபமாக வளர ஆரம்பித்திருந்தது.

"நீங்கள் எங்களுடன் விளையாடுகிறீர்களா என்று தெரியவில்லை, மிஸ்டர் ஷெர்லாக் ஹோம்ஸ்," என்று அவர் கூறினார். "உங்களுக்கு ஏதாவது உண்மை தெரிந்தால், சொல்லுங்கள்."

"லெஸ்ட்ரேட்! நான் செய்யும் அனைத்திற்கும் எனக்கு ஒரு காரணம் இருக்கிறது என்று நான் உறுதியளிக்கிறேன். சில மணி நேரங்களுக்கு முன்பு, காற்று உங்கள் பக்கம் அடித்த போது நீங்கள் என்னைப் பகடி செய்தது நினைவிருக்கலாம். அதற்கான தண்டனையாக நான் உண்மையை வெளியே கொண்டுவரும் வரை நீங்கள் கோபப்படக் கூடாது.

வாட்சன், அந்த ஜன்னலைத் திறந்து வைக்கோலின் விளிம்பில் தீயிடுங்கள்."

நான் அவ்வாறு செய்தேன். வைக்கோல் பற்றி எரிய தாழ்வாரம் முழுவதும் புகை சூழலத் தொடங்கியது.

"லெஸ்ட்ரேட், இப்போது உங்களுக்கான சாட்சியைக் கண்டுபிடிக்கப்போகிறேன். நாம் அனைவரும் ஒன்றாகச் சேர்ந்து "நெருப்பு' என்ற கூக்குரலில் எழுப்ப வேண்டும். ஒன்று, இரண்டு, மூன்று"

"நெருப்பு!!" நாங்கள் அனைவரும் கத்தினோம்.

"நன்றி. மீண்டும் ஒருமுறை கத்துவோம்."

"நெருப்பு!!!!"

"இன்னொரு முறை, ஜென்டில்மேன். அனைவரும் ஒன்றாக."

"நெருப்பு" அந்தக் கூச்சல் நோர்வூட் முழுக்க ஒலித்திருக்க வேண்டும்.

அப்போது, ஒரு அற்புதமான விஷயம் நடந்தது. தாழ்வாரத்தின் முடிவில் திடமான சுவரில் ஒரு கதவு திடீரென்று திறக்கப்பட்டு, ஒரு மனிதன் பயத்தில் ஓடி வெளியே வந்தான்.

"விளையாட்டு முடிந்தது. வாட்சன்! வைக்கோலின் மேல் ஒரு வாளி தண்ணீர் ஊற்றவும். லெஸ்ட்ரேட், காணாமல் போன முக்கியமான சாட்சி ஜோனாஸ் ஓல்டக்ரேவை உங்களுக்கு அறிமுகம்செய்து வைக்கிறேன்," என்று ஹோம்ஸ் நிதானமாகக் கூறினார்.

லெஸ்ட்ரேட் வெற்று ஆச்சரியத்துடன் அந்த மனிதனைப் பார்த்தார். தனது கண்களைப் பலமுறை கசக்கி, சிமிட்டியும் பார்த்தார். இறந்ததாகச் சொல்லப்பட்ட ஜோனாஸ் ஓல்டக்ரே வஞ்சகமான முகத்தோடு வெளியே வந்திருந்தான்.

"இவ்வளவு நேரம் நீ எங்கு இருந்தாய் என்று சொல்?" என்று லெஸ்ட்ரேட் ஜோனாஸிடம் கோபமாகக் கேட்டார்.

"நான் யாருக்கும் எந்தத் தீங்கும் செய்யவில்லை."

"தீங்கு செய்யவில்லையா? உன்னால் ஒரு அப்பாவி மனிதனைத் தூக்கிலிட அனைத்தையும் செய்திருக்கிறாய். இங்கு ஹோம்ஸ் மட்டும் இல்லையென்றால், நீ அதில் வெற்றி பெற்றிருப்பாய்."

தனது முகத்தை அவலமாக வைத்துக்கொண்டு, "நான் தவறு ஒன்றும் செய்யவில்லை. வேடிக்கையாக இதைச் செய்தேன்." என்றான்.

"ஓ வேடிக்கை? இதுவா? இதற்கு உன்னால்கூடச் சிரிக்க முடியாது என்பது எனக்குத் தெரியும். கான்ஸ்டபிள் இவனைக் கீழே இறக்கி, நான் வரும்வரை ஓர் அறையில் வையுங்கள்." என்று லெஸ்ட்ரேட் கூறினார். அவர்கள் சென்றதும், "மிஸ்டர் ஹோம்ஸ்! என்னால் கான்ஸ்டபிள்களுக்கு முன்பாகப் பேச முடியவில்லை. ஆனால் டாக்டர் வாட்சன் முன்னிலையில், நீங்கள் கண்டுபிடித்ததில் மிகச் சிறந்த வழக்கு இதுதான் என்று கூறுவதில் எனக்கு ஒரு தயக்கமில்லை. நீங்கள் ஒரு அப்பாவியின் உயிரை மட்டும் காப்பாற்றவில்லை. எனது பணியில் கிடைக்கவிருந்த அவப்பெயரிலிருந்தும் தடுத்துள்ளீர்கள்."

ஹோம்ஸ் புன்னகைத்து லெஸ்ட்ரேட்டின் தோளில் கைதட்டினார்.

"நல்லது லெஸ்ட்ரேட். இந்த வழக்கில் உங்கள் மீதிருக்கும் நற்பெயர் உயர்ந்தது. அப்படியே வழக்கு குறித்து நீங்கள் எழுதிய அறிக்கையை மாற்றி எழுதுங்கள்."

"அப்படியென்றால், இந்த வழக்கில் உங்கள் பெயரைச் சேர்க்க வேண்டாமா?'

"வேண்டாம். என்னுடைய வேலைதான் எனக்கான வெகுமதி. எனது வரலாற்றாசிரியர் என்னைப் பற்றி எழுதும்போது அதற்கான பெருமையைப் பெறுவேன். வாட்சன்! அந்த எலி பதுங்கியிருந்த அறையைப் பார்ப்போம்."

ஆறடியில் பிளாஸ்டர் பகிர்வு கொண்டு அந்த அறை இருந்தது. சுவர் போன்று காட்சியளிக்கும் கதவு அங்கு காணப்பட்டது. அறைக்குள் உணவு, தண்ணீர் விநியோகம், பல புத்தகங்கள், சட்ட ஆவணங்கள் என்று அனைத்துமே இருந்தன.

தமிழில் : குகன்

நாங்கள் வெளியே வந்தபோது, "கட்டடக்காரராக இருப்பதில் ஒரு நன்மை இருக்கிறது. ஒரு சிறிய அறையில் தனக்கான மறைவிடத்தைச் சரியாக அமைத்திருக்கிறார். அவருடைய பணிப்பெண்ணின் உதவியில்லாமல் இந்தப் பொருட்கள் உள்ளே வந்திருக்காது. வழக்கில் அவளுடைய பெயரையும் சேர்க்க மறந்துவிடாதீர்கள், லெஸ்ட்ரேட்."

"உங்கள் அறிவுரையை ஏற்றுக்கொள்கிறேன். ஆனால் இந்த இடத்தைப் பற்றி உங்களுக்கு எப்படித் தெரியும், மிஸ்டர் ஹோம்ஸ்?"

"இவர் வீட்டிற்குள்தான் தலைமறைவாக இருக்கிறார் என்பதை மனத்துக்குள் தீர்மானித்தேன். நான் மாடியின் நடைபாதையில் சென்றபோது, கீழே உள்ளதைவிட ஆறு அடி குறைவாக இருப்பதைக் கண்டேன். இவர் இங்கிருக்கிறார் என்பது எனக்குத் தெளிவாகத் தெரிந்தது. நெருப்பின் எச்சரிக்கைக்கு முன் அமைதியாக அவரால் தைரியமாகத் தன்னை மறைக்க முடியாது என்பதால் நெருப்பைப் பற்ற வைக்கச் சொன்னேன். நாம் உள்ளே சென்று அவரைப் பிடித்திருக்கலாம். ஆனால் அவராகவே தன்னை வெளிப்படுத்தி கொள்ள வேண்டும் என்று இப்படி ஒரு காரியத்தைச் செய்தேன்."

"ஆனால் அவன் வீட்டில்தான் இருக்கிறான் என்று உங்களுக்கு எப்படித் தெரியும்?"

"சுவரில் வைக்கப்பட்ட கட்டைவிரல் அடையாளம், லெஸ்ட்ரேட். அது வழக்கின் இறுதியானது என்று சொன்னீர்கள். எனக்கு வித்தியாசமாகப்பட்டது. முந்தைய நாள் அது அங்கு இல்லை என்று எனக்குத் தெரியும். ஏனென்றால், முந்தைய நாள் வீடு முழுவதும் ஆராய்ந்து எல்லா விவரங்களையும் குறித்து வைத்திருந்தேன். அப்படியென்றால், நேற்றைய இரவு நேரத்தில் அது போடப்பட்டது."

"ஆனால் எப்படி?"

"மிக எளிது. உயில் எழுதுவதற்காக ஜோனாஸ் ஓல்டேக்ரே மெக்ஃபார்லேனிடம் மென்மையான மெழுகில் அவரது கட்டைவிரல் ரேகையை முத்திரையில் பெற்றுப் பாதுகாத்திருக்கிறார். அது அந்த இளைஞனுக்கு நினைவில்

இருந்திருக்காது. மேலும் ஓல்டேக்ரே அதை உபயோகிக்கும் எண்ணம் அப்போது இருந்திருக்கவில்லை. ஆனால் அவர் குகைக்குள் மறைந்திருக்கும்போது, அந்தக் கட்டைவிரல் அடையாளத்தைப் பயன்படுத்தி மெக்ஃபார்லேனுக்கு எதிராக ஆதாரத்தை மேலும் வலுப்படுத்த நினைத்திருக்கிறார். முத்திரையில் இருந்து ஒரு மெழுகு தோற்றத்தை எடுத்து, ஒரு முள் குத்தினால் கிடைக்கும் இரத்தத்தில் ஈரமாக்கி, இரவில் சுவரில் அடையாளத்தை வைத்திருக்கிறார். தனது பணிப்பெண் கொண்டு அடையாளத்தைக் கண்டுபிடித்தது போன்ற தோற்றத்தை ஏற்படுத்தியிருக்கிறார். அவர் மறைந்திருக்கும் அறையில் சோதனையிட்டால் அந்தக் கட்டைவிரல் அடையாள முத்திரை கிடைக்கும்."

"அருமை! அற்புதம்! நீங்கள் சொல்லுவதுபோல், எல்லாம் படிகம்போல் தெளிவாக உள்ளது. ஆனால் எந்த நோக்கத்திற்காக இந்த மனிதன் இப்படி ஒரு காரியத்தைச் செய்ய வேண்டும் ஹோம்ஸ்?" என்று லெஸ்ட்ரேட் கேட்டார்.

தான் ஒரு போலீஸ் என்பதை மறந்து ஒரு குழந்தை தனது ஆசிரியரிடம் கேள்விகளைக் கேட்பது போல் மாறிய வேடிக்கையை என்னால் காண முடிந்தது.

"இதை விளக்குவது கடினமில்லை. ஆழமாகப் பார்த்தால், அந்த நபர் பழிவாங்கும் எண்ணத்தோடு இதைச் செய்திருக்கிறார் என்பது புரியும். முன்பு ஒருமுறை மெக்ஃபார்லேனின் தாய் அவரைத் திருமணம் செய்ய மறுத்த தகவல் உங்களுக்குத் தெரியுமா? அதனால்தான், நான் முதலில் பிளாக்ஹீத்தில் விசாரணை நடத்திய பிறகு நோர்வூட்டில் ஆராய்ந்தேன். மெக்ஃபார்லேனின் தாயார் சொன்னதுபோல் ஜோனாஸ் சூழ்ச்சிகளால் நிறைந்த மனிதராக இருந்திருக்கிறார். வாழ்நாள் முழுவதும் பழிவாங்கும் சிந்தனையோடு சரியான வாய்ப்புக்காகக் காத்திருந்திருக்கிறார். கடந்த ஓரிரு வருடங்களில் அவருக்கு எதிராக வணிகத்தில் சில விஷயங்கள் நடக்கக் கடன் தொல்லைகள் அவரை வாட்டத் தொடங்கியது. அவர்களிடம் தப்பிக்க 'கொர்னேலியஸ்' என்ற பெயரில் வங்கிக் கணக்குத் தொடங்கி, தனது பணத்தைப் பெரிய காசோலைகளாக அதில் செலுத்தியிருக்கிறார். இன்னும் அதற்கான காசோலைகளை

நான் கண்டுபிடிக்கவில்லை. ஆனால் அந்தப் பெயரில் இருக்கும் வங்கிக் கணக்கு இந்த மாகாண நகரங்களில் இருக்கிறது என்பதில் எந்தச் சந்தேகமும் இல்லை. ஓல்டேக்ரே அவ்வப்போது இரட்டை வாழ்க்கை வாழ்வதற்குப் பதிலாகக் கடனாளிப் பார்வையிலிருந்து முழுவதுமாக மறைந்து வெறொரு பெயரில் புது வாழ்க்கையைத் தொடங்க நினைத்திருக்கிறார்."

"இந்த நோக்கம் போதும்."

"இன்னும் முடியவில்லை லெஸ்ட்ரேட். தான் மறைவதோடு தனது பழைய காதலியின் மகனைக் கொலைக் குற்றவாளியாக்கி அவளைப் பழிவாங்க நினைத்திருக்கிறார். பழிவாங்கும் எண்ணத்தில் அவர் மற்றதை எல்லாம் மறந்துவிட்டார். தனது காதலியின் மகனை வழக்கில் சிக்க வைக்க வேண்டும் என்ற நோக்கத்திற்காக உயில் யோசனை, பெற்றோருக்குத் தெரியாத ரகசிய வருகை, கைத்தடி, இரத்தம், சட்டை பட்டன், மரக் குவியல் என்று அனைத்தும் பாராட்டத்தக்கதாகச் செய்தார். அவர் பின்னிய வலையில் மெக்ஃபார்லேன் தப்பிக்க முடியாது என்று சில மணி நேரங்களுக்கு முன்பு எனக்கே தோன்றியது. ஆனால் இந்தக் கலைஞன் தனக்கே தெரியாமல் உயர்ந்த பரிசை எனக்குக் கொடுத்தார். அவர் ஏற்கெனவே சரியாக இருந்ததை மேம்படுத்துவதாக நினைத்துச் சுவரில் கட்டைவிரல் அடையாளத்தை வைத்து துரதிர்ஷ்டவசமாக மாட்டிக்கொண்டார். வாருங்கள் லெஸ்ட்ரேட் நாம் செல்வோம். நான் அவரிடம் கேட்பதற்கு ஓரிரு கேள்விகள் உள்ளன."

எங்களைப் பார்த்ததும் ஓல்டேக்ரே, "நான் எந்தக் குற்றமும் செய்யவில்லை. வேடிக்கைகாகச் செய்தேன். கொஞ்ச நாள் மறைந்திருந்தால் என்னவாகும் என்று சோதிக்க நினைத்தேன். மற்றப்படி மெக்ஃபார்லேனுக்கு நான் எந்தத் தீங்கும் செய்ய நினைக்கவில்லை" என்றார்.

"அதை நீதிமன்றம் முடிவு செய்யட்டும்" என்று லெஸ்ட்ரேட் கூறினார். "எப்படியும், கொலை முயற்சிக்காக உங்களைக் கைது செய்யவில்லை என்றாலும், சதி செய்ததாகக் குற்றம் சாட்டப்படுவீர்கள்."

"அதுமட்டுமில்லாமல், கொர்னேலியஸின் வங்கிக் கணக்கிலிருக்கும் பணத்தைக் கொண்டு உங்கள் கடனாளிக்குக் கொடுக்கப்படுவதையும் காணலாம்," என்று ஹோம்ஸ் கூறினார்.

அந்த மனிதன் என் நண்பன்மீது தனது தீயகண்கள் கொண்டு பார்த்தார்.

"நீங்கள் எனக்குச் செய்ததை ஒருநாள் திருப்பிச் செலுத்தி நன்றி கூறுவேன்." என்று ஆவேசமாக ஓல்டேக்ரே கூறினான்.

ஹோம்ஸ் மகிழ்ச்சியுடன் சிரித்தார்.

"சில வருடங்கள் உங்கள் நேரத்தைச் சிறையில் முழுமையாக ஆக்கிரமிக்கப்பட்டிருப்பீர்கள்," என்று ஹோம்ஸ் கூறினார். "உங்கள் பழைய கால்சட்டையைத் தவிர மரக் குவியலோடு என்ன வைத்தீர்கள்? இறந்தது நாயா அல்லது முயலா அல்லது வேறு ஏதாவதா? நீங்கள் சொல்ல மாட்டீர்களா? சரி விடுங்கள், நீங்கள் மிகவும் இரக்கமற்றவர்! ஆனால் இரண்டு முயல்களின் இரத்தத்தைக் கொண்டு எரித்திருக்கிறீர்கள் என்பதை என்னால் உறுதியாகக் கூற முடியும். வாட்சன்! நீங்கள் எப்போதாவது இந்த வழக்கைப் பற்றிக் குறிப்பு எழுதினால் எரிக்கப்பட்டது முயல்கள் என்று குறிப்பிடுங்கள்."

27. நடனம் ஆடும் மனிதர்களின் சாகசம்

சில மணிநேரங்களாக ஹோம்ஸ் அமைதியாக அமர்ந்திருந்தார். அவரது நீண்ட மெல்லிய முதுகு ஏதோ இரசாயனப் பாத்திரத்தில் வளைந்திருந்தது. ஏதோ துர்நாற்றம் வீசும் திரவத்தைக் காய்ச்சினார். அவருடைய சிந்தனை அதில் மூழ்கியிருந்தது. நான் அவரை விசித்திரமான பார்வையில் பார்ப்பதாகவே என்னைப் பார்த்தார்.

"அப்படியானால், வாட்சன்." அவர் திடீரென்று, "நீங்கள் தென்னாப்பிரிக்கப் பத்திரங்களில் முதலீடு செய்ய முன்வரவில்லையா?"

நான் ஆச்சரியத்தில் இருந்தேன். ஹோம்ஸின் ஆர்வமுள்ள திறமைகளுக்கு நான் பழகியிருந்ததால், எனது மிக நெருக்கமான எண்ணங்களில் இந்தத் திடீர் ஊடுருவல் முற்றிலும் விவரிக்க முடியாததாக இருந்தது.

"அது எப்படி உங்களுக்குத் தெரியும்?" நான் கேட்டேன்.

கையில் ஒரு வேகவைக்கும் சோதனைக் குழாயுடனும், ஆழ்ந்த கண்களில் வேடிக்கையான பிரகாசத்துடனும் காணப்பட்டார்.

"இப்போது, வாட்சன். நீங்கள் முற்றிலும் அதிர்ச்சியடைந்துவிட்டதாக ஒப்புக்கொள்ளுங்கள்," என்று அவர் கூறினார்.

"ஆமாம்."

"அப்படியானால், அதை ஏற்றுக்கொண்டு ஒரு காகிதத்தில் கையெழுத்திட்டுக் கொடுங்கள்," என்றார்.

"ஏன்?"

"ஏனென்றால், நான் விளக்கம் அளித்தபிறகு எல்லாம் மிகவும் அபத்தமானது என்று நீங்கள் சொல்வீர்கள்."

"அப்படி எதுவும் நான் சொல்ல மாட்டேன் என்பதில் உறுதி அளிக்கிறேன்."

அவர் தனது சோதனைக் குழாயை ரேக்கில் எடுத்து வைத்தார். ஒரு பேராசிரியர் தனது வகுப்பில் மாணவனிடம் உரையாற்றுவதுபோல் விளக்கத் தொடங்கினார் - "மை டியர் வாட்சன், முன்னோடியாக நடக்கும் சில விஷயங்களைக் கொண்டு அதைச் சார்ந்து தொடர்ச்சியான அனுமானங்களை உருவாக்குவது எளிமையானது. அப்படிச் செய்த பிறகு, ஒருவர் அனைத்து மைய அனுமானங்களையும் தட்டிவிட்டுத் தொடக்கப் புள்ளியையும், முடிவையும் எதிரில் இருப்பவர்களுக்குக் கூறினால் குறிப்பிடத்தக்க ஆச்சரியத்தை ஏற்படுத்தலாம். இப்போது, உங்கள் இடது ஆள்காட்டி விரலுக்கும், கட்டை விரலுக்கும் உள்ள இடைவெளியை வைத்து, உங்களின் சிறிய மூலதனத்தை நீங்கள் தங்க வயல்களில் முதலீடு செய்ய விரும்பவில்லை என்பதைக் கண்டுபிடிப்பது கடினமானதில்லை."

"இதில் எந்தத் தொடர்பு இருப்பதாகத் தெரியவில்லை."

"தொடர்பு இல்லாததுபோன்று தோற்றமளிக்கலாம். ஆனால் உங்களின் நெருக்கமான நடவடிக்கைகளை வைத்து ஒவ்வொன்றையும் தொடர்புபடுத்தி, அதன் சங்கிலிகளை விளக்கிச் சொல்ல முடியும். 1. நேற்றிரவு நீங்கள் கிளப்பில் இருந்து திரும்பியபோது உங்கள் இடது விரலுக்கும் கட்டைவிரலுக்கும் இடையில் சுண்ணாம்பு இருந்தது. 2. பில்லியர்ட்ஸ் விளையாடும்போது நீங்கள் சுண்ணாம்பு போடுவீர்கள். 3. தர்ஸ்டனைத் தவிர்த்து யாருடனும் நீங்கள் பில்லியர்ட்ஸ் விளையாட மாட்டீர்கள். 4. ஒரு மாதத்தில் காலாவதியாகும் தென்னாப்பிரிக்க சொத்தில் தர்ஸ்டனுக்கு முதலீடுசெய்ய விருப்பம் இருப்பதாகவும், அதை நீங்கள் அவருடன் பகிர்ந்துகொள்ள வேண்டும் என்றும் நீங்கள்

நான்கு வாரங்களுக்கு முன்பு என்னிடம் சொன்னீர்கள்.
5. உங்கள் காசோலைப் புத்தகம் எனது டிராயரில் பூட்டப்பட்டுள்ளது, அதன் சாவியை நீங்கள் கேட்கவில்லை.
6. இதன்மூலம் உங்கள் பணத்தை இதில் முதலீடு செய்ய நீங்கள் விரும்பவில்லை."

"அபத்தத்துடன் சேர்ந்து இது கலந்து எளிமையாக இருக்கிறது." என்று நான் கூறினேன்.

"ஒவ்வொரு கேள்விக்கான பதிலை விளக்கிய பிறகும் உங்களுக்கு இது மிகவும் குழந்தைத்தனமாக மாறிவிடுகிறது. இதோ விவரிக்கப்படாத ஒன்று. இதில், நீங்கள் என்ன செய்ய முடியுமென்று பாருங்கள்." என்று ஹோம்ஸ் ஒரு தாளை மேசையின் மீது வைத்துவிட்டு, மீண்டும் ஒரு முறை தனது இரசாயன ஆய்வுக்குத் திரும்பினார்.

காகிதத்தில் இருந்த அபத்தமான ஹைரோகிளிபிக்ஸை (Hieroglyphics)* நான் ஆச்சரியத்துடன் பார்த்தேன்.

"ஹோம்ஸ்! பார்ப்பதற்குக் குழந்தைகளின் ஓவியம் போல் இருக்கிறது!" என்று நான் கூறினேன்.

"இது உன் கருத்து!"

"அப்படியென்றால் என்னவாக இருக்க முடியும்?"

"நோர்ப்போக்கில் உள்ள ரிட்லிங் தோர்ப் மேனரைச் சேர்ந்த திரு. ஹில்டன் க்யூபிட் என்பவர் இதைப் பற்றித் தெரிந்துகொள்ள மிகவும் ஆர்வமாக உள்ளார். இந்தச் சிறிய புதிரை முன்பே அனுப்பிவிட்டு, அடுத்த ரயிலில் வருவதாகக் கூறியிருக்கிறார். இதோ வாட்சன்! காலிங் பெல் மணி ஒலிக்கிறது. அவராகத்தான் இருக்க வேண்டும்."

படிக்கட்டுகளில் கனமாக ஏறும் சத்தம் கேட்டது. சிறிது நேரம் கழித்து, ஓர் உயரமான, முரட்டுத்தனமான மொட்டையடிக்கப்பட்ட ஒரு மனிதர் உள்ளே நுழைந்தார். அவருடைய கண்கள் தெளிவாக இருந்தது. மலர்ந்த கன்னங்களும் பேக்கர் தெருவின் மூடுபனியில் சிவந்திருந்தது. அவர் உள்ளே நுழைந்ததும், எங்களுடன் கைகுலுக்கித் தன்னை

---

* Hieroglyphics - பழங்கால எகிப்தியரின் சித்திர வடிவ எழுத்துகள் பற்றிய ஆய்வு

அறிமுகப்படுத்தி அமர்ந்தார். அப்போது அவரது கண்கள் கையில் இருந்த காகிதத்தைப் பற்றித் தெரிந்துகொள்வதில் இருந்தது.

"சரி, மிஸ்டர் ஹோம்ஸ்! இதில் ஏதாவது உங்களுக்கு விளங்கியதா? நீங்கள் வினோதமான மர்மங்களை விரும்புகிறீர்கள் என்று என் நண்பர் உங்களைப் பற்றிக் கூறினார். இதைவிட விசித்திரமான ஒன்றை நீங்கள் கண்டுபிடிக்க முடியாது என்று நினைக்கிறேன். நான் வருவதற்கு முன் நீங்கள் படிக்க நேரம் கிடைக்கும் என்று இந்தப் பேப்பரை முன்னரே அனுப்பினேன்." என்றார்.

"இது நிச்சயமாக ஒரு ஆர்வமுள்ள காகிதம்." என்று ஹோம்ஸ் கூறினார். "முதலில் பார்க்கும்போது ஏதோ குழந்தைகளின் குறும்புத்தனமான எழுத்துகள் என்று தோன்றும். இது வரையப்பட்ட காகிதத்தில் நடனமாடும் பல சிறிய உருவங்களைக் கொண்டுள்ளது. இதில் ஏன் இவ்வளவு முக்கியத்துவம் வாய்ந்த பொருள் இருக்கும் என்று நினைக்கிறீர்கள்?"

"அப்படி நான் நினைக்கவில்லை, மிஸ்டர் ஹோம்ஸ். ஆனால் என் மனைவியின் நடவடிக்கை அப்படி நினைக்க வைத்துவிட்டது. இதைப் பார்த்ததிலிருந்து அவள் மரண பயத்தில் இருக்கிறாள். அவள் எதுவும் பேசவில்லை. ஆனால் அவள் கண்களில் நான் திகிலைப் பார்க்கிறேன். அதனால்தான் இந்த விஷயத்தைக் குறித்து ஆழமாகத் தெரிந்துகொள்ள விரும்புகிறேன்."

ஹோம்ஸ் காகிதத்தை உயர்த்தி ஜன்னலில் வரும் பிரகாசமான சூரிய ஒளியில் முழுவதுமாகப் பார்த்தார். அது ஒரு நோட்டுப் புத்தகத்திலிருந்து கிழிக்கப்பட்ட பக்கம். அதில் பென்சிலால் வரையப்பட்டிருந்தது. மேலும் இந்த வழியில் இயங்கின:

'AM HERE ABE SLANEY' என்று தெரிந்தது.

ஹோம்ஸ் சிறிது நேரம் அதைப் பரிசோதித்தார். பின்னர், அதைக் கவனமாக மடித்துத் தனது சட்டைப் பாக்கெட்டில் வைத்தார்.

"இது மிகவும் சுவாரஸ்யமான வழக்காகத் தெரிகிறது." என்று அவர் கூறினார். மேலும், "மிஸ்டர் ஹில்டன் க்யூபிட், உங்கள் கடிதத்தில் நீங்கள் எனக்குச் சில விவரங்களைக் கொடுத்துள்ளீர்கள். ஆனால் எனது நண்பர் டாக்டர் வாட்சனின் நலனுக்காக நீங்கள் அதை மீண்டும் மீண்டும் சொல்ல விரும்பினால் எங்களுக்கு உதவியாக இருக்கும்."

எங்கள் பார்வையாளர் பதற்றத்துடன் கைகளைப் பிசைந்து பேசத் தொடங்கினார். "என்னால் கோர்வையாகச் சொல்ல முடியுமா என்று தெரியவில்லை. நான் தெளிவுபடுத்தாத விஷயத்தைச் சொன்னால் இடைமறித்து நீங்கள் என்னிடம் கேட்கலாம். போன வருடம் நடந்த திருமணத்திலிருந்து தொடங்குகிறேன். நான் பணக்காரன் இல்லை என்றாலும், எனது முன்னோர்கள் ரிட்லிங் தோர்ப்பில் ஐந்து நூற்றாண்டுகளாக வணிகம் செய்கிறார்கள். மேலும் நார்போக் மாவட்டத்தில் நாங்கள் நன்கு அறியப்பட்ட குடும்பம். கடந்த ஆண்டு நான் ஒரு நிகழ்வுக்காக லண்டனுக்கு வந்தேன். அப்போது, ரஸ்ஸல் சதுக்கத்திலுள்ள ஒரு போர்டிங் ஹவுஸுக்கு வந்தேன். ஏனென்றால் எங்கள் திருச்சபையின் விகாரரான பார்க்கர் அதில் தங்கி யிருந்தார். அங்கே ஒரு அமெரிக்க இளம் பெண் இருந்தாள். அவளின் பெயர் எல்சி பேட்ரிக். ஏதோ ஒருவகையில் நாங்கள் நண்பர்களாகிவிட்டோம். ஒரு மாதத்தில் நாங்கள் காதலர்களாகிவிட்டோம். பிறகு, நாங்கள் இருவரும் ஒரு பதிவு அலுவலகத்தில் அமைதியான முறையில் திருமணம் செய்துகொண்டோம். நாங்கள் இருவரும் திருமணமான புதிய ஜோடியாக நார்போக்கிற்கு வந்தடைந்தோம். ஹோம்ஸ்! பழம்பெரும் குடும்பத்தைச் சேர்ந்த ஒருவன், ஒரு பெண்ணை ஒரு மாதத்தில் காதலித்துத் திருமணம் செய்துகொண்டது உங்களுக்குப் பைத்தியக்காரத்தனமாக இருக்கலாம். ஆனால் நீங்கள் அவளைப் பார்த்துவிட்டு அவளைப் பார்த்தீர்கள் என்றால் உங்களுக்குப் புரியும்."

"எல்சி, என்னிடம் மிகவும் நேர்மையாக இருந்தாள். அவள்மீது கோபமோ, சந்தேகமோ வர முடியாத அளவுக்கு நடந்துகொண்டாள். அவள் என்னிடம் திருமணத்திற்கு முந்தைய நாளில், 'எனது வாழ்க்கையில் மிகவும் விரும்பத்தகாத

சில சங்கதிகள் நடந்திருக்கிறது. அவற்றைக் குறித்து அனைத்தையும் நான் மறக்க விரும்புகிறேன். அதனால், நான் எனது கடந்த காலத்தைப் பற்றி குறிப்பிட மாட்டேன். ஹில்டன், நீங்கள் என்னைத் திருமணம் செய்து அழைத்துச் சென்றால், எக்காரணத்திற்காகவும் அது குறித்துக் கேட்கக் கூடாது. நீங்கள் என் வார்த்தையில் திருப்தியடைந்து, நான் உங்களுடையவளாக மாற எனக்குக் கால அவகாசம் கொடுக்க வேண்டும். என்னுடன் வாழ்க்கை உங்களுக்குக் கடினமாக இருந்தால், பின்னர் நார்ஃபோக்கிலேயே என்னை விட்டுவிடலாம். நான் தனிமையில் வாழ்க்கையைக் கழிப்பேன்.' என்று கூறினாள். அவளுடைய நிபந்தனைகளை ஏற்று நான் அவளை அழைத்துச் செல்வதாகச் சொன்னேன். நான் என் வார்த்தையின்படி நடந்துகொண்டேன்.

"எங்களுக்குத் திருமணமாகி ஒரு வருடம் ஆகிறது. நாங்கள் மிகவும் மகிழ்ச்சியாக இருந்தோம். ஆனால் சுமார் ஒரு மாதத்திற்கு முன்பு, ஜூன் மாத இறுதியில், முதல் முறையாகப் பிரச்சினையின் அறிகுறிகளைக் கண்டேன். ஒருநாள் என் மனைவிக்கு அமெரிக்காவிலிருந்து ஒரு கடிதம் வந்தது. அதில், அமெரிக்க முத்திரையைப் பார்த்தேன். அந்தக் கடிதத்தைப் படித்த அவள் முகம் மாறியது. அதை நெருப்பில் எறிந்தாள். பிறகு அவள் என்னிடம் அந்தக் கடிதத்தைக் குறித்துச் சொல்லவில்லை. நானும் கேட்கவில்லை. ஏனென்றால் நான் கொடுத்த வாக்குறுதியில் உறுதியாக இருந்தேன்; ஆனால் அந்த நிமிடத்திலிருந்து அவள் அமைதியாக இல்லை. முகத்தில் எப்பொழுதும் ஒரு பயம் இருந்தது. ஏதோ ஆபத்து நிகழப்போகிறது என்ற அச்சத்தில் நடந்துகொள்கிறாள். அவள் என்னை நண்பனாக நம்பி விஷயத்தைச் சொல்வாள் என்று எதிர்ப்பார்த்தேன். இதுவரை சொல்லவில்லை. அவளாகப் பேசும்வரை என்னால் எதுவும் கேட்க முடியாது. மிஸ்டர் ஹோம்ஸ்! அவள் ஒரு உண்மையான பெண். அவளுடைய கடந்த கால வாழ்க்கையில் என்ன பிரச்சினைகள் இருந்திருந்தாலும், அது அவளுடைய தவறு அல்ல. அதேசமயம் நான் ஒரு எளிய நோர்போக் சேர்ந்தவன். என்னைவிட எனது குடும்ப மரியாதையை உயர்வாக மதிக்கிறேன். என்னைக் கல்யாணம் செய்துகொள்ளும் முன்பே அவளுக்கு நன்றாகத் தெரியும்.

அவள் அதன்மீது எந்தக் கறையையும் கொண்டு வர மாட்டாள் என்பதில் நான் உறுதியாக இருக்கிறேன்.”

“சரி, இப்போது என் கதையின் விசித்திரமான பகுதிக்கு வருகிறேன். ஒரு வாரத்திற்கு முன்பு – அது சென்ற வாரத்தின் செவ்வாய்க் கிழமை – நான் ஜன்னல் ஓரத்தில் நீங்கள் காகிதத்தில் காண்பது போன்ற சிறிய நடன உருவங்களைக் கண்டேன். அவை சுண்ணக்கட்டியால் வரையப்பட்டிருந்து. என் தொழுவத்திலிருக்கும் பையன் அவற்றை வரைந்தான் என்று நினைத்தேன். ஆனால் அந்தப் பையன் தனக்கு இது பற்றி எதுவும் தெரியாதென்று கூறினான். எப்படியோ அந்த இரவு நேரத்தில் அதைக் கழுவிவிட்டு, பிறகுதான் என் மனைவியிடம் விஷயத்தைச் சொன்னேன். அதற்கு அவள் அச்சப்பட்டது எனக்கு ஆச்சரியமாக இருந்தது. மேலும், இதுபோன்ற நடன உருவங்களைக் கண்டால் அவற்றைத் தன்னிடம் காட்டும்படி என்னிடம் கேட்டுக்கொண்டாள். ஒரு வாரமாக யாரும் வரவில்லை. பின்னர் நேற்று காலை இந்தக் காகிதத்தைத் தோட்டத்தில் கிடப்பதைக் கண்டேன். நான் அதை எல்சியிடம் காட்டினேன். அதைப் பார்த்ததும் அவள் கீழே மயங்கிவிழுந்தாள். தண்ணீர் தெளித்து அவளை விழிக்கச் செய்யும்போது, அரை மயக்கத்திலும் அஞ்சியபடி இருந்தாள். அப்போதுதான் நான் உங்களுக்குக் காகிதத்தை எழுதி அனுப்பினேன். இதை நான் காவல்துறைக்கு எடுத்துச் சென்றால் அதை ஒரு விஷயமாகக் கருத மாட்டார்கள். அவர்கள் என்னைப் பார்த்துச் சிரித்திருப்பார்கள். நான் என்ன செய்வதென்று நீங்கள்தான் சொல்ல வேண்டும்.”

“நான் பணக்காரன் அல்ல; ஆனால் எனது மனைவிக்கு ஏதேனும் ஆபத்து ஏற்பட்டால், எனது செல்வத்தில் கடைசி காசு தீரும்வரை அவளைக் காக்கச் செலவிடுவேன்,” என்று தனது கதையைச் சொல்லி முடித்தார்.

உண்மையில், அவர் ஒரு நல்ல மனிதர். எளிமையானவர், மென்மையானவர், மனைவியை நம்பும் நேர்மையானவர். அவரது நீலநிறக் கண்களில் மனைவி மீதான அன்பும், நம்பிக்கையும் தெரிந்தது. ஹோம்ஸ் அவரது கதையை மிகுந்த கவனத்துடன் கேட்டார். சிறிது நேர மௌன சிந்தனைக்குப் பிறகு ஹோம்ஸ் பேசத் தொடங்கினார்.

"மிஸ்டர் க்யூபிட், இது குறித்து உங்கள் மனைவியிடம் நேரடியாகக் கேட்டு அந்த நடன உருவங்கள் குறித்துத் தெரிந்துகொள்வது சிறந்தது என்று உங்களுக்குத் தோன்றவில்லையா?"

ஹில்டன் க்யூபிட் முடியாது என்பதுபோல் தனது தலையை ஆட்டினார்.

"அவளுக்குக் கொடுத்த வாக்குறுதியை மீற விரும்பவில்லை, ஹோம்ஸ். எல்சி என்னிடம் சொல்ல விரும்பினால், கண்டிப்பாகச் சொல்வாள். அவளை வற்புறுத்தித் தெரிந்துகொள்ள எனக்கு விருப்பமில்லை. என் சொந்த முயற்சியில் நான் தெரிந்துகொள்வேன்" என்றார்.

"அப்படியானால் நான் முழு மனத்துடன் உங்களுக்கு உதவுகிறேன். முதலில், உங்கள் சுற்றுப்புறத்தில் யாரேனும் அந்நியர்கள் புதிதாக வந்திருப்பதைக் கண்டீர்களா?"

"இல்லை."

"இது மிகவும் அமைதியான இடமென்று நான் கருதுகிறேன். சுற்றுப்புறத்தில் எந்தப் புது முகங்களைப் பார்த்த நினைவிருக்கிறதா?"

"மிக அருகிலிருக்கும் சுற்றுப்புறத்தில் என்றால் சொல்ல முடியும். ஆனால் வெகுதொலைவில் என்றால் கொஞ்சம் கடினம்தான். மேலும், அங்கு பல விவசாயிகள் தங்கியிருக்கிறார்கள்."

"நிச்சயமாக இந்த ஹைரோகிளிஃபிக்ஸுக்கு ஒரு அர்த்தம் இருக்கிறது. இதில் மனம் போன போக்கில் வரையப்பட்டிருந்தால், கண்டுபிடிப்பது கடினம். மறுபுறம், இது முறையானதாக வரைப்பட்டிருந்தால், இதில் கண்டிப்பாக ஏதோவோர் அர்த்தம் மறைந்திருக்கிறது என்பதில் எந்தச் சந்தேகமும் இல்லை. ஆனால் நீங்கள் கொடுத்திருக்கும் குறுகிய தகவல்களைக் கொண்டு, என்னால் ஒன்றும் செய்ய முடியாது. மேலும் நீங்கள் சொன்ன உண்மைகளை வைத்து எது அடிப்படையில் விசாரணையைத் தொடங்க வேண்டுமென்று தெரியவில்லை. ஆதலால், நீங்கள் நார்ஃபோக்கிற்குத் திரும்பிச் செல்லுங்கள். உங்கள் வீட்டைச்

செல்லும் புது மனிதர்களைக் கூர்ந்து கவனியுங்கள். அந்நியர்களைப் பற்றி அக்கம்பக்கத்தில் விசாரித்து வையுங்கள். மேலும் இதுபோன்ற புதிய நடன எழுத்துகளைக் கண்டால் அதனை நகலெடுக்குமாறு பரிந்துரைக்கிறேன். முந்தைய நடன எழுத்துகள் நம்மிடம் இல்லாதது துரதிஷ்டம். நீங்கள் இன்னும் சில புதிய ஆதாரங்களைச் சேகரித்த பிறகு, மீண்டும் என்னிடம் வாருங்கள். தற்போது நான் உங்களுக்கு வழங்கக்கூடிய சிறந்த அறிவுரை இதுதான், மிஸ்டர் ஹில்டன் க்யூபிட். இதில் ஏதேனும் புதிய தகவல்கள் கிடைத்தால், எனக்குத் தெரியப்படுத்துங்கள். நான் உடனடியாக உங்கள் நார்போக் இல்லத்தில் இருப்பேன்" என்றார்.

இந்த நேர்காணலுக்குப் பிறகுதான் ஷெர்லாக் ஹோம்ஸை மிகவும் யோசிக்க வைத்தது. அடுத்த சில நாட்களில் அவர் தனது நோட்டுப் புத்தகத்திலிருந்து சீட்டை எடுத்து, அதில் பொறிக்கப்பட்டுள்ள ஆர்வமுள்ள உருவங்களை நீண்ட நேரம் ஆர்வத்துடன் பார்த்ததைக் கவனித்தேன். பதினைந்து நாட்கள்வரை இது குறித்து அவர் என்னிடம் பேசவில்லை. மதியம் நான் வெளியே சென்று கொண்டிருந்த போது, அவர் என்னை அழைத்தார்.

"வாட்சன், இன்று நீங்கள் இங்கிருப்பது நல்லது." என்றார்.

"ஏன்?"

"இன்று காலை ஹில்டன் கியூபிட்டிலிருந்து எனக்குத் தந்தி வந்திருக்கிறது. நடனமாடும் எழுத்துகளைப் பற்றி நம்மிடம் கூறினாரே ஹில்டன் க்யூபிட், உங்களுக்கு நினைவிருக்கிறதா? அவர் இந்நேரம் லிவர்பூல் தெருவை அடைந்திருக்க வேண்டும். அவர் எந்த நேரத்திலும் இங்கு வரலாம். முக்கியத்துவம் வாய்ந்த சில புதிய சம்பவங்கள் நடந்துள்ளதாகத் தனது தந்தியில் குறிப்பிட்டிருக்கிறார்."

நாங்கள் நீண்ட நேரம் காத்திருக்க வேண்டியதில்லை. ஏனென்றால் எங்கள் நார்ஃபோக் நண்பர் ஸ்டேஷனிலிருந்து வேகமாக எங்கள் வீட்டிற்கு வந்துவிட்டார். அவர் பார்க்கச் சோர்வாகவும், கவலை கலந்த நெற்றியுடனும் காணப்பட்டார்.

“இந்தப் பிரச்சினை என் குடும்பத்தை மிகவும் பாதித்திருக்கிறது, ஹோம்ஸ். யாரோ கண்ணுக்குத் தெரியாத மனிதன் என் மனைவியை அச்சப்பட வைக்கிறான். அவள் தினமும் இது குறித்து அச்சத்தில் அங்குலம் அங்குலமாகத் தேய்ந்துகொண்டிருக்கிறாள்,” என்று சோர்வுற்ற மனநிலையில் ஒரு கை நாற்காலியில் அமர்ந்தபடி கூறினார்.

“உங்கள் மனைவி இது குறித்து ஏதாவது கூறினாரா?”

“இல்லை, மிஸ்டர் ஹோம்ஸ், அவள் கூறவில்லை. இன்னும், என் மனைவி இதுகுறித்து எதுவும் பேச விரும்பவில்லை. ஆனால் அவள் தன்னைத்தானே வறுத்திக்கொண்டிருக்கிறாள். நான் அவளுக்கு உதவ முயற்சித்தேன்; ஆனால் நான் அவளுக்கு உபகாரமாகச் செய்யும் முயற்சி, அவளுக்கு மேலும் அச்சத்தை ஏற்படுத்துகிறது என்று நினைக்கிறேன். சிலசமயம் அவள் என் குடும்பத்தைப் பற்றியும், எங்களின் நற்பெயரைப் பற்றியும், எங்கள் மரியாதை கறைபடியக் கூடாது என்று நினைத்துப் பேச மறுக்கிறாள். எனது முயற்சியில் கண்டுபிடிக்க நினைக்கும் ஒரு விஷயம் என்னை இட்டுச் செல்வதுபோல் செய்து, பின்பு அதற்கான வழியை அடைத்துவிடுகிறது,” என்றார்.

“நீங்களே ஏதாவது கண்டுபிடித்துவிட்டீர்களா?”

“ஆமாம். நான் இன்னும் பல புதிய நடனமாடும் எழுத்துகளைக் குறித்து வைத்துள்ளேன். அதைவிட முக்கியமானது என்னவென்றால், நான் அதை வரைந்த மனிதனைப் பார்த்தேன்.”

“என்ன? இதை வரைந்த மனிதனைப் பார்த்தீர்களா?”

“ ஆமாம், அவனை வரையும்போது பார்த்தேன். ஆனால் நான் எல்லாவற்றையும் வரிசையாகச் சொல்கிறேன். நான் உங்களைப் பார்த்துச் சென்ற பிறகு, மறுநாள் காலையில் நடனமாடும் மனித எழுத்துகளை நான் பார்த்தேன். அது முன் ஜன்னல்கள் முழுவதுமாகப் புல்வெளிக்கு அருகில் நிற்கும் டூல் ஹவுஸின் கருப்பு மரக் கதவின் மீது சுண்ணாம்பினால் வரையப்பட்டிருந்தன. நான் சரியான பிரதி எடுத்தேன். இதோ,” என்று அவர் நகல் எடுத்த காகிதத்தை மேசைமீது வைத்தார். ஹைரோகிளிஃபிக்ஸின் நகலில்...

AT ELRIGES

"அருமை! தொடர்ந்து கூறுங்கள் அருமை!" ஹோம்ஸ் கூறினார்.

"நகலை எடுத்ததும் அந்த இடத்திலிருப்பதை அழித்தேன்; ஆனால் இரண்டு நாள் கழித்துக் காலையில் புதிய நடன எழுத்துகள் இருந்தன. அதன் நகல் இங்கே உள்ளது"

COME ELSIE

ஹோம்ஸ் தன் கைகளைத் தடவி மகிழ்ச்சியுடன் சிரித்தார்.

"நமக்குத் தேவையான ஆதாரங்கள் வேகமாகக் குவிகின்றன." என்று அவர் கூறினார்.

"மூன்று நாள்களுக்குப் பிறகு ஒரு செய்தி காகிதத்தில் எழுதப்பட்டு, சன்-டயலில் ஒரு கூழாங்கல்லின் கீழ் வைக்கப்பட்டது. அது இங்கே உள்ளது. நீங்கள் பார்ப்பது போல், அனைத்தையும் ஒரு மனிதன்தான் செய்திருக்கிறான். அதன்பிறகு அவனைப் பிடிக்க நான் காத்திருக்கத் தீர்மானித்தேன். அதனால் என் ரிவால்வரை வெளியே எடுத்தேன். புல்வெளியையும் தோட்டத்தையும் கண்டும் காணாத மறைவிடத்தில் அமர்ந்தேன். அதிகாலை இரண்டு மணியளவில் ஜன்னலுக்கு அருகில் அமர்ந்திருந்தேன். வெளியில் நிலவொளியைத் தவிர்த்து இருட்டாக இருந்ததால், எனக்குப் பின்னால் படிகள் கேட்டது. என் மனைவி அவளது டிரஸ்ஸிங் கவுனில் இருந்தாள். அவள் என்னைப் படுக்கைக்கு வரும்படி அழைத்தாள். நம் வீட்டில் யார் இப்படி வரைகிறார்கள் என்பதைத் தெரிந்துகொள்ள விரும்புகிறேன் என்று அவளிடம் கூறினேன். இதை யாரோ விளையாட்டிற்காகச் செய்கிறார்கள். அதைப் பற்றிப் பெரிதாக எடுத்துக்கொள்ள வேண்டாம் என்று பதிலளித்தாள்.

"ஹில்டன்! இதையெல்லாம் மறக்க நாம் வெளியூர் சென்று வரலாம்" என்றாள்.

"யாருக்கோ பயந்து நாம் ஏன் வீட்டை விட்டுச் செல்ல வேண்டும்?" என்று சொன்னேன்.

“இப்போது தூங்கலாம். எதுவாக இருந்தாலும் நாளை காலையில் விவாதிக்கலாம்,” என்று அவள் சொன்னாள்.

திடீரென்று, அவள் பேசும்போது, நிலா வெளிச்சத்தில் அவளுடைய வெள்ளை முகம் இன்னும் வெண்மையாக இருப்பதைக் கண்டேன். அவளின் கை என் தோளில் இறுகியது. டூல் ஹவுஸின் நிழலில் ஏதோ நகர்ந்துகொண்டிருந்தது. நான் ஒரு இருண்ட, ஊர்ந்து செல்லும் உருவத்தைக் கண்டேன். என் கைத்துப்பாக்கியை எடுத்துக்கொண்டு வெளியே விரைந்தேன். அப்போது என் மனைவி என்னை வெளியே செல்லவிடாமல் பிடித்தாள். நான் அவளின் பிடியிலிருந்து விலகி வெளியே வந்தேன். அவளும் என்னுடன் வந்தாள். ஆனால் நான் கதவைத் திறந்து வெளியே வந்த நேரத்தில் அவன் சென்றுவிட்டான். அவன் வந்து சென்ற தடயமாக வாசலில் நடனமாடும் மனித எழுத்துகள் இருந்தன. அதை நான் காகிதத்தில் நகலெடுத்தேன். வீட்டைச் சுற்றித் தேடிப் பார்த்தேன். அந்த மனிதன் இருந்ததற்கான அடையாளமே இல்லை. இன்னும் ஆச்சரியமான விஷயம் என்னவென்றால், அவன் அங்கேயேதான் இருந்திருக்க வேண்டும். ஏனென்றால் காலையில் நான் மீண்டும் கதவைத் திறந்து பார்க்கும்போது நான் ஏற்கெனவே பார்த்த கோட்டின் கீழ் அவன் இன்னும் சில படங்களை வரைந்திருக்கிறான்.”

“அந்தப் படங்களும் உங்களிடம் உள்ளதா?”

“ஆம்; இது மிகவும் சிறியதாக இருந்தது. ஆனாலும் நான் அதை நகலெடுத்தேன். இதோ.”

மீண்டும் ஒரு காகிதத்தை எதோ எழுதி, புதிய நடன வடிவத்தில் இருந்தது ஒரு வார்த்தை என்று எழுதினார்:

NEVER

“மேலும் சொல்லுங்கள். இதுமட்டும்தான் வரையப்பட்டிருந்ததா?” என்று ஹோம்ஸ் கேட்டார். அவர் மிகவும் உற்சாகமாக இருந்ததை என்னால் அவரது கண்களால் பார்க்க முடிந்தது.

“கதவின் வேறிடத்தில் இருந்தது.”

"அருமை! அதைக் கண்டுபிடிக்க முடியும் என்ற நம்பிக்கை வருகிறது. ஹில்டன் க்யூபிட்! பிறகு என்ன நடந்ததென்று சொல்லுங்கள்."

"மிஸ்டர் ஹோம்ஸ்! நான் அந்த ராஸ்கலைப் பிடிக்கும்போது என்னைத் தடுத்து நிறுத்தியதில் என் மனைவி மீது கோபமாக இருந்தேன். எனக்குத் தீங்கு வந்துவிடுமோ என்று அஞ்சியதாகக் கூறினாள். உண்மையில் அவள் எனக்குத் தீங்கு வராமல் இருக்க தடுத்திருக்கலாம். இருந்தாலும், இந்த மனிதன் யார், இந்த விசித்திரமான எழுத்துகளால் அவன் என்ன சொல்கிறான் என்பது அவளுக்குத் தெரியுமா என்று என்னால் சந்தேகிக்க முடியவில்லை. ஆனால் என் மனைவியின் குரலில் ஒரு நடுக்கம் இருக்கிறது, ஹோம்ஸ். அவளது கண்கள் சந்தேகம் வராமல் என்னைத் தடுக்கிறது. என் மனது அவளை முழுவதுமாக நம்புகிறது. இப்போது நான் என்ன செய்ய வேண்டும் என்பதற்கான உங்கள் ஆலோசனையை விரும்புகிறேன். எனக்குத் தெரிந்த யோசனை என்னவென்றால், எனது விவசாயப் பணியாட்களைக் கொண்டு அங்கு காவலில் வைத்து அவனைப் பிடிக்கலாம் என்று இருக்கிறேன்."

"இது போன்ற எளிய தீர்வுகள் கொண்ட வழக்காக இது எனக்குத் தெரியவில்லை. எவ்வளவு நேரம் லண்டனில் நிற்க முடியும்?" என்று ஹோம்ஸ் கேட்டார்.

"நான் இன்றே திரும்பிப் போக வேண்டும். இந்த நிலைமையில் என் மனைவியை இரவில் தனியாக விட விரும்பவில்லை. அவள் மிகவும் பதட்டமாக இருக்கிறாள்."

"நீங்கள் சொல்லுவது சரி. ஆனால் நீங்கள் இங்கு இருப்பதாக இருந்தால், ஓரிரு நாட்களில் நான் உங்களுடன் வந்திருப்பேன். இதற்கிடையில், நீங்கள் இந்த ஆவணங்களை என்னிடம் கொடுங்கள். விரைவில் நான் உங்களைச் சந்தித்து இந்த விஷயத்தில் தீர்வைக்கொண்டு வருகிறேன்," என்றார்.

ஷெர்லாக் ஹோம்ஸ் தனது நிதானத்தில் தொழில் முறையை எங்களின் பார்வையாளரை வழியனுப்பி வைத்தார். அவரை நன்கு அறிந்திருந்தவன் என்பதால், எனக்கு அவர் மிகவும் உற்சாகமாக இருப்பதைக் காண முடிந்தது. ஹில்டன் க்யூபிட்டின் முதுகு கதவு வழியாக மறைந்த தருணத்தில்,

என் தோழர் மேசைக்கு விரைந்தார். நடனமாடும் மனித எழுத்துகள் அடங்கிய அனைத்துக் காகிதச் சீட்டுகளையும் முன்னால் வைத்துக்கொண்டார்.

இரண்டு மணிநேரம் அவரைப் பார்த்துக்கொண்டிருந்தேன். அவர் காகிதத்தை எல்லா விதமாகவும் பார்த்தார். சில சமயங்களில் அவர் முன்னேறிக்கொண்டிருந்தார். சில சமயங்களில் அவர் குழப்பமடைந்தார். மேலும் வெறுமையான கண்ணுடன் நீண்ட நேரம் அமர்ந்திருப்பார். இறுதியாக அவர் திருப்தியுடன் தனது நாற்காலியிலிருந்து எழுந்து, கைகளை ஒன்றாகத் தடவியபடி அறைக்கு மேலும் கீழும் நடந்தார். பின்னர் அவர் ஒரு டேபிளுக்குச் சென்று ஒரு நீண்ட தந்தி எழுதினார். "வாட்சன், உங்கள் சேகரிப்பில் சேர்க்க மிகவும் அழகான வழக்காக இது இருக்கும்," என்று அவர் கூறினார். "நாளை நார்ஃபோக்கிற்குச் செல்வோம். மேலும் நம் நண்பரின் எல்சியின் ரகசியம் குறித்துச் சில உறுதியான செய்திகளை எடுத்துச் செல்வோம் என்று நான் எதிர்பார்க்கிறேன்."

நான் ஆர்வத்தால் நிரம்பியிருந்தேன் என்பதை ஒப்புக்கொள்கிறேன். ஆனால் ஹோம்ஸ் எந்த நேரத்தில் வழக்கு குறித்துச் சொல்வார் என்பதையும் நான் அறிவேன்; அதனால் அவருக்குத் தேவையான நேரத்தை எடுத்துக்கொண்டு சொல்லும்வரை காத்திருந்தேன்.

ஹோம்ஸின் தந்திக்குப் பதில் கிடைக்கத் தாமதம் ஏற்பட்டது. இரண்டு நாள்களின் பொறுமைக்குப் பிறகு ஹில்டன் க்யூபிட்டிடமிருந்து ஒரு கடிதம் வந்தது. அதனுடன் ஒரு நகலை இணைத்திருந்தார். ஹோம்ஸ் மிகத் தீவிரமாக வாசித்தார். அது இங்கே மீண்டும் உருவாக்கப்பட்டுள்ளது:

ELSIE PREPARE TO MEET THY GOD

ஹோம்ஸ் சில நிமிடங்களில் உறைந்துபோனார். பின்னர் திடீரென்று திகைப்புடனும் ஆச்சரியத்துடனும் எழுந்தார். அவன் முகம் பதற்றத்தில் படர்ந்திருந்தது.

"வாட்சன், இந்த விவகாரத்தை நாம் வெகு தொலைவுக்கு வளர விட்டுவிட்டோம். இன்று இரவு வடக்கு வால்ஷாமுக்கு ரயில் இருக்கிறதா?" என்றார்.

நான் நேர அட்டவணையைப் பார்த்தேன். "கடைசியாகத் தான் போயிருந்தது."

"அப்படியானால், நாங்கள் காலை உணவைச் சீக்கிரமே சாப்பிட்டுவிட்டு, முதல் வண்டியில் செல்வோம். நம்முடைய உதவி அவருக்கு மிகவும் தேவை," என்று ஹோம்ஸ் பேசும்போது ஒரு தந்தி வந்தது. "இதோ நான் எதிர்பார்த்த தந்தி. திருமதி ஹட்சன் பற்றியது. நான் எதிர்பார்த்தது போலவே இருக்கிறது. இந்தச் செய்தியை ஹில்டன் க்யூபிட்டிற்குத் தெரியப்படுத்த வேண்டும். இனி நாம் இருக்கும் நேரத்தை இழக்கக் கூடாது. ஏனென்றால் நமது காலதாமதம் எளிய நோர்போக் நண்பருக்கு மேலும் ஆபத்தான சிக்கலை உருவாக்கும்."

உண்மையில், குழந்தைத்தனமானது என்று நான் நினைத்த ஒரு விஷயம் இவ்வளவு விபரீதமாக இருக்குமென்று கருதவில்லை. ஹோம்ஸ்யை இவ்வளவு பதற்றமாக நான் பார்த்ததே இல்லை. இன்னும் அவர் வழக்கு குறித்து எனக்குச் சொல்லாமல் இருப்பது மேலும் ஆர்வத்தை வளர்த்தது. இந்த வழக்கில் தவறாக ஏதாவது நடந்துவிடுமோ என்ற உள்ளூர பதற்றமிருந்தது. எங்களது வாடிக்கையாளரை உற்சாகப்படுத்துவதற்காகவாவது இந்த வழக்கில் நல்ல முடிவுகள் வர வேண்டுமென்று வாட்சன் நினைத்துக்கொண்டார்.

நாங்கள் நார்த் வால்ஷாமில் இறங்கும்போது அங்கிருந்த ஸ்டேஷன் மாஸ்டர் எங்களை நோக்கி விரைந்து வந்து விசாரித்தபோது நாங்கள் சேருமிடத்தின் பெயரைக் குறிப்பிட்டோம். அப்போது அவர், "நீங்கள் லண்டனில் இருந்து வந்த மருத்துவர்களா?" என்று கேட்டார்.

ஹோம்ஸ் "எது அப்படி நினைக்க வைக்கிறது?" என்று கேட்டார்.

"ஏனெனில் நார்விச்சைச் சேர்ந்த இன்ஸ்பெக்டர் மார்ட்டின் இப்போதுதான் கடந்து சென்றிருக்கிறார். ஒருவேளை நீங்கள் அறுவை சிகிச்சை நிபுணர்களாக இருந்தால், இறுதிக் கட்டத்தை நெருங்கிக்கொண்டிருக்கும் அந்தப் பெண்ணைக் காப்பாற்ற வந்திருக்கலாம்," என்று கருதுவதாகக் கூறினார்.

ஹோம்ஸின் புருவம் கவலையால் இருண்டது.

"நாங்கள் ரிட்லிங் தோர்ப் மேனருக்குப் போகிறோம். ஆனால் நீங்கள் சொல்வதைப் பற்றி நாங்கள் எதுவும் கேள்விப்படவில்லை" என்று அவர் கூறினார்.

"ஒரு பயங்கரமான சம்பவம் நடந்திருக்கிறது. ஹில்டன் கியூபிட், அவரது மனைவி என இருவரும் சுடப்பட்டுள்ளனர். 'அவள் தனது கணவரையும், பின்னர் தன்னையும் சுட்டுக் கொன்றாள்' என்று வேலைக்காரர்கள் கூறுகிறார்கள். ஹில்டன் இறந்துவிட்டார். அவரது மனைவி மயக்க நிலையில் இருக்கிறாள். நோர்போக் மாவட்டத்தில் உள்ள பழமையான குடும்பத்தினர் ஒருவருக்கு இப்படித் துயரச் சம்பவம் நடந்திருக்கக் கூடாது." என்று ஸ்டேஷன் மாஸ்டர் கூறினார்.

எந்த வார்த்தையும் பேசாமல் ஹோம்ஸ் வண்டிக்கு விரைந்தார். நீண்ட ஏழு மைல் பயணத்தின்போது அவர் வாய் திறக்கவே இல்லை. நான் அவர் விரக்தியடைவதை எப்போதாவது பார்த்திருக்கிறேன். நகரத்திலிருந்து எங்கள் பயணத்தின்போது அவர் நிம்மதியாக இருந்தார். மேலும் அவர் கவலையுடன் காலைப் பத்திரிகைகளைப் புரட்டுவதை நான் கவனித்தேன்; ஆனால் இப்போது முன்பைவிட மோசமான மனச்சோர்வில் ஆழ்ந்திருந்தார். எங்களைச் சுற்றிக் கவலை இருந்தது போல், ஆர்வமும் நிறையவே இருந்தது. ஏனென்றால் நாங்கள் கிராமப்புறமாகக் கடந்து சென்றோம். அங்கு ஒரு சில சிதறிய குடிசைகள் இன்றைய மக்கள்தொகையைப் பிரதிநிதித்துவப்படுத்துகின்றன. அதே நேரத்தில் ஒவ்வொரு பக்கத்திலும் மகத்தான சதுர-கோபுரத் தேவாலயங்கள் முளைத்தன. தட்டையான, பச்சை நிலப்பரப்பு, பழைய கிழக்கு ஆங்கிலியாவின் மகிமை மற்றும் செழிப்பு பற்றி கூறப்பட்டது. கடைசியாக, ஜெர்மன் பெருங்கடலின் வயலட் விளிம்பு நார்போக் கடற்கரையின் பச்சை விளிம்பில் தோன்றியது. வண்டியைச் செலுத்தியவர் ரிட்லிங் தோர்ப் மேனர் வந்துவிட்டதாகக் கூறினார்.

போர்டிகோவைக் கொண்ட முன் வாசலுக்கு நாங்கள் சென்றபோது, அதற்கு முன்னால், டென்னிஸ் புல்வெளி,

கருப்பு டூல்–ஹவுஸ், அதன் பீடங்கள் நிறைந்த சன்–டயல் ஆகியவற்றைக் கவனித்தேன். வேகமாக ஒரு தட்டையான சிறிய மனிதர் உயரமான வண்டியிலிருந்து இறங்கியிருந்தார். அவர் தன்னை நோர்போக் கான்ஸ்டாபுலரியின் இன்ஸ்பெக்டர் மார்ட்டின் என்று அறிமுகப்படுத்திக்கொண்டார். ஹோம்ஸ் தனது பெயரைக் கூறி அறிமுகப்படுத்தியதில் அவர் மிகவும் ஆச்சரியப்பட்டார்.

“மிஸ்டர் ஹோம்ஸ்! குற்றம் இன்று காலை மூன்று மணிக்கு நடந்தது. லண்டனில் இதைப் பற்றி நீங்கள் எப்படிக் கேள்விப்பட்டு, எப்படி உடனடியாக இங்கு வந்திருக்க முடியும்?”

“இது நடக்கும் என்று எதிர்பார்த்து, அதை தடுக்கலாம் என்ற நம்பிக்கையில் வந்தேன்.”

“அப்படியானால் எங்களுக்குத் தெரியாத முக்கியமான ஆதாரம் உங்களிடம் இருக்க வேண்டும். ஏனென்றால் நான் விசாரித்த வரையில் இவர்கள் மிகவும் ஒற்றுமையான தம்பதியர்கள் என்றுதான் கூறுகிறார்கள்.”

“நடனமாடும் மனிதர்கள் பற்றிய எழுத்துகள் மட்டுமே என்னிடம் இருக்கிறது. அது குறித்து பிறகு விளக்குகிறேன். இந்தச் சம்பவத்தை என்னால் தடுக்க முடியவில்லை என்றால், பாதிக்கப்பட்டவர்களுக்கு நீதியைப் பெற்றுத்தர ஆர்வமாக உள்ளேன். உங்கள் விசாரணையில் என்னையும் இணைத்துக்கொள்வீர்களா அல்லது நான் சுதந்திரமாகச் செயல்படலாமா?” என்று ஹோம்ஸ் கேட்டார்.

“நான் உங்களுடன் இணைந்து பணியாற்றுவதைப் பெருமையாக நினைக்கிறேன். மிஸ்டர் ஹோம்ஸ்.” இன்ஸ்பெக்டர் கூறினார்.

“அப்படியானால், நாம் தாமதமின்றி கிடைத்த ஆதாரங்களையும், நடந்த சம்பவத்தையும் விளக்கினால் நான் மகிழ்ச்சியடைவேன்.”

இன்ஸ்பெக்டர் மார்ட்டின், எனது நண்பர் ஹோம்ஸின் அவரது சொந்தப் பாணியில் விசாரணைசெய்ய அனுமதித்தார். உள்ளூர் அறுவை சிகிச்சை நிபுணர், ஒரு வயதான வெள்ளை ஹேர்டு மனிதர், திருமதி ஹில்டன்

க்யூபிட்டின் நலனைப் பரிசோதித்து அறையிலிருந்து கீழே வந்திருந்தார். மேலும் அவரது காயங்கள் தீவிரமாக இருந்தாலும், ஆபத்தான நிலையில் இல்லை என்று அவர் தெரிவித்தார். புல்லட் அவளது மூளையின் முன்புறம் கடந்து சென்றுள்ளது. அவர் சுயநினைவு பெற சிறிது நேரம் ஆகலாம். அந்தப் பெண்மணியை யாரோ சுட்டார்களா, அல்லது தன்னைத்தானே சுட்டுக் கொண்டாரா? என்ற கேள்விக்கு அவரால் தெளிவாகக் கூற முடியவில்லை. நிச்சயமாக புல்லட் மிக அருகிலிருந்து பாய்ந்திருக்கிறது. அறையில் ஒரு கைத்துப்பாக்கி மட்டுமே இருந்தது. அதில் இரண்டு தோட்டாக்கள் பயன்படுத்தப்பட்டிருக்கிறது. ஹில்டன் கியூபிட் இதயத்தில் ஒரு தோட்டா பாய்ந்திருக்கிறது. ஒன்று அவர் தனது மனைவியைக் கொன்று தன்னையும் சுட்டிருக்க வேண்டும் அல்லது அவள் குற்றவாளி என்றால் கணவனைக் கொன்று அவள் தற்கொலை செய்ய முயற்சித்திருக்க வேண்டும். ஏனென்றால் ரிவால்வர் இருவருக்கும் இடையில் காணப்பட்டது.

"ஹில்டன் கியூபிட் உடல் நகர்த்தப்பட்டதா?" ஹோம்ஸ் கேட்டார்.

"அந்தப் பெண்ணைத் தவிர வேறு எதையும் நாங்கள் நகர்த்தவில்லை. தரையில் காயமடைந்து கிடந்த அவளை எங்களால் அப்படியே விட்டுவிட முடியவில்லை."

"நீங்கள் எத்தனை மணிக்கு இங்கு வந்தீர்கள் டாக்டர்?"

"காலை நான்கு மணிக்கு.."

"அதற்குமுன் வேறு யாரேனும்?"

"ஆமாம், இங்கே கான்ஸ்டபிள் இருந்தார்."

"நீங்கள் எதையும் தொடவில்லையா?"

"ஒன்றும் தொடவில்லை"

"நல்லது. உங்களை இங்கு யார் அழைத்தது?"

"வீட்டு வேலைக்காரியும், பராமரிப்பு வேலை செய்பவர்களும்."

"உங்களிடம் பேசியவர் யார்?"

"சமையல்காரப் பெண்மணி திருமதி கிங்."

"இப்போது அவள் எங்கே இருக்கிறாள்"

"சமையலறையில்."

"அப்படியானால் நாம் அவளை விசாரிப்பது நல்லது என்று நினைக்கிறேன்."

ஏறக்குறைய அந்த இடம் விசாரணை நீதிமன்றமாக மாற்றப்பட்டது. ஹோம்ஸ் ஒரு பெரிய பழங்கால நாற்காலியில் அமர்ந்தார். தான் காப்பாற்றத் தவறிய தன்னுடைய வாடிக்கையாளருக்கு நீதி தேடலுக்காகத் தனது வாழ்க்கையை அர்ப்பணிப்பதற்கான நோக்கத்தை என்னால் பார்க்க முடிந்தது. இன்ஸ்பெக்டர் மார்ட்டின், வயதான நரைத்த தலைமுடியுடைய மருத்துவர், நானும் சேர்ந்து விசித்திரமான கூட்டணியை உருவாக்கினோம்.

இரண்டு பெண்களும் தங்கள் கதையைத் தெளிவாகச் சொன்னார்கள். ஒரு நிமிடம் கழித்து இரண்டாவது குண்டு வெடிப்புச் சத்தத்தால் அவர்கள் தூக்கத்திலிருந்து எழுப்பப்பட்டனர். அவர்கள் பக்கத்து அறைகளில் தூங்கினர். திருமதி கிங் சாண்டர்ஸுக்கு விரைந்தார். இருவரும் சேர்ந்து படிக்கட்டுகளில் இறங்கினர். படியின் கதவு திறந்திருந்தது, மேசையில் மெழுகுவர்த்தி எரிந்து கொண்டிருந்தது. அவர்களின் எஜமானர் அறையின் மையத்தில் இறந்துகிடந்தார். ஜன்னல் அருகே அவருடைய மனைவி குனிந்து தலையைச் சுவரில் சாய்ந்தாள். அவள் படுகாயமடைந்து, முகம் இரத்தத்தால் சிவந்திருந்தது. அவள் மூச்சுத் திணறி, எதுவும் சொல்ல முடியாமல் இருந்தாள். அந்த அறை புகையால் நிரம்பியிருந்தது. அந்த வீட்டின் எல்லாக் கதவுகளும் உள்பக்கமாக மூடப்பட்டிருந்தது. இரு பெண்களும் இந்த விஷயத்தில் நேர்மறையாக இருந்தனர். பின்னர், டாக்டரையும் கான்ஸ்டபிளையும் வரவழைத்தார்கள். அவர்கள் காயமடைந்த ஹில்டனின் மனைவியான அவர்களது எஜமானியை அறைக்குக் கொண்டு சென்றனர். பணியாட்கள் அறிந்த வரையில் கணவன்–மனைவி இடையே தகராறு இருந்ததில்லை. எப்போதும் அவர்களை மிகவும் ஒற்றுமையான ஜோடியாகவே பார்த்தார்கள்.

பணியாட்களின் சாட்சியங்களின் முக்கியத் தகவலாக இவை இருந்தன. இன்ஸ்பெக்டர் மார்ட்டினுக்குப் பதிலளிக்கையில், ஒவ்வொரு கதவும் உள்ளே பூட்டப்பட்டிருப்பதால் வீட்டை விட்டு யாரும் தப்பித்திருக்க முடியாது என்பதைத் தெளிவாகக் கூறினர். பணிப்பெண்கள் இருவரும் மேல் மாடியில் தங்கள் அறையிலிருந்து வெளியே ஓடிய தருணத்திலிருந்து காப்பி தூள் வாசனையை உணர்ந்ததாக நினைவு கூர்ந்தனர். "உங்கள் பதற்றத்தின் நடுவில் இவ்வளவு கவனமாக அந்த வாசனையைக் கூறியதைப் பாராட்டுகிறேன்," என்று ஹோம்ஸ் அவர்களிடம் கூறினார். "இப்போது நாம் சம்பவம் நடந்த அறையை முழுமையாகப் பரிசோதிக்கலாம் என்று நினைக்கிறேன்."

அவர்கள் ஆய்வு செய்த அறை சிறியதாக இருந்தது. மூன்று பக்கங்களிலும் புத்தகங்கள் வரிசையாகவும், எழுத்து மேஜையிலிருந்து ஜன்னல் வழியாகவும் தோட்டத்தைப் பார்க்க முடிந்தது. எங்கள் முதல் கவனம் இறந்த எங்கள் வாடிக்கையாளரின் உடலை ஆய்வு செய்வதுதான். அவரது சடலம் அறை முழுவதும் நீட்டிக்கப்பட்டிருந்தது. அவரது ஒழுங்கற்ற உடையைப் பார்க்கும்போது அவர் அவசரமாகத் தூக்கத்திலிருந்து எழுந்திருப்பதைக் காட்டியது. முன்பக்கத் திலிருந்து தோட்டா அவரை நோக்கிச் சுடப்பட்டிருக்க வேண்டும். இதயத்தில் ஊடுருவிய பின்னரும் அவரது உடலில் அது தங்கியிருந்தது. அவரது மரணம் உடனடியாக நிகழ்ந்திருக்கும். அவரது உடையிலோ, கைகளிலோ தோட்டா பவுடருக்கான எந்த அறிகுறியும் இல்லை. அறுவைச் சிகிச்சை நிபுணரின் கூற்றுப்படி, அந்தப் பெண்ணின் முகத்தில் இரத்தக் கறைகள் இருந்தன. ஆனால் அவளது கையில் இல்லை.

"ஒரு விஷயம் இல்லாததால், அந்த விஷயம் வேறு விதமாக அனுமானிக்கப்படுகிறது. ஒருவன் தனது அடையாளத்தை வெளியே காட்டாமல் பல முறை சுடலாம் என்று நாம் யோசிக்க மறுக்கிறோம்," என்று ஹோம்ஸ் கூறினார். பிறகு, "இறந்த கியூபிட்டின் உடல் அகற்றப்படலாம் என்று நான் பரிந்துரைக்கிறேன். டாக்டர்! அந்தப் பெண்ணைக் காயப்படுத்திய தோட்டாவை எடுத்துவிட்டீர்களா?"

"அதற்குமுன் ஒரு தீவிர அறுவை சிகிச்சை தேவைப்படும். ஆனால் ரிவால்வரில் இன்னும் நான்கு தோட்டாக்கள் உள்ளன. இருவர் சுடப்பட்டுள்ளனர், இரண்டு காயங்கள் ஏற்படுத்தப்பட்டுள்ளது. இதனால் இரண்டு தோட்டாக்கள் பயன்படுத்தப்பட்டது என்று கணக்கிட முடியும்," என்றார்.

"அப்படியென்றால் ஜன்னலின் விளிம்பில் மிகவும் வெளிப்படையாகத் தாக்கிய தோட்டாவை நீங்கள் கணக்கில் எடுத்துக்கொள்ளவில்லையா?" ஹோம்ஸ் கூறினார்.

இன்ஸ்பெக்டர், டாக்டர் இருவரும் திடீரென்று திரும்பினார்கள். அவரது நீண்ட, மெல்லிய விரலுக்குக் கீழே ஒரு அங்குலத்திற்குத் துளையிடப்பட்டதைச் சுட்டிக்காட்டினார்.

"எப்படிப் பார்த்தாய்?" என்று இன்ஸ்பெக்டர் கேட்டார்."

"ஏனென்றால் நான் தேடினேன்."

" அருமை! நிச்சயமாக நீங்கள் சொல்லுவது சரியென்றால், மூன்றாவது தோட்டா சுடப்பட்டுள்ளது. அப்படியென்றால், மூன்றாவது நபர் இருந்திருக்க வேண்டும். ஆனால் அது யாராக இருந்திருக்கும்? எப்படித் தப்பித்திருக்க முடியும்?" என்றார் டாக்டர் கேட்டார்.

"அதுதான் இப்போது நாம் தீர்க்க வேண்டிய பிரச்சினை" என்றார் ஷெர்லாக் ஹோம்ஸ். மேலும் "உங்களுக்கு நினைவிருக்கிறதா, இன்ஸ்பெக்டர் மார்ட்டின்! வேலையாட்கள் தங்களுடைய அறையைவிட்டு வெளியே வந்ததும், பவுடர் வாசனையை உணர்ந்ததாகச் சொன்னபோது, அந்த விஷயம் மிகவும் முக்கியமானது என்று நான் குறிப்பிட்டேன்?"

"ஆமாம். அப்போது நீங்கள் சொன்னதின் அர்த்தம் எனக்குப் புரியவில்லை என்பதை ஒப்புக்கொள்கிறேன்."

"துப்பாக்கிச் சூடு நடந்தபோது அறையின் ஜன்னலும் கதவும் திறந்திருந்ததாக இருக்க வேண்டும். இல்லாவிட்டால் தூள் புகையை இவ்வளவு வேகமாக வீட்டினுள் வீசி யிருக்க முடியாது. அதற்கு அறையின் எல்லாக் கதவுகளும்

திறந்திருக்க வேண்டும். அதே சமயம், கதவும் ஜன்னல்களும் சிறிது நேரம் மட்டுமே திறந்திருந்தன என்பது நிச்சயம்."

"அதை எப்படிச் சொல்கிறீர்கள்?"

"ஏனெனில் மெழுகுவர்த்தி உருகி அணையவில்லை. காற்றில் அணைந்திருக்கிறது."

"அற்புதம்." இன்ஸ்பெக்டர் பாராட்டினார்.

"சம்பவம் நடந்த நேரத்தில் ஜன்னல் திறந்திருந்ததை உறுதி செய்த நான், இந்த விவகாரத்தில் மூன்றாவது நபர் இருந்திருக்கலாம் என்று கருதினேன். அவன் இந்தத் திறப்புக்கு வெளியே இருக்கும் கார்டன் வழியாகச் சுட்டிருக்க வேண்டும். அந்த நபர் தாக்குதல் நடத்தும்போது புல்லட் குறி ஏற்பட்டிருக்கிறது."

"ஆனால் எப்படி ஜன்னல் உள்பக்கம் அடைக்கப்பட்டிருந்தது?"

"ஒரு சம்பவம் நடக்கும்போது ஒரு பெண் தன்னைக் காத்துக்கொள்ள முதல் உள்ளுணர்வாக ஜன்னலை அடைத்திருப்பாள். ஆனால் இது என்ன?" என்று ஹோம்ஸ் கேட்டார்.

ஒரு பெண்ணின் கைப்பை படிக்கும் மேசையில் இருந்தது. வெள்ளி நிறத்தில் முதலை தோலில் ஒரு சிறிய கைப்பை. ஹோம்ஸ் அதைத் திறந்து பார்த்தபோது, அதில் பேங்க் ஆஃப் இங்கிலாந்தின் இருபது ஐம்பது பவுண்டு நோட்டுகள் இந்தியா-ரப்பர் பேண்ட் மூலமாகக் கட்டப்பட்டிருந்து.

"இதைப் பாதுகாப்பாக வையுங்கள். இது விசாரணைக்கு உதவும் என்று கூறிய ஹோம்ஸ், அதன் உள்ளடக்கங்களைக் கொண்ட பையை ஆய்வாளரிடம் கொடுத்தார். இந்த மூன்றாவது தோட்டாவை நாம் இன்னும் முழுமையாக விசாரிக்க வேண்டும். இது கண்டிப்பாகத் தோட்டத்திலிருந்து அறையை நோக்கிச் சுடப்பட்டுள்ள சமையல் பெண்ணான திருமதி. கிங்யை நான் மீண்டும் பார்க்க விரும்புகிறேன்.... மிஸஸ் கிங்! நீங்கள் ஒரு பெரிய வெடிச்சத்தத்தால் எழுந்தீர்கள் என்று சொன்னீர்கள். அப்போது. ரெண்டாவது சத்தம் உங்களுக்குக் கேட்டதா?"

"அந்தச் சத்தம் என்னைத் தூக்கத்திலிருந்து எழுப்பியது, எனவே என்னால் சரியாகக் கூற முடியவில்லை. ஆனால் அது மிகவும் சத்தமாகத் தெரிந்தது."

"கிட்டத்தட்ட ஒரே நொடியில் இரண்டு ஷாட்கள் சுடப்பட்டிருக்கலாம் என்று நீங்கள் நினைக்கவில்லையா?"

"என்னால் உறுதியாகச் சொல்ல முடியவில்லை." என்றாள்.

"சந்தேகத்திற்கு இடமின்றி அப்படித்தான் இருந்திருக்க வேண்டும் என்று நான் நினைக்கிறேன், இன்ஸ்பெக்டர் மார்ட்டின். இந்த அறையில் நமக்குக் கிடைக்க வேண்டிய பதில்கள் கிடைத்துவிட்டது. என்னுடன் நீங்கள் வெளியே இருக்கும் கார்டனுக்கு வந்தால், அங்கு புதிய ஆதாரங்கள் கிடைக்கிறதா என்பதைப் பார்ப்போம்," என்றார்.

நாங்கள் ஆய்வு செய்ய சென்ற தோட்டத்தில் ஒரு மலர்ப் படுக்கை விரிந்திருந்தது. அதை நெருங்கும்போது நாங்கள் அனைவரும் ஆச்சரியத்தில் மூழ்கினோம். பூக்கள் மிதிக்கப்பட்டன. மென்மையான மண் கால் அடையாளங்களால் பதிக்கப்பட்டன. ஒரு ஆணின் பாதங்கள் என்று சொல்லும் அளவிற்கு நீண்ட கூர்மையான கால்விரல்களுடன் பதிந்து இருந்தன. ஹோம்ஸ் புல், இலைகளுக்கு நடுவே ஆய்வு செய்தார். பின்னர், திருப்தியுடன் எதோ கண்டுபிடித்ததுபோல் எங்களைப் பார்த்தார்.

"இப்படித்தான் இருக்க வேண்டும் என நினைத்தேன்; ரிவால்வரில் ஒரு எஜெக்டர் இருந்திருக்கிறது. மூன்றாவது தோட்டா இங்கிருந்து சுடப்பட்டத்திற்கான அடையாளம். இன்ஸ்பெக்டர் மார்ட்டின், இந்த வழக்கு கிட்டத்தட்ட முடிந்துவிட்டது என்று நான் நினைக்கிறேன்" என்று ஹோம்ஸ் கூறினார்.

ஹோம்ஸின் விசாரணையில் விரைவாகவும், திறமையாகவும் செயல்பட்டு ஒவ்வொரு தகவலாகச் சொல்லுவதைக் கேட்டு ஆய்வாளரின் முகம் தீவிர ஆச்சரியம் அடைந்தது. முதலில் தனது சொந்த நிலைப்பாட்டை நிலைநிறுத்த முயற்சித்தவர், இப்போது ஹோம்ஸ் எது சொன்னாலும் கேள்வியின்றி பின்பற்றத் தயாராக இருந்தார்.

"உங்களுக்கு யார்மீது சந்தேகம்?" இன்ஸ்பெக்டர் கேட்டார்.

"நான் அதைப் பற்றிச் செல்கிறேன். அதை என்னால் உங்களுக்கு விளக்க முடியவில்லை. இந்தச் சிக்கலில் பல புள்ளிகள் உள்ளன. இப்போது நான் என் சொந்த வழியில் விசாரணையை முடித்து முழுமையான விவரத்தைத் தெரிந்துகொண்ட பிறகு உங்களுக்கு முழு விஷயத்தையும் தெளிவுபடுத்திவிடுகிறேன்."

"உங்கள் விரும்பியபடி, ஹோம்ஸ். எங்களுக்குக் குற்றவாளி கிடைத்தால் போதும்." என்றார்.

"எனது பாதி விளக்கத்தால் மேலும் மர்மங்களை உருவாக்க விருப்பமில்லை. ஆனால் சிக்கலான கோட்பாட்டுடன் நடவடிக்கையில் இறங்குவது சாத்தியமற்றது. இந்த வழக்கைப் பொருத்தவரை எல்லாத் தகவல்களும் என் கையில் உள்ளன. இந்தப் பெண்மணிக்குச் சுயநினைவு வரவில்லையென்றாலும், நேற்றிரவு நடந்த சம்பவங்களைக் கொண்டு என்னால் மர்மத்தை விளக்க முடியும் என்று நம்புகிறேன். முதலில் இந்தச் சுற்றுப்புறத்தில் "எல்ரிஜ்ஸ்?" என்று அழைக்கப்படும் இடம் ஏதாவது இருக்கிறதா என்பதை அறிய விரும்புகிறேன்."

வேலையாட்களிடம் விசாரித்தபோது, அவர்கள் யாரும் அத்தகைய இடத்தைப் பற்றி கேள்விப்பட்டதில்லை என்றனர். கிழக்கு ரஸ்டன் திசையில் சில மைல்கள் தொலைவில் அந்தப் பெயர் கொண்ட பண்ணை இடத்தில் ஒரு விவசாயி வசிப்பதாக ஸ்டேபிள்–பையன் நினைவுகூர்ந்து கூறினான்.

"அது தனி பண்ணையா?"

"மிகவும் தனிமையான பண்ணை சார்."

"அப்படியென்றால் இரவில் இங்கு நடந்த அனைத்தையும் அவர்கள் கேள்விப்பட்டிருக்க மாட்டார்கள் இல்லையா?"

"இருக்காது சார்." என்றான் அந்தப் பையன்.

ஹோம்ஸ் சிறிது யோசித்தார். பின்னர் அவரது முகத்தில் ஒரு ஆர்வமான புன்னகை விளையாடியது.

தமிழில் : குகன்

"உன் குதிரையில் சென்று நான் கொடுக்கும் குறிப்பை எல்ரிஜின் பண்ணையில் இருப்பவனிடம் கொடுக்க வேண்டும்." என்றார்.

அவர் தனது பாக்கெட்டிலிருந்து நடனமாடும் மனிதர்களின் பல்வேறு சீட்டுகளை எடுத்தார். இவற்றை முன் வைத்துக்கொண்டு, அவர் சிறிது நேரம் மேஜையில் பணிபுரிந்தார். இறுதியாக, அவர் சிறுவரிடம் ஒரு குறிப்பைக் கொடுத்தார். அதைக் குறிப்பிட்ட நபரின் கைகளில் கொடுக்கவும், குறிப்பாக அவரிடம் கேட்கப்படும் எந்த வகையான கேள்விகளுக்கும் பதிலளிக்கக் கூடாது என்று கூறினார். ஹோம்ஸின் வழக்கமான துல்லியமான எழுத்துகள் போல் இல்லாமல், தடுமாறி, ஒழுங்கற்ற எழுத்துகளால் குறிப்பிடப்பட்டிருந்ததைக் குறிப்பின் வெளிப்புறத்தைப் பார்த்தேன். அதில் முகவரியாக 'திரு அபே ஸ்லேனி, எல்ரிஜிஸ் ஃபார்ம், ஈஸ்ட் ரஸ்டன், நோர்ஃபோக்' என்று குறிப்பிடப்பட்டிருந்தது.

"இன்ஸ்பெக்டர்! என் கணிப்பு சரியாக இருந்தால், நீங்கள் ஒரு எஸ்கார்ட்டிற்குத் தந்தி அனுப்புவது நல்லது. ஏனென்றால், நாம் சந்திக்கவிருக்கும் குற்றவாளி மிகவும் ஆபத்தானவன். என் குறிப்பை எடுத்துச் செல்லும் சிறுவன் வருவதற்குள், நீங்கள் தந்தியை அனுப்பிவிடலாம். வாட்சன்! ஊருக்கு மதியம் ரயில் இருந்தால், நாம் அதில் செல்வது நல்லது என்று நினைக்கிறேன். எனக்குச் சில இரசாயனங்களைப் பற்றி ஆய்வு செய்ய வேண்டும், மேலும் இந்த விசாரணை முடிவடைந்துவிட்டது," என்று ஹோம்ஸ் கூறினார்.

சிறுவன் குறிப்புகள் எடுத்துச் சென்றதும், ஷெர்லாக் ஹோம்ஸ் வேலையாட்களுக்குத் தனது அறிவுரைகளை வழங்கினார். திருமதி.ஹில்டன் க்யூபிட்டைத் தேடி வரும் நபரிடம் அவளின் உடல்நிலையைக் குறித்து எந்தத் தகவலும் தெரிவிக்கப்படக் கூடாது என்றார். ஆனால் அவள் எந்த அறைக்குள் இருக்கிறார் என்பதைக் காட்ட வேண்டுமென்று கூறினார். ஹோம்ஸ் கூறுவதை வேலையாட்கள் ஆர்வத்துடன் கவனித்தனர். இப்போதைக்கு

நமக்கான வேலை எதுவுமில்லை என்றும், தகவல் கொடுத்துச் சிறுவன் வரும்வரை காத்திருக்க வேண்டும் என்றார். டாக்டர் திருமதி. ஹில்டன் க்யூபிட்டைக் கவனிக்கச் செல்ல, நானும் இன்ஸ்பெக்டரும் மட்டும் ஹோம்ஸுடம் இருந்தோம்.

“ஒரு மணிநேரத்தைச் சுவாரஸ்யமாகக் கடக்க நான் உங்களுக்கு உதவுகிறேன்” என்று ஹோம்ஸ் தனது நாற்காலியை இழுத்து, நடனமாடும் மனித எழுத்துகள் பதிவுசெய்யப்பட்ட பல்வேறு காகிதங்களை மேசைக்கு மேல் விரித்தார். ”வாட்சன்! இவ்வளவு நேரம் உங்கள் ஆர்வத்தை அடக்கி வைத்துத் திருப்தியடையாமல் இருக்கிறீர்கள் என்பதை நான் அறிவேன். இருந்தாலும் அதற்கு முன்பு இன்ஸ்பெக்டரிடம் பேக்கர் தெருவில் ஹில்டன் க்யூபிட் நம்மிடம் கூறியதையும், அதற்கான ஆலோசனைக் கேட்டதையும் சொல்லிவிடுகிறேன். அப்போதுதான், நான் கூறவிருக்கும் பல பதிவுகளைப் பற்றி உங்கள் இருவருக்கும் விளக்கும்போது பல உண்மைகள் தெரியும்,” என்றார்.

“இவ்வளவு பயங்கரமான சோகத்தின் முன்னோட்டம் நம் முன்னால் உள்ளது. நான் அனைத்து வகையான இரகசிய எழுத்துகளையும் நன்கு அறிந்திருக்கிறேன். மேலும் நான் இதுவரை நூற்று அறுபது தனித்தனி மறைக்குறியீடுகளைப் பகுப்பாய்வு செய்திருக்கிறேன். ஒரு சிறிய மோனோகிராஃபின் ஆசிரியராக இருக்கிறேன்; ஆனால் இந்த வகையான நடன எழுத்துகள் எனக்கு முற்றிலும் புதியது என்று ஒப்புக்கொள்கிறேன். இந்த ஓவிய எழுத்துகளில் ஒரு செய்தி வெளிப்படுகின்றன என்பதை மறைத்து, அவை குழந்தைகளின் தற்செயலான ஓவியங்கள்போல் கருத்தை வழங்குவதே இதை உருவாக்கியவர்களின் நோக்கம்.

எவ்வாறாக இருந்தாலும், இது குறியீடுகள் என்றும் எழுத்துகள் என்றும் கண்டுபிடித்த பிறகு, எல்லா வகையான ரகசிய எழுத்துகளிலும் நம்மை வழிநடத்தும் விதிகளைப் பயன்படுத்தினால், இதைத் தீர்ப்பது மிகவும் எளிதானது. எனக்குச் கொடுக்கப்பட்ட முதல் குறிப்புகளில் குறைவான வரைபடங்கள் இருந்தன. அதை வைத்து என்னால் ஒன்றும் செய்ய இயலாது

E

அதான் எனக்கு முன்னதாக நின்றது. ஆங்கில எழுத்துகளில் E என்பது மிகவும் பொதுவான எழுத்து. ஒரு சிறிய வாக்கியத்தில்கூட அதை அடிக்கடி கண்டுபிடிக்க எதிர்பார்க்கும் அளவிற்கு அது முதன்மையாக உள்ளது. முதல் செய்தியில் உள்ள பதினைந்து எழுத்துகளில் நான்கும் ஒரே மாதிரியானவையாக இருந்தது. எனவே இதை E என அமைத்துக்கொள்வது நியாயமாக இருந்தன. இன்னும் சில இடங்களில் ஒரு எழுத்து கொடியைத் தாங்கியவாரு இருந்து. அவை வாக்கியத்தைப் பிரிப்பதற்காகக் கடைசியாக பயன்படுத்தப்பட்டது என்று ஏற்றுக்கொண்டேன். அதனால், அந்த வடிவ எழுத்து E–ஆக பிரதிநிதித்துவப்படுத்துகிறது என்று குறிப்பிட்டேன்.

E

ஆனால் என்னுடைய விசாரணையின் உண்மையான சிரமம் இனிமேல்தான் வந்தது. ணி க்குப் பின் வரும் ஆங்கில எழுத்துகளின் வரிசையில் எந்த வகையான எழுத்து வரும் என்று சரியாகக் குறிப்புகள் இல்லை. மேலும் தவறாகப் பொருத்தப்படும் எந்தவொரு எழுத்தும் சிறிய வாக்கியத்தை மாற்றியமைக்கப்படலாம். தோராயமாக யோசித்தால் T, A, O, I, N, S, H, R, D, L ஆகிய எழுத்துகள்அதிகமாக பயன்படுத்தப்படும் எழுத்துகள் என்று சொல்லலாம். இதில், T, A, O, I போன்ற எழுத்துகள் ஒரே வாக்கியத்தில் இடம் பெறக்கூடியது என்பதை கவனித்தேன். இதை வைத்து முழுமையான பணியைச் செய்ய முடியாது என்பதால், அடுத்த நடன மனித எழுத்துக் குறிப்புகளுக்காகக் காத்திருந்தேன். திரு ஹில்டன் க்யூபிட்டுடனான எனது இரண்டாவது நேர்காணலில் அவர் எனக்கு இரண்டு வார்த்தைகள் கொண்ட ஒரு செய்தியைக் கொடுத்தார். அதில், ஒரு வார்த்தையாகக் கொடி சின்னம் இருந்தன. இப்போது, ஒற்றை வார்த்தையில் எழுத்துகள் கொண்ட ஒரு வார்த்தையில் இரண்டு E–க்கள் வரும் இரண்டாவது மற்றும் நான்காவது இடத்தில் இருந்தது. அப்படியென்றால் "SEVER" அல்லது "LEVER" அல்லது "NEVER" இருக்கலாம். மேற்குறிப்பிட்ட விஷயத்தை வைத்து ஆராயும்போது, இது ஒரு கேள்விக்கான பதிலாக இருக்கும்

என்று தோன்றியது. அப்படியென்றால், சந்தேகமில்லாமல் இது அந்தப் பெண்ணால் எழுதப்பட்ட பதில் என்பதைச் சூழ்நிலைகள் சுட்டிக்காட்டியது. அதைச் சரியென்று ஏற்றுக்கொள்ளும் போது மற்ற நடன மனித எழுத்துகளுக்கு ஆங்கில எழுத்து என்னவென்பது சொல்ல முடிகிறது.

NVR. முறையே N, V, R–யைக் குறிக்கிறது.

இப்போதுகூட மற்ற எழுத்துகளைக் கண்டுபிடிப்பதில் சிரமத்தில் இருந்தேன். ஆனால் இதுபோன்ற பல கடிதங்கள் ஆய்வுக்குக் கொடுக்கப்பட்டது. இந்தக் கடிதங்களை வைத்துப் பார்க்கும்போது அந்தப் பெண்மணியுடன் அவரது ஆரம்பக்கால வாழ்க்கையில் நெருக்கமாக இருந்த ஒருவரிடமிருந்து வந்திருக்க வேண்டுமென்று புரிந்தது. மூன்று எழுத்துகளுடன் இரண்டு E–ஐக் கொண்ட ஒரு கலவையானது "ELSIE" என்ற பெயரைக் குறிக்கலாம் என்று எனக்குத் தோன்றியது. அத்தகைய ஆய்வில் கலவையானது மூன்று முறை திரும்பத் திரும்பச் சொல்லப்பட்ட செய்தி மூலம் முடிவு செய்ய முடிந்தது. இது நிச்சயமாக அந்த நபர் "ELSIE"–க்கு ஒரு வேண்டுகோள் வைக்கிறார். இந்த வழியில் நான் 'L, S, I' பெற்றேன். ஆனால் அது என்ன வேண்டுகோளாக இருக்க முடியும்? "ELSIE"–க்கு முந்தைய வார்த்தையில் நான்கு எழுத்துகள் மட்டுமே இருந்தன, அது E–இல் முடிந்தது. நிச்சயமாக வார்த்தை "COME" ஆக இருக்க வேண்டும். E–இல் முடிவடையும் மற்ற நான்கு எழுத்துகளைப் பொருத்திப் பார்த்ததில் எந்தப் பொருளும் கிடைக்கவில்லை. அதனால் இப்போது நான் C, O, M எனக் கண்டுபிடித்தேன். மீண்டும் முதல் செய்தியில் இந்த எழுத்துகளைப் பொருத்தி அறியப்படாத மற்ற எழுத்துகளுக்கு ஏதாவது துப்பு கிடைக்குமா என்ற நிலையில் இருந்தேன். அப்படியே முயற்சித்தேன்.

_ M _ ERE __ E SL _ NE _

"இப்போது, முதல் எழுத்து A ஆக மட்டுமே இருக்க முடியும். ஏனெனில் இந்தச் சிறிய வாக்கியத்திற்கு அது மட்டுமே பொருள்தரக் கூடியதாக இருந்தது. மேலும் பி இரண்டாவது வார்த்தையிலும் தெளிவாக அர்த்தத்தைக் கொடுத்தது. அப்படியென்றால்...

AM HERE __ E SL _ NE _

இப்போது, வெளிப்படையான காலியிடங்களை நிரப்பினால் அதுவே போதுமானதாக இருந்தது. இது கண்டிப்பாக ஒருவரின் பெயராக இருக்க வேண்டும். அப்படியென்றால்...

AM HERE ABE SLANEY

இப்போது என்னிடம் பல கடிதங்கள் உள்ளன. இந்த வழியில் வேலை செய்த இரண்டாவது செய்திக்குக் கணிசமான நம்பிக்கையுடன் தொடர முடிந்தது:

A_ ELRI _ ES

இங்கே காணாமல் போன எழுத்துகளுக்கு T, G–யைப் பொருத்திப் பார்க்கும்போது, அந்தப் பெயர் வாக்கியம் கண்டிப்பாக ஏதோ ஒரு வீடு அல்லது விடுதியின் பெயரையோ குறிக்கிறது என்பதை மட்டும் என்னால் புரிந்து கொள்ள முடிந்தது.

இன்ஸ்பெக்டர் மார்ட்டினும், நானும் மிகுந்த ஆர்வத்துடன் எனது நண்பர் எவ்வாறு வழக்கின் முடிவுகளைக் கண்டுபிடித்தார் என்பதைப் பற்றிய முழுமையான விளக்கத்தைக் கேட்டோம். இது எங்களின் பல கேள்விகளுக்கு முழுமையாகப் பதிலளித்தது.

"பிரமாதம் ஹோம்ஸ்! பிறகு என்ன செய்தீர்கள்?" என்று இன்ஸ்பெக்டர் கேட்டார்.

இந்த 'அபே ஸ்லானி' ஒரு அமெரிக்கர் என்று சொல்வதற்கு எனக்கு எல்லாக் காரணங்களும் இருந்தது. ஏனெனில், 'அபே' என்பது ஒரு அமெரிக்கச் சுருக்கம். மேலும், அமெரிக்காவிலிருந்து வந்த ஒரு கடிதம் எல்லாப் பிரச்சினைகளுக்கும் தொடக்கப் புள்ளியாக இருந்தது. இந்த விஷயத்தில் ஏதோ கிரிமினல் ரகசியம் இருப்பதாக நான் நினைத்தேன். அந்தப் பெண்மணியின் கடந்த காலத்தைப் பற்றிய குறிப்புகள், தன் கணவனின் நம்பிக்கையைக் கெடுத்துவிடுமோ என்ற அச்சத்தின் திசையைச் சுட்டிக்காட்டியது. அதனால், நியூயார்க் காவல் பணியகத்தில் பணிபுரியும் எனது நண்பர் வில்சனிடம் அபே ஸ்லேனியைப் பற்றிய குறிப்புகள் கேட்டுத் தந்தி அனுப்பினேன். இதோ

அவருடைய பதில்: "சிகாகோவின் மிகவும் ஆபத்தான குற்றவாளி." எனக்குப் பதில் கிடைத்த மாலையில், ஹில்டன் க்யூபிட் எனக்கு ஸ்லேனியிடம் வந்த கடைசி செய்தியை அனுப்பினார். அந்த நடன மனித எழுத்துகளுடன் நான் ஆங்கில எழுத்துகளைப் பொருத்திப் பார்த்தேன்.

ELSIE _RE_ARE TO MEET THY GO_

நான் P, D–யைச் சேர்த்து அந்தச் செய்தியை நிறைவுசெய்தேன். இது அந்த அயோக்கியன் வற்புறுத்தலிலிருந்து அச்சுறுத்தத் தொடங்கிவிட்டான் என்பதைக் காட்டியது. மேலும் சிகாகோவிலிருந்து அவனைப் பற்றி வந்த தந்தியைப் பார்த்ததும், நான் விரைவாகச் செயல்பட வேண்டும் என்று காட்டியது. நான் உடனடியாக என் நண்பர் டாக்டர் வாட்சனுடன் நார்ஃபோக்கிற்கு வந்தேன். ஆனால் துரதிர்ஷ்டவசமாக, மோசமான நிகழ்வு ஏற்கெனவே நடந்துவிட்டது.

"இந்த வழக்கில் உங்களோடு பணியாற்றியது என் பாக்கியம்" என்று இன்ஸ்பெக்டர் மார்ட்டின் கூறினார். "நான் உங்களிடம் வெளிப்படையாகப் பேசியதற்கு என்னை மன்னிப்பீர்களா? நீங்கள் யாருக்கும் பதிலளிக்க வேண்டியதில்லை. ஆனால் நான் என் மேலதிகாரிகளுக்குப் பதிலளிக்க வேண்டும். எல்ரிஜில் வசிக்கும் குற்றவாளி அபே ஸ்லேனி தப்பிச் சென்றால், இங்கு நான் அமைதியாக அமர்ந்திருந்ததற்குச் சிக்கலில் சிக்க வேண்டிய வரும்."

"நீங்கள் பதற்றமடைய வேண்டாம். அவன் எங்கும் தப்பிக்க மாட்டான்."

"உங்களுக்கு எப்படித் தெரியும்?"

"அவன் எந்த நிமிடமும் இங்கு வரலாம் என்பதை நான் எதிர்பார்க்கிறேன்."

"ஆனால் அவன் ஏன் வர வேண்டும்?"

"அவனை இங்கு வரச்சொல்லி நான் செய்தியை அனுப்பியிருக்கிறேன்."

"இதை என்னால் நம்ப முடியவில்லை, ஹோம்ஸ்! நீங்கள் எழுதியதை நம்பி அவன் ஏன் வர வேண்டும்?

உங்கள் கடிதம் அவனுக்குச் சந்தேகத்தை ஏற்படுத்தி தப்பிக்கச் செய்துவிட்டால் என்ன செய்வது?"

"அவனுக்குச் சந்தேகம் வராதபடி கடிதத்தை எப்படி வடிவமைக்க வேண்டும் என்று தெரிந்துதான் எழுதி அனுப்பி யிருக்கிறேன். நீங்கள் தவறாக நினைக்கவில்லை என்றால், அந்த மனிதர் வந்து கொண்டு இருக்கிறார்," என்று ஷெர்லாக் ஹோம்ஸ் கூறினார்.

வாசலுக்குச் செல்லும் பாதையில் ஒரு மனிதன் வந்து கொண்டிருந்தான். அவன் பார்ப்பதற்கு உயரமான, அழகான, துணிச்சலான முக பாவத்தோடு இருந்தான். சாம்பல்நிற ஃபிளானல் உடையில், பனாமா தொப்பி, ஒரு கறுப்புத் தாடி, ஆக்ரோஷமான மூக்குடன் காணப்பட்டான். அவனது நடை சத்தத்தில் தனது சொந்த வீட்டில் நடப்பதுபோன்ற திமிர் தெரிந்தது.

"மிகவும் கவனம் தேவை. நாம் அனைவரும் கதவுக்குப் பின்னால் மறைந்துகொள்வது நல்லது. நாம் மிகவும் மோசமான மனிதனை எதிர்கொள்ளவிருக்கிறோம். அதனால், எல்லா முன்னெச்சரிக்கை நடவடிக்கையும் அவசியம். இன்ஸ்பெக்டர்! உங்கள் கைவிலங்கைத் தயாராக வைத்திருங்கள்."

நாங்கள் ஒரு நிமிடம் மௌனமாகக் காத்திருந்தோம். கதவு திறக்கப்பட்டது, அந்த நபர் உள்ளே நுழைந்தார். ஒரு நொடியில் ஹோம்ஸ் ஒரு கைத்துப்பாக்கியை அவனது தலையில் வைத்தார். மார்ட்டின் கைவிலங்குகளை அவரது மணிக்கட்டில் மாட்டினார். இது அனைத்தும் மிக விரைவாகவும் சாதுர்யமாகவும் செய்யப்பட்டது. தான் கைது செய்யப்படுவதை முன்பே அறியப்படாமல் உதவியற்றவனாக இருந்தான் அவன். தனது உண்மை நிலையைப் புரிந்து கசப்பான சிரிப்பை உதிர்த்தான்.

"புரிந்தது ஜென்டில்மென்! என்னைப் பிடிப்பதற்காக நீங்கள் பொறி வைத்திருக்கிறீர்கள். ஆனால் எல்சியிடமிருந்து வந்த கடிதத்தால்தான் நான் இங்கு வந்தேன். இந்தப் பொறியை வைத்ததற்குப் பின்னால் அவள் உதவி செய்தாள் என்று மட்டும் சொல்லிவிடாதீர்கள்?" என்றான்.

"திருமதி ஹில்டன் க்யூபிட் பலத்த காயம் அடைந்து, மரணத்தின் வாசலில் இருக்கிறார்."

அந்த நபருடைய துக்கத்தின் அழுகை வீடு முழுவதும் ஒலித்தது.

"உங்களுக்குப் பைத்தியமா? நான் அவனைத்தான் சுட்டேன். எல்சியை அல்ல. எல்சியைக் காயப்படுத்தியவர்கள் யார்? நான் அவளை மிரட்டியிருக்கலாம். அவளுக்குத் தீங்கு செய்ய வேண்டும் என்று நான் நினைத்ததில்லை. நீங்கள் சொன்னது பொய் என்று சொல்லுங்கள். அவளுக்குக் காயமில்லை என்று சொல்லுங்கள்!" என்று கெஞ்சினான்.

"இறந்த கணவரின் பக்கத்தில் அவள் மோசமான நிலையில் காணப்பட்டாள்."

அவன் ஆழ்ந்த புலம்பலுடன் தனது கைகளில் முகத்தைப் புதைத்தான். ஐந்து நிமிடம் அமைதியாக இருந்தான். பிறகு மீண்டும் ஒரு முறை முகத்தை உயர்த்தி, விரக்தியுடன் பேசினான்.

"உங்களிடம் மறைக்க என்னிடம் எதுவுமில்லை. அந்த மனிதனை நோக்கிச் சுட்டதால், நான் பதிலுக்குச் சுட்டேன். இது கொலை அல்ல. ஆனால் நான் அந்தப் பெண்ணைக் காயப்படுத்தியதாக நீங்கள் நினைத்தால், என்னையோ அல்லது அவளையோ உங்களுக்குத் தெரியாது என்று நினைக்கிறேன். இந்த உலகில் என்னைவிட எல்சியை யாராலும் நேசித்திருக்க முடியாது. அவள்மீது எனக்கு உரிமை இருக்கிறது. அவள் பல ஆண்டுகளுக்கு முன்பு என்னிடம் உறுதியளித்தாள். இந்த ஆங்கிலேயர் எங்கள் வாழ்க்கையில் வரும்வரை அவள்மீது உரிமை இருந்தது. நான் என் உரிமையை மீண்டும் கோருவதற்காக வந்தேன்."

"நீ எப்படிப்பட்ட மனிதன் என்று தெரிந்துதான் அவள் உன்னைவிட்டுப் பிரிந்திருக்கிறாள்." ஹோம்ஸ் கடுமையாகக் கூறினார். "உன்னைத் தவிர்க்க அமெரிக்காவை விட்டு, இங்கிலாந்தில் ஒரு மரியாதைக்குரிய மனிதரை மணந்தாள். நீ அவளைப் பின்தொடர்ந்து அவளைப் பயத்தில் வாழ வைத்து, அவள் நேசிக்கும் கணவனைக் கைவிட மிரட்டி அவளுடைய வாழ்க்கையைத் துன்பமாக்கினாய். ஒரு நல்ல மனிதனைக்

கொன்று, அவனுடைய மனைவியைத் தற்கொலைக்குத் தள்ளிவிட்டாய். உன் கோரமான நடவடிக்கையால் நிகழ்ந்த சாதனை இதுதான், மிஸ்டர் அபே ஸ்லேனி. இதற்கு நீங்கள் சட்டத்தின் முன் பதிலளிப்பீர்கள்" என்றார்.

"எல்சி இறந்துவிட்டால், எனக்கு என்ன ஆனாலும் கவலையில்லை." என்று அமெரிக்கர் கூறினார். அவன் தன் கைகளில் சுருங்கியிருந்த குறிப்பைப் பார்த்தான். "இங்கே பார், மிஸ்டர்" என்று அவன் கண்களில் சந்தேகத்தின் பிரகாசத்துடன், "நீங்கள் என்னை பயமுறுத்த முயற்சிக்கவில்லை, இல்லையா? நீங்கள் சொல்லுவதுபோல் எல்சிக்குக் காயம் ஏற்பட்டால், இந்தக் குறிப்பை எழுதியவர் யார்?" என்று அவன் மேசையில் அந்தக் குறிப்பை எறிந்தான்.

"உன்னை இங்கு வரவழைக்க நான் எழுதினேன்."

"நீங்கள் எழுதியதா? நடனமாடும் மனிதர்களின் ரகசியத்தை எங்களைத் தவிர அறிந்தவர்கள் இந்தப் பூமியில் யாரும் இல்லையே. எப்படி எழுதினீர்கள்?"

"ஒரு மனிதன் எதைக் கண்டுபிடிக்க முடியுமோ, அதை இன்னொருவனும் கண்டுபிடிக்க முடியும்" என்றார் ஹோம்ஸ். "உன்னை நார்விச்சிற்கு அழைத்துச் செல்ல ஒரு வண்டி வருகிறது, மிஸ்டர் ஸ்லேனி. ஆனால் இதற்கிடையில், நீங்கள் செய்த காரியத்திற்குச் சில பரிகாரம் இருக்கிறது. முதலில் திருமதி ஹில்டன் க்யூபிட் தனது கணவரின் கொலையில் சந்தேகத்திற்கு உள்ளாகியுள்ளார் என்பதும், நான் விசாரித்த பிறகு அவளை அந்தக் குற்றச்சாட்டிலிருந்து காப்பாற்றினேன் என்பதும் உனக்குத் தெரியுமா? ஹில்டன் க்யூபிட் சோகமான முடிவுக்கு அவள் எந்த வகையிலும் காரணமில்லை என்பதை இந்த உலகத்துக்கும் தெளிவுபடுத்துவது நீ அவளுக்குச் செய்ய வேண்டிய கடைசி உதவி."

"இனி நான் சிறப்பாகச் செய்ய எதுவுமில்லை." என்று அமெரிக்கர் கூறினார். "முழு உண்மை சொல்லுவதுதான் இந்த வழக்குக்கு உதவியாக இருக்கும் என்று நினைக்கிறேன்."

"நீங்கள் கூறுவது உங்களுக்கு எதிராகப் பயன்படுத்தப்படும் என்பதை எச்சரிப்பது என் கடமை" என்று பிரிட்டிஷ் குற்றவியல் சட்டத்தைப் பற்றி இன்ஸ்பெக்டர் கூறினார்.

ஸ்லேனி தோள்களைக் குலுக்கினார்.

"அதற்கான வாய்ப்பைத்தான் உங்களுக்குத் தருகிறேன்." என்றார் அவர். "முதலில், எலிசியைச் சிறுவயதிலிருந்தே அறிவேன் என்பதை நீங்கள் புரிந்துகொள்ள வேண்டும். சிகாகோவில் ஒரு குழுவில் நாங்கள் ஏழு பேர் இருந்தோம். எல்சியின் தந்தை ஜாயின்ட்டின் முதலாளி. அவர் ஒரு புத்திசாலியான மனிதர். அவர்தான் அந்த எழுத்தைக் கண்டுபிடித்தார். பார்ப்பதற்குக் குழந்தையின் வரைப்படம்போல் தெரிந்தாலும், அது எங்களுக்கு மட்டுமே புரியும். எல்சி எங்களுடைய சில வழிகளைக் கற்றுக்கொண்டாள்; ஆனால் அவளால் எங்கள் தொழிலை ஏற்றுக்கொள்ள முடியவில்லை. அவள் நேர்மையாகக் கொஞ்சம் பணம் சம்பாதித்து, எங்களை விட்டு லண்டனுக்குச் சென்றுவிட்டாள். அவள் என்னுடன் நிச்சயதார்த்தம் செய்திருந்தாள். நான் வேறொரு தொழிலைச் செய்திருந்தால், அவள் என்னைத் திருமணம் செய்திருப்பாள் என்று எனக்கு தெரியும்; அவள் அந்த ஆங்கிலேயரைத் திருமணம் செய்த பிறகுதான், அவள் எங்கு இருக்கிறாள் என்பதை என்னால் கண்டுபிடிக்க முடிந்தது. நான் அவளுக்குக் கடிதம் எழுதினேன். ஆனால் பதில் இல்லை. என் கடிதத்திற்கு எந்தப் பயனும் இல்லாததால், என் செய்திகளை அவள் படிக்கக்கூடிய இடத்தில் வைத்தேன்."

"நான் வந்து ஒரு மாதமானது. நான் அந்தப் பண்ணையில் வசித்து வந்தேன். அங்கு எனக்குக் கீழே ஒரு அறை இருந்தது. ஒவ்வொரு இரவும் யாருக்கும் தெரியாமல் உள்ளே, வெளியே சென்று வர முடியும். அதைக் கண்டுபிடிக்கும் புத்திசாலிகள் யாரும் இல்லை. எல்சியை என்னுடன் அழைத்துச் செல்ல என்னால் முடிந்த அனைத்தையும் முயற்சித்தேன். அவள் செய்திகளைப் படித்தாள் என்று எனக்குத் தெரியும். ஒருமுறை அவள் அவற்றின் கீழ் என்னைத் திரும்பிச் செல்லச் சொல்லி எழுதினாள். அதைப் பார்த்ததும் எனக்குக் கோபம் வந்தது. பின்னர், நான் அவளை மிரட்ட ஆரம்பித்தேன். அப்போது அவள் எனக்கு ஒரு கடிதம் அனுப்பினாள். அதில் அவள் என்னை இந்த ஊரைவிட்டுச் செல்ல கெஞ்சினாள். மேலும் அவள் கணவன் மீது ஏதேனும் அவதூறு வந்தால்,

அது அவளுடைய இதயத்தை உடைக்கும் என்று கூறினார். காலையில் மூன்று மணிக்குக் கணவன் தூங்கும்போது கீழே இறங்கி ஜன்னல் வழியாகப் பேசக் கேட்டிருந்தேன். அவள் என்னைச் சமாதானம் செய்ய பணத்தைக் கொடுத்து, இந்த இடத்தைவிட்டு வெளியேற முயன்றாள். இது எனக்குப் பைத்தியம் பிடித்ததுப்போல் இருந்தது. நான் அவள் கையைப் பிடித்து ஜன்னல் வழியாக இழுக்க முயன்றேன். அந்த நேரத்தில் விழித்த அவளது கணவர் கையில் ரிவால்வருடன் எல்சி தரையில் விழுந்துவிட்டார். நாங்கள் நேருக்கு நேர் பார்த்தோம். நானும் குதிகால் தள்ளப்பட்டேன். அவனைப் பயமுறுத்துவதற்காகவும், நான் தப்பிப்பதற்காகவும் என் துப்பாக்கியை உயர்த்தினேன். அவன் தனது துப்பாக்கியால் என்னை நோக்கிச் சுட்டான். நான் தப்பித்தேன். ஆனால் நான் சுடும்போது என் குறி தவறவில்லை. அவன் கீழே விழுந்தான். நான் தோட்டத்தைக் கடந்து சென்றபோது எனக்குப் பின்னால் ஜன்னல் மூடப்பட்டது. இதுதான் நடந்த உண்மை. அந்தச் சிறுவன் ஒரு குறிப்புடன் என்னைப் பார்க்கும்வரை நான் எந்தச் செய்தியையும் கேட்கவில்லை. நான் உணர்ச்சி வசப்பட்டு என்னை நானே உங்களிடம் கைதியாக ஒப்படைக்கச் செய்தேன்.

அமெரிக்கன் பேசிக் கொண்டிருக்கும் போதே ஒரு வண்டி வந்தது. உள்ளே சீருடை அணிந்த இரண்டு போலீசார் வந்தனர். இன்ஸ்பெக்டர் மார்ட்டின் எழுந்து கைதியின் தோளைத் தொட்டார்.

"நாம் போக வேண்டிய நேரம் இது."

"நான் அவளைப் பார்க்கலாமா?"

"இல்லை, அவளுக்கு இன்னும் சுயநினைவு திரும்பவில்லை. மிஸ்டர் ஷெர்லாக் ஹோம்ஸ்! மீண்டும் எனக்கு ஒரு முக்கியமான வழக்கு கிடைத்தால், நீங்கள் என் பக்கத்தில் இருந்தால் என் அதிர்ஷ்டம் என்று நம்புகிறேன்" என்று இன்ஸ்பெக்டர் மார்ட்டின் கூறிச் சென்றார்.

நாங்கள் ஜன்னலில் நின்று வண்டி ஓட்டுவதைப் பார்த்தோம். நான் திரும்பிப் பார்க்கும்போது, கைதி மேஜை மீது வீசிய காகிதத் துண்டு என் கண்ணில் பட்டது. ஹோம்ஸ் அவரை ஏமாற்றிய குறிப்பு அது.

"வாட்சன், அதைப் படிக்க முடியுமா என்று பாருங்கள்." என்று அவர் புன்னகையுடன் கூறினார்.

அதில் எந்த வார்த்தையும் இல்லை. ஆனால் நடனமாடும் மனித எழுத்துகளால் அந்த வாக்கியம் இருந்தது.

COME HERE AT ONCE

"அவன் இதற்குமுன் அனுப்பிய குறியீட்டை வைத்து, நான் "உடனே இங்கு வாருங்கள்" என்று பொருள் தருவது போன்று எழுதினேன்" என்று ஹோம்ஸ் கூறினார். "அந்தப் பெண்மணியைத் தவிர வேறு யாரிடமிருந்தும் வந்திருக்காது என்று நம்பிய அவன், அது எல்சியின் அழைப்பு என்று உறுதியாக நம்பி இங்கு வந்தான். வாட்சன்! நடனமாடும் மனித எழுத்துகள் தீயவர்களின் எழுத்தாக இருந்ததை, நாம் நல்லவர்களாக மாற்றியுள்ளோம். என் வழக்கு சம்பந்தமான உங்கள் நோட் புக் குறிப்புகளுக்கு ஒரு அசாதாரணமான ஒரு வழக்கைக் கொடுத்திருக்கிறேன் என்று நினைக்கிறேன். மூன்று நாற்பது நமது ரயில். நாம் இருவரும் இரவு உணவிற்கு பேக்கர் தெருவுக்குத் திரும்ப வேண்டும் என்று நான் விரும்புகிறேன்."

அமெரிக்கர், அபே ஸ்லேனி, நார்விச்சில் செய்த கொலைக்காக மரண தண்டனை விதிக்கப்பட்டான்; ஆனால் ஹில்டன் க்யூபிட் முதலில் சுட்டார் என்ற உண்மையைக் கருத்தில் கொண்டு அவரது தண்டனை ஆயுள் தண்டனையாக மாற்றப்பட்டது. எல்சி முழுமையாக குணமடைந்துவிட்டதாகக் கேள்விப்பட்டேன். மேலும் அவள் ஹில்டனின் விதவை மனைவியாகவே இருந்து, ஏழைகளுக்கு உதவி செய்து, தனது கணவரின் எஸ்டேட்டை நிர்வாகிப்பதற்காகவே தனது முழு வாழ்க்கையையும் அர்ப்பணித்துள்ளார்.

28. சைக்கிள் ஓட்டுபவரால் விளைந்த சாகசம்

1894 முதல் 1901வரை, திரு ஷெர்லாக் ஹோம்ஸ் மிகவும் பரபரப்பான மனிதராக இருந்தார். அந்த எட்டு ஆண்டுகளில் அவர் கலந்தாலோசிக்காத எந்தப் பொது வழக்குகளும் இல்லை. மேலும் நூற்றுக்கணக்கான தனிப்பட்ட வழக்குகளை அவர் கையாண்டார். அவற்றில் சில மிகவும் சிக்கலான, அசாதாரணமான வழக்குகளின் தீர்வுக்கு, அவர் ஒரு முக்கியமான பங்கு வகித்தார். அதில் பல வெற்றிகள், சில தவிர்க்க முடியாத தோல்விகள் என்று நீண்ட கால உழைப்பின் விளைவாக முழு குறிப்புகளையும் நான் சேகரித்து வைத்திருக்கிறேன். அவற்றில் பலவற்றில் நானே தனிப்பட்ட முறையில் ஈடுபட்டிருந்ததாலும், பொதுமக்களின் முன் வைக்க நான் எதைத் தேர்ந்தெடுக்க வேண்டும் என்பதை அறிவது எளிதான காரியமல்ல. எவ்வாறாயினும், எனது முந்தைய விதிகளின்படி குற்றத்தின் தன்மை, அதைத் தீர்வு கண்ட புத்திசாலித்தனம், ஆர்வம் காட்டக்கூடிய வழக்குகளுக்கு முன்னுரிமை அளிப்பேன். இந்தக் காரணத்திற்காக நான் மிஸ் வயலட் ஸ்மித் பற்றிய வழக்கை உங்களிடம் பகிரப்போகிறேன். அவர் சார்லிங்டனின் தனியாக சைக்கிள் ஓட்டும்போது வெளியான உண்மைகளையும், எதிர்பாராத சோகத்தில் முடிவடைந்த எங்கள் விசாரணையையும் வாசகராக உங்கள் முன் வைக்கிறேன். என் நண்பர் எந்த சக்திக்காகப் புகழ் பெற்றாரோ, அந்த சக்திகளை இதில் பயன்படுத்தக்கூடிய சூழ்நிலைகளை இதில் அனுமதிக்கவில்லை. இருந்தாலும், எனது நீண்ட குற்றப் பதிவுகளில் இந்த வழக்கைப் பற்றிச் சில விவரங்கள் இருந்தன. அது குறித்து சிறுகதையாக உங்களுக்கு விவரிக்கிறேன்.

1895ஆம் ஆண்டிற்கான எனது நோட்டுப் புத்தகத்தைப் பற்றிக் குறிப்பிடுகையில், ஏப்ரல் 23ஆம் தேதி சனிக்கிழமை அன்றுதான் மிஸ் வயலட் ஸ்மித் பற்றி முதலில் கேள்விப்பட்டோம். அவரது வருகை, ஹோம்ஸுக்கு மிகவும் விரும்பத்தகாததாக வரவாக இருந்தது என்பது எனக்கு நினைவிருக்கிறது. ஏனென்றால் அவர் மிகவும் சிக்கலான வேறொரு வழக்கில் மூழ்கியிருந்தார், அது ஜான் வின்சென்ட் ஹார்டன் நன்கு அறியப்பட்ட புகையிலை கோடீஸ்வரருக்கு உட்பட்ட வழக்கு. எல்லாவற்றிற்கும் மேலாகத் துல்லியம், சிந்தனையின் செறிவு ஆகியவற்றை விரும்பும் என் நண்பர், கையில் உள்ள வழக்கிலிருந்து தனது கவனத்தைத் திசை திருப்புவதை விரும்ப மாட்டார். இருந்தாலும், வழக்குடன் வந்த வயலட் ஸ்மித் பார்ப்பதற்கு இளமையாகவும், அழகாகவும் இருந்தால் அவளது கதையைக் கேட்க மறுக்க முடியவில்லை. அவள் மாலையில் பேக்கர் தெருவில் ஆலோசனை பெற வருவதாகக் கோரினார். அந்த இளம் பெண்ணின் கதையைக் கேட்க நாங்கள் மறுத்தால்கூடத் தன் பிரச்சினைக்கு முழுத் தீர்வு கிடைக்கும் வரை அங்கிருந்து செல்லமாட்டார் என்பது போன்றே அவரது உடலின்மொழி இருந்தது. ஆகையால் சோர்வான புன்னகையுடன் ஹோம்ஸ் அழகான அந்தப் பெண்ணிடம் இருக்கையில் அமரக் கூறினார்.

"நீங்கள் என்னைச் சந்திக்க வந்தது ஆரோக்கிய சம்மந்தமாக இருக்க முடியாது. மிகவும் தீவிரமான சைக்கிள் ஓட்டுபவர் ஆற்றல் நிறைந்தவராக இருக்க வேண்டும்." என்று அவர் கூறினார், அவரது கூரிய கண்கள் அவள்மீது பாய்ந்தது.

அவள் தன் கால்களை ஆச்சரியத்துடன் கீழே பார்த்தாள். மிதியின் விளிம்பின் உராய்வு காரணமாக உள்ளங்காலின் பக்கம் சிறிது கரடுமுரடானதைக் கவனித்தேன்.

"ஆமாம், மிஸ்டர் ஹோம்ஸ். நான் தினமும் சைக்கிள் ஓட்டுபவள். இன்று நான் உங்களைச் சந்தித்ததற்கும் அதற்கும் ஒரு தொடர்பு இருக்கிறது" என்றாள்.

என் நண்பர் அந்தப் பெண்ணின் கையுறை அணியாத கையை எடுத்து, ஒரு விஞ்ஞானியைப் போல் கையை ஆராய்ந்தார்.

"என்னை மன்னியுங்கள். இது என் தொழில்" என்று கூறி அவரது கையைக் கீழே வைத்தார். "ஆரம்பத்தில் உங்கள் விரலைப் பார்க்கும்போது நீங்கள் டைப்பிஸ்ட்டாக இருக்கலாம். அதேசமயம் இசைக்கருவி பயன்படுத்துபவர்களுக்கும் விரல்கள் இப்படி மாறும். வாட்சன்! இரண்டு தொழில்களுக்கும் பொதுவான விரல் நுனியை நீங்கள் கவனிக்கிறீர்களா? முகத்தில் ஒரு பொழிவும், ஒளியும் தெரிவதால், நீங்கள் கண்டிப்பாக டைப்பிஸ்ட்டாக இருக்க வாய்ப்பில்லை. நீங்கள் ஒரு இசைக் கலைஞர்."

"ஆம், மிஸ்டர் ஹோம்ஸ். நான் இசையைக் கற்பிப்பவள்."

"உங்கள் நிறத்தைப் பார்த்தால் உள்ளூரில் கற்பிக்கிறேன் என்று நினைக்கிறேன்."

"ஆமாம். ஃபர்ன்ஹாம் அருகே, சர்ரேயில் கற்பிக்கிறேன்."

"அழகான இடம். மிகவும் சுவாரஸ்யமான அழகு நிறைந்தது. வாட்சன்! உங்களுக்கு நினைவிருக்கிறதா! அங்கிருந்த ஆர்ச்சி ஸ்டாம்போர்ட்டிற்கு நாம் சென்றிருக்கிறோம். இப்போது, மிஸ் வயலட், சர்ரேயின் எல்லையில் உள்ள ஃபார்ன்ஹாம்மில் உங்களுக்கு என்ன நேர்ந்தது?"

அந்த இளம் பெண், மிகுந்த தெளிவுடன் அமைதியாகப் பின்வரும் தனது கதையைக் கூறினார்:

"என் அப்பா இறந்துவிட்டார், மிஸ்டர் ஹோம்ஸ். அவரின் பெயர் ஜேம்ஸ் ஸ்மித். அவர் பழைய இம்பீரியல் தியேட்டரில் ஆர்கெஸ்ட்ராவை நடத்தியவர். இருபத்தைந்து ஆண்டுகளுக்கு முன்பு ஆப்பிரிக்காவுக்குச் சென்ற ரால்ப் ஸ்மித் என்ற சித்தப்பாவைத் தவிர எனக்கும், என் அம்மாவுக்கும் இந்த உலகில் உறவில்லை. ஆனால் அவருக்கும், எங்களுக்கும் எந்தத் தொடர்பும் இல்லை. அப்பா இறந்த பிறகு நாங்கள் மிகவும் ஏழ்மையில் இருந்தோம். ஒரு நாள் டைம்ஸ் பத்திரிகையில் நாங்கள் எங்கிருக்கிறோம் என்று விசாரித்து விளம்பரம் வந்தது. யாரோ எங்களுக்குச் செல்வத்தை விட்டுச் சென்றுவிட்டதாக நாங்கள் நினைத்ததால், உற்சாகமாக இருந்தோம். காகிதத்தில் பெயர் கொடுக்கப்பட்டிருந்த வழக்கறிஞரின் முகவரிக்குச் சென்றோம். தென்னாப்பிரிக்காவிலிருந்து வருகைக்காக

வீட்டிற்கு வந்திருந்த திரு. கார்ருதர்ஸ், திரு.வூட்லி ஆகிய இரு மனிதர்களை நாங்கள் அங்கு சந்தித்தோம். எனது சித்தப்பா தங்களின் நண்பர் என்றும், அவர் சில மாதங்களுக்கு முன்பு ஜோகன்ஸ்பர்க்கில் வறுமையின் காரணமாக இறந்துவிட்டார் என்றும், அவர் இறக்கும் தருவாயில் தனது உறவுகளான எங்களைப் பார்த்துக்கொள்ளும்படி அவர்களிடம் கேட்டுக் கொண்டதாகவும் அவர்கள் கூறினார்கள். உயிரோடு இருந்தபோது எங்களைக் கவனிக்காத ரால்ஃப் சித்தப்பா, இறக்கும் தருவாயில் எங்களைப் பார்த்துக்கொள்வதில் மிகவும் கவனமாக இருப்பது எங்களுக்கு விசித்திரமாகத் தோன்றியது; ஆனால் சித்தப்பா தனது சகோதரனின் மரணத்தைப் பற்றிச் சமீபத்தில்தான் கேள்விப்பட்டார் என்றும், அதனால் எங்களைக் கவனித்துக்கொள்ளும் பொறுப்பு அவருக்கு இருப்பதால்தான் தங்களிடம் அப்படிக் கூறியதாக திரு. கார்ருதர்ஸ் விளக்கினார்.

“மன்னிக்கவும். இந்த நேர்காணல் எப்போது நடந்தது?” என்றார் ஹோம்ஸ்.

“கடந்த டிசம்பரில். சரியாக நான்கு மாதங்களுக்கு முன்பு.”

“மேலும் சொல்லுங்கள்.”

“எனக்கு மிஸ்டர் உட்லி மிகவும் கேவலமான நபராகத் தோன்றினார். அவர் எப்போதும் என்னைப் பார்த்துக்கொண்டே இருந்தார். ஒரு கரடுமுரடான வீங்கிய முகம், சிவப்பு மீசை, அவனுடைய தலைமுடி நெற்றியின் கீழ் வரை பூசப்பட்டிருந்தது. அவர் முற்றிலும் வெறுக்கத்தக்க இளைஞனாகக் காணப்பட்டார். இப்படிப்பட்ட நபரிடம் பேசுவதை சிரில் விரும்ப மாட்டார்.” என்றாள்.

“ஓ. உங்கள் காதலன் பெயர் சிரிலா?” என்று ஹோம்ஸ் சிரித்துக்கொண்டே கேட்டார்.

இளம்பெண் முகம் சிவந்து சிரித்தாள்.

“ஆம், மிஸ்டர் ஹோம்ஸ்; அவரின் பெயர் சிரில் மார்டன். எலக்ட்ரிக்கல் இன்ஜினியராக இருக்கிறார். நாங்கள் வரும் கோடையின் இறுதியில் திருமணம் செய்யவுள்ளோம்.

நான் ஏன் இப்போது அவரைப் பற்றிப் பேச வேண்டும்? நான் சொல்ல விரும்புவது என்னவென்றால், திரு வூட்லி மிகவும் அருவருப்பானவர். ஆனால் திரு கார்ருதர்ஸ் வயதான மனிதராகவே தெரிந்தாலும் மிகவும் நல்லவர். முகத்தைச் சுத்தமாக ஷேவ் செய்து பார்க்க மிகவும் அமைதியாகத் தெரிவார். அவர் கண்ணியமான நடத்தை, இனிமையான புன்னகையுடன் காணப்படுவார். எங்களின் ஏழ்மையான நிலையைக் கண்டறிந்த அவர், தனது பத்து வயது மகளுக்கு இசை கற்பிக்க வருமாறு பரிந்துரைத்தார். நான் என் அம்மாவைவிட்டுச் செல்ல விரும்பவில்லை என்று சொன்னேன். ஒவ்வொரு வார இறுதியிலும் நான் என் வீட்டிற்குச் செல்லலாம் என்றும், ஒரு வருடத்திற்கு நூறு பவுண்ட் சம்பளம் என்றும் கூறினார். அது நிச்சயமாக அற்புதமான ஊதியம். அதனால், அந்த வேலையை ஏற்றுக்கொண்டேன். நான் ஃபார்ன்ஹாமிலிருந்து ஆறு மைல் தொலைவில் உள்ள சில்டர்ன் கிரேஞ்சிற்குச் சென்றேன். திரு கார்ருதர்ஸின் மனைவி உயிருடன் இல்லை. ஆனால் அவர் தனது வீட்டைக் கவனித்துக்கொள்வதற்காகத் திருமதி டிக்சன் என்ற வயதான பெண்ணை ஹவுஸ் கீப்பரை நியமித்திருந்தார். அந்தக் குழந்தையும் மிகவும் அன்பாக நடந்துகொண்டாள். திரு கார்ருதர்ஸ் மிகவும் அன்பாகவும், இனிமையாகவும் நடந்துகொண்டார். ஒவ்வொரு வார இறுதியிலும் ஊரில் இருக்கும் என் அம்மா வீட்டிற்குச் செல்வேன்.

எனது மகிழ்ச்சிக்கு முதல் முட்டுக்கட்டையாக திரு. வூட்லியின் வருகை அமைந்தது. அவர் ஒரு வாரம் தங்குவதாக வந்திருந்தார். ஆனால் எனக்கு மூன்று மாதங்கள் போல் தோன்றியது! அவர் ஒரு பயங்கரமான நபர். என்னிடம் மோசமாக நடந்துகொண்டார். அவர் என்னைக் காதலிப்பதாகக் கூறினார். அவருடைய செல்வத்தைப் பற்றிப் பெருமிதம் கொண்டார். நான் அவரை மணந்தால் லண்டனில் சிறந்த வைரங்கள் கிடைக்கும் என்று கூறினார். நான் அதை ஏற்க மறுத்தேன். ஒரு நாள் இரவு உணவிற்குப் பிறகு அவர் என்னைத் தனது கைகளில் பிடித்தார். நான் அவரை முத்தமிடும்வரை அவர் என்னை

விட மாட்டேன் என்று மிரட்டினார். திரு கார்ருதர்ஸ் உள்ளே வந்து, வூட்லி தாக்கி அவரிடமிருந்து என்னைக் காத்தார். அவமானத்தில் வூட்லி வெளியேறினான். அடுத்த நாள் திரு. கார்ருதர்ஸ் என்னிடம் மன்னிப்புக் கேட்டார். மேலும் இதுபோன்ற சம்பவம் மீண்டும் நடக்கக் கூடாது என எனக்கு உறுதியளித்தார். அதன்பின் நான் திரு வூட்லியைப் பார்க்கவில்லை.

மிஸ்டர் ஹோம்ஸ், இன்று உங்களை ஏன் சந்தித்து ஆலோசனை பெற வந்தேன் என்ற விஷயத்திற்கு வருகிறேன். ஒவ்வொரு சனிக்கிழமை காலையிலும் 12.22க்கு நகரத்திற்குச் செல்ல ஃபர்ன்ஹாம் ஸ்டேஷனுக்கு என் சைக்கிளில் செல்வேன். சில்டர்ன் கிரேஞ்சிலில் இருந்து செல்லும் சாலை தனிமையானது. குறிப்பாக இடத்தில், ஒரு பக்கம் சார்லிங்டன் ஹீத்துக்கும் மறுபுறம் சார்லிங்டன் ஹாலைச் சுற்றி அமைந்துள்ள காடுகளுக்கும் ஒரு மைல் தொலைவில் உள்ளது. இதுபோன்ற தனிமையான சாலையை நீங்கள் எங்கும் காண முடியாது. மேலும் க்ரூக்ஸ்பரி மலைக்கு அருகில் உள்ள உயர் சாலையை அடையும்வரை, ஒரு வண்டியையோ அல்லது ஒரு மனிதனையோ சந்திப்பது அரிது. இரண்டு வாரங்களுக்கு முன்பு இந்த இடத்தைக் கடந்து நான் செல்லும்போது, எனது தோள்பட்டையைத் திரும்பிப் பார்த்தேன். எனக்குப் பின்னால் சுமார் இருநூறு மீட்டர் தூரத்தில் ஒரு மனிதனைச் சைக்கிளில் கண்டேன். அவர் குட்டையான, கருமையான தாடியுடன், நடுத்தர வயது மனிதராகத் தெரிந்தார். நான் ஃபார்ன்ஹாமை அடைந்தவுடன் திரும்பிப் பார்த்தேன். அந்த நபர் காணவில்லை. பிறகு அதைப் பற்றி நான் யோசிக்கவில்லை. ஆனால் திங்கட்கிழமை நான் திரும்பியபோது, அதே சாலையில் அதே மனிதனைப் பார்த்தபோது மிகவும் ஆச்சரியப்பட்டேன், திரு ஹோம்ஸ். அடுத்த சனி, திங்கள்கிழமைகளில் இதுபோலவே மீண்டும் சம்பவம் நடந்தபோது, என் ஆச்சரியம் அதிகரித்தது. அந்த மனிதன் என்னைத் தூரத்திலிருந்து தொடர்ந்தாரே தவிர, எந்த வகையிலும் என்னைத் துன்புறுத்தவில்லை. ஆனால் அது மிகவும் வித்தியாசமாக இருந்தது. இது குறித்து நான் திரு கார்ருதர்ஸிடம் குறிப்பிட்டேன். இனிமே ஒரு குதிரை வண்டியில் ரயில் நிலையத்திற்குச் செல்லச் சொன்னார்.

எதிர்காலத்தில் அந்தச் சாலையில் தனிமையில் செல்லத் தேவையில்லை என்று கூறினார்.

இந்த வாரம் குதிரை வண்டி வரவிருப்பதாகச் சொன்னார்கள். ஆனால் வரவில்லை. மீண்டும் நான் ரயில் நிலையத்திற்கு சைக்கிளில் செல்ல வேண்டியிருந்தது. இன்று காலை நான் சார்லிங்டன் ஹீத்துக்கு வந்தபோது திரும்பிப் பார்த்தேன். இரண்டு வாரங்களுக்கு முன்பு இருந்ததைப் போலவே அந்த மனிதர் அங்கே இருந்தார். அவர் எப்போதும்விட என்னிடமிருந்து வெகு தொலைவில் இருந்தார். என்னால் அவருடைய முகத்தைத் தெளிவாகப் பார்க்க முடியவில்லை. நிச்சயமாக அவர் எனக்குத் தெரியாத ஒருவர்தான். அவர் துணித் தொப்பியுடன் கருப்பு உடை அணிந்திருந்தார். அந்த மனிதன் முகத்தில் நான் தெளிவாகப் பார்த்தது அவனுடைய கருமையான தாடியைத்தான். நான் ஆர்வத்தால் நிரப்பப்பட்டேன். மேலும் அவன் யார், அவன் எதற்காக இப்படி நடந்துகொள்கிறான் என்பதைக் கண்டுபிடிப்பதில் உறுதியாக இருந்தேன். நான் என் சைக்கிளின் வேகத்தைக் குறைத்தேன். அவனும் தனது சைக்கிளை மெதுவாக ஓட்டினான். பின்னர் நான் சைக்கிளை நிறுத்தினேன். அவனும் நிறுத்தினான். பிறகு அவனை எப்படியாவது பார்க்க வேண்டும் என்று நினைத்தேன். சாலையின் ஒரு கூர்மையான திருப்பம் உள்ளது. நான் சைக்கிளை மிக விரைவாக மிதித்து, ஒரு மறைவிடத்தில் நிறுத்திக் காத்திருந்தேன். அவன் சைக்கிளில் என்னைக் கடந்து செல்வார், அப்போது யார் என்று பார்க்கலாம் என நினைத்தேன். அந்த மனிதன் வரவே இல்லை. பின்னர் அங்கிலிருந்து திரும்பிச் சென்று சுற்றிப் பார்த்தேன். ஒரு மைல் தூரத்தில் சாலையை மட்டுமே பார்க்க முடிந்தது. அந்த மனிதன் எங்கும் இல்லை. இது மிகவும் அசாதாரணமானது. இந்த இடத்தில் அவன் சென்றிருக்கக்கூடிய எந்தச் சாலைகளும் இல்லை.

ஹோம்ஸ் சிரித்துக்கொண்டே கைகளைத் தடவினான்.

"நிச்சயமாக இந்த வழக்கு வித்தியாசமாகத் தெரிகிறது." என்று அவர் கூறினார். "நீங்கள் திரும்பியதற்கும், சாலையில்

யாரும் இல்லாததைப் பார்த்ததற்கும் எவ்வளவு நேரம் இருக்கும்?"

"இரண்டு அல்லது மூன்று நிமிடங்கள்."

"அப்படியானால் அவன் சாலையில் திரும்பிச் சென்றிருக்க வாய்ப்பில்லை. அங்கிருந்து திரும்ப வேறு சாலைகள் இல்லை என்கிறீர்களா?"

"இல்லை."

"அப்படியென்றால் அவன் நிச்சயமாக ரயில் நிலையத்திற்கோ அல்லது மறுபுறம் இருக்கும் நடைபாதைக்கோ சென்றிருக்கலாம்."

"அவன் ரயில் நிலையத்தின் பக்கம் சென்றிருக்க முடியாது. அப்படியென்றால், நான் அவனைப் பார்த்திருக்க வேண்டும்."

"அப்படியென்றால் உங்களைக் கடந்துசெல்லாமல் அப்படியே திரும்பிச் சென்றிருக்க வேண்டும். வேறு ஏதாவது உங்களுக்குத் தெரியுமா?"

"ஒன்றுமில்லை, மிஸ்டர் ஹோம்ஸ். நான் மிகவும் குழப்பத்தில் இருக்கிறேன். உங்களிடம் ஆலோசனையைப் பெற்றால் கொஞ்சம் தெளிவு கிடைக்கும் என்று உணர்ந்தேன்."

ஹோம்ஸ் சிறிது நேரம் அமைதியாக அமர்ந்திருந்தார்.

"உங்களுடைய காதலன் எங்கு இருக்கிறார்?" என்று ஹோம்ஸ் கேட்டார்.

"அவர் கோவென்ட்ரியில் உள்ள மிட்லாண்ட் எலக்ட்ரிக் கம்பெனியில் இருக்கிறார்."

"அவர் உங்களுக்கு ஆச்சரியப்படுத்த திடீர் வருகை தந்திருக்கலாமே?"

"ஓ, மிஸ்டர் ஹோம்ஸ்! அவரை என்னால் அடையாளம் காண முடியாதா?"

"உங்களை வேறு யாராவது காதலித்திருக்கிறார்களா?"

"சிரிலுக்கு முன் பலர் என்னை ஒரு தலையாய் காதலித்திருக்கிறார்கள்"

"சிரிலுக்குப் பிறகு..?"

"அது வூட்லி மட்டும்."

"வேரு யாரும் இல்லையா?"

அந்த அழகான பெண் கொஞ்சம் நேரம் யோசித்து குழப்பமடைந்த சிந்தனையோடு கூறினாள்.

"இது என்னுடைய கற்பனையாக இருக்கலாம்; எனது முதலாளி திரு கார்ருதர்ஸ் என் மீது அதிக அக்கறை காட்டுவதாகச் சில நேரங்களில் எனக்குத் தோன்றும். நாங்கள் வறுமையில் இருக்கும்போது எனக்கு வேலை கொடுத்துள்ளார். எனக்குத் துணையாக இருந்திருக்கிறார். ஒருவன் ஒரு பெண்ணைக் காதலிக்கும்போது அது அவளுக்குத் தெரிந்துவிடும். அவர் ஒரு ஜென்டில்மேன்."

"அவர் என்ன செய்கிறார்?" ஹோம்ஸ் கேட்டார்.

"அவர் ஒரு பணக்காரர்."

"வண்டிகள், குதிரைகள் இல்லையா?"

"எனக்குத் தெரிந்து ஓரளவுக்கு வசதி படைத்தவர். அவர் வாரத்திற்கு இரண்டு அல்லது மூன்று முறை லண்டனுக்குச் செல்கிறார். அவர் தென்னாப்பிரிக்க தங்கப் பங்குகளில் ஆழ்ந்த ஆர்வம் கொண்டவர். அதில் முதலீடு செய்திருக்கிறார்"

"மிஸ் ஸ்மித். இது தொடர்பாக வேறு ஏதாவது தெரிந்தால் எனக்குத் தெரியப்படுத்துங்கள். இப்போது நான் மிகவும் பிஸியாக இருக்கிறேன். ஆனால் உங்கள் விஷயத்தில் சில விசாரணைகளைச் செய்ய நேரம் தேவைப்படும். இதற்கிடையில், எனக்குத் தெரியப்படுத்தாமல் எந்த நடவடிக்கையும் எடுக்க வேண்டாம். உங்களிடமிருந்து எங்களுக்கு நல்ல செய்தியைத் தவிர வேறு எதுவும் இருக்காது என்று நான் நம்புகிறேன். குட்-பை."

"இப்படிப்பட்ட அழகான பெண்ணைப் பின்தொடர்பவர்கள் இருப்பது இயற்கையின் நிலையான ஒன்று. ஆனால் தனிமையான கிராமப்புறச் சாலைகளில், அதுவும் சைக்கிள்களில் பின் தொடர்ந்திருக்கக் கூடாது.

கண்டிப்பாக அவளை இரகசியமாகக் காதலிப்பவனாக இருக்க வேண்டும். ஆனால் இந்த வழக்கைப் பற்றிய துப்புகள் அனைத்தும் அதன் விவரங்களில் உள்ளன, வாட்சன்!" என்று ஹோம்ஸ் தனது தியானக் குழாயை இழுத்தபடி கூறினார்,

"ஆமாம். ஏன் அந்த நேரத்தில் மட்டும் அவன் பின் தொடர வேண்டும்?"

"சரியாக. சார்லிங்டன் ஹாலில் தங்கியிருப்பவர்கள் யார் என்பதைக் கண்டுபிடிப்பதே எங்கள் முதல் முயற்சியாக இருக்க வேண்டும். பின்னர், கார்ருதர்ஸ், உட்லிக்கு இடையேயான தொடர்பு எப்படிப்பட்டது என்பதைத் தெரிந்துகொள்ள வேண்டும். ஏனெனில் அவர்கள் வெவ்வேறு வகையான மனிதர்களாகத் தோன்றுகிறார்கள். ரால்ப் ஸ்மித்தின் உறவினர்களைத் தேடுவதில் அவர்கள் இருவரும் ஏன் ஆர்வம் காட்டினார்கள்? இது முக்கியமான கேள்வியாக இருக்கிறது. அந்தப் பெண்ணுக்கு இருமடங்கு சம்பளத்தைக் கொடுக்கக்கூடிய கார்ருதர்ஸ், ஆறு மைல் தொலைவில் ஸ்டேஷனிற்குச் செல்ல ஏன் குதிரை வண்டித் தரவில்லை?"

"நீங்கள் அங்கு சென்று விசாரிக்கப் போகிறீர்களா?"

"இல்லை வாட்சன்! நீங்கள்தான் செல்லவிருக்கிறீர்கள். இது சாதாரண வழக்காகத் தெரிகிறது. அதற்காக என்னுடைய மற்ற முக்கியமான வழக்குகளைவிட முடியாது. திங்கட்கிழமை நீங்கள் ஃபார்ன்ஹாமிற்குச் சென்று, சார்லிங்டன் ஹீத் அருகே மறைந்திருந்து உண்மையை நீங்களே கண்டுபிடியுங்கள். அங்கிருப்பவர்களை விசாரித்துவிட்டு, என்னிடம் தகவல்களைக் கூறுங்கள். வாட்சன்! நீங்கள் என்னிடம் கொடுக்கப் போகும் தகவல்களை வைத்துத்தான் இந்த வழக்குக் குறித்து என்ன தீர்வு காண வேண்டும் என்பதை நான் கூற முடியும்" என்றார்.

திங்கட்கிழமை அன்று வாட்டர்லூவிலிருந்து 9.50க்குப் புறப்படும் ரயிலில் அந்தப் பெண் செல்கிறாள் என்று அறிந்து, நான் அவளுக்கு முன்பே சீக்கிரம் தொடங்கி 9.13 ரயிலைப் பிடித்தேன். ஃபார்ன்ஹாம் நிலையத்திலிருந்து சார்லிங்டன் ஹீத்துக்குச் செல்ல எனக்குச் சிரமமாக இல்லை.

அந்த இளம் பெண்ணைப் பின்தொடர்வது யார் என்பதை அறிந்துகொள்ள வேண்டும். அதனால், அந்த இடத்தை முழுவதும் ஆராய்ந்தேன். சாலை ஒருபுறம் திறந்தவெளி வெப்பத்திற்கும், மறுபுறம் ஒரு பழைய யூ ஹெட்ஜ்க்கும் இடையில், அற்புதமான மரங்கள் நிறைந்திருந்தன. லிச்சென்–பதித்த கல்லின் ஒரு முக்கிய நுழைவாயில் இருந்தது, ஒவ்வொரு பக்கத் தூணிலும் ஹெரால்டிக் சின்னங்கள் அதில் இருந்தன; ஆனால் இந்த சென்ட்ரல் கேரேஜ்–டிரைவ் தவிர, அவற்றின் வழியாகச் செல்லும் மற்ற பாதைகளில் விவரங்களைக் கவனித்தேன். சாலையிலிருந்து எந்த வீடும் கண்ணுக்குத் தெரியவில்லை. ஆனால் சுற்றுப்புறங்கள் அனைத்தும் அமைதியாக இருந்தன.

பிரகாசமான வசந்த சூரிய ஒளியில் பூக்கள் பிரமாதமாக ஜொலித்தன. சாலைக்குள் நுழைவாயிலையும், இரண்டு பக்கப் பாதைகளையும் பார்த்தேன். நீண்ட நேரம் வெறிச்சோடிய சாலையில் எதிர்த் திசை பக்கமாக ஒரு சைக்கிள் வருவதைக் கண்டேன். அவர் கறுப்பு நிற உடையில், கருப்பு தாடியுடன் இருந்தார். சார்லிங்டன் மைதானத்தின் முடிவை அடைந்ததும், அவர் தனது சைக்கிளிலிருந்து இறங்கி ஒரு புதருக்குள் நுழைந்து என் பார்வையிலிருந்து மறைந்தார்.

ஒரு கால் மணிநேரம் கடந்ததும் வயலட் ஸ்மித் தனது சைக்கிளில் வருவதைக் கவனித்தேன். அவள் சார்லிங்டன் ஹெட்ஜ்க்கு வந்தபோது, மறைந்திருந்த நபர் வெளிப்பட்டு, தனது சைக்கிளில் குனிந்தபடி அவளைப் பின்தொடர்ந்தார். அந்தச் சாலையில் அவர்கள் இருவர் மட்டுமே பயணித்தனர். அந்த அழகான பெண் தனது சைக்கிளை நேராகச் செலுத்தும்போது, தனக்குப் பின்னால் ஒருவன் பின்தொடர்வதை அறிந்து வேகத்தைக் குறைத்தாள். அவனும் தனது வேகத்தைக் குறைத்தான். அவள் நிறுத்தினாள். அவனும் அவளுக்குப் பின்னால் இருநூறு அடி தூரத்தில் தள்ளி நின்றான். அவளுடைய அடுத்த அசைவு என்ன என்பதைத் தெரிந்துகொள்ள எனக்கு ஆர்வமாக இருந்தது. அவள் திடீரென்று தனது சக்கரங்களைத் திருப்பி, அவன் இருக்கும் திசைப் பக்கம் வந்தாள். இதை எதிர்பார்க்காத அவன் தனது சைக்கிளைத் திருப்பியிருப்பினும், தனது

சைக்கிளில் திருப்பி வேகமாகச் செலுத்தி அவள் பார்வை யிலிருந்து அவன் மறைந்தான். அவள் ஏமாற்றத்துடன் மீண்டும் சாலையில் திரும்பிச் சென்றாள். அவனும் நீண்ட தொலைவில் அவளைப் பின்தொடர்ந்தான். இருவரும் சாலைத் திருப்பத்தில் மறையும்வரை கவனித்தேன்.

நான் என் மறைவிடத்தில் காத்திருந்தேன். அந்த மனிதன் மீண்டும் தோன்றி, சைக்கிளை மெதுவாக ஓட்டினான். அவர் ஹால் வாயிலில் திரும்பித் தனது சைக்கிளிலிருந்து இறங்கி, சில நிமிடங்களில் அவர் மரங்களுக்கு நடுவே நின்றான். மேலும் அவன் தனது கழுத்துப்பட்டையைச் சரிசெய்தான். பின்னர் அவர் தனது சைக்கிளில் ஏற்றிக்கொண்டு, ஹாலை நோக்கி ஓட்டிச் சென்றான். நான் வேப்ப மரத்தின் குறுக்கே ஒட்டியிருக்கும் மரங்கள் வழியாக எட்டிப் பார்த்தேன். தொலைவிலுள்ள பழைய சாம்பல் கட்டடத்திற்குள் செல்வதைப் பார்த்தேன். எதோ அடர்ந்த புதருக்குள் அவன் நுழைந்ததும், அதற்கு மேல் அவன் வெளியே வருவதை நான் பார்க்கவில்லை.

இருப்பினும், நான் நல்ல பணியைச் செய்துவிட்டேன் என்று எனக்குத் தோன்றியது. மேலும் நான் ஃபார்ன்ஹாமுக்குத் திரும்பிச் சென்று, உள்ளூர் ஹவுஸ் ஏஜெண்ட் சார்லிங்டன் ஹால் பற்றி விசாரித்தேன். அவனால் எதுவும் சொல்ல முடியவில்லை என்பதால், பால் மாலில் உள்ள ஒரு பிரபலமான நிறுவனத்திற்கு என்னைப் பரிந்துரைத்தார். அங்கு நான் வீட்டிற்குச் செல்லும் வழியில் நிறுத்தி, அந்தச் சாம்பல் வீட்டைப் பற்றிக் கேட்டேன். சார்லிங்டன் ஹால் இருக்கும் வீட்டை மாதத்திற்கு முன்பு திரு வில்லியம்சன் என்ற முதியவருக்கு வாடகை விடப்பட்டது என்ற தகவலைக் கூறினார். அந்த முகவரிடம் வேறு விவகாரங்கள் பெற எதுவும் இல்லாததால் அங்கிருந்து சென்றேன்.

அன்று மாலை ஷெர்லாக் ஹோம்ஸிடம் விசாரித்த தகவல்களை அவரிடம் கூறினேன். ஆனால் அவர் என்னைப் பாராட்டவில்லை. மாறாக, நான் செய்த காரியங்கள், செய்ய தவறிய விஷயங்களைப் பற்றி அவர் கருத்துத் தெரிவித்தார். அவரது முகம் வழக்கத்தைவிட மிகவும் கடுமையானதாக இருந்தது.

“என் அன்பான வாட்சன், உங்கள் மறைவிடம் மிகவும் தவறானது. நீங்கள் ஹெட்ஜ் பின்னால் இருந்திருக்க வேண்டும்; அந்த சுவாரஸ்யமான நபரை நீங்கள் நெருக்கமாகப் பார்த்திருப்பீர்கள். மிஸ் ஸ்மித்தைவிடக் குறைவான தொலைவில் இருந்ததால், நீங்கள் அவன் அடையாளத்தைப் பற்றிச் சொல்லியிருக்க முடியும். கண்டிப்பாக அந்த நபர் மிஸ் ஸ்மித்திற்குத் தெரிந்த நபராகத்தான் இருக்க வேண்டும். இல்லையேல், அவனுடைய அடையாளத்தை மறைத்து அவளை நெருங்காமல் ஏன் பின் தொடர வேண்டும்? நீங்கள் அந்த வீட்டைப் பற்றித் தெரிந்துகொள்வதற்காகத் தேவை யில்லாமல் லண்டன் ஹவுஸ் ஏஜெண்டிடம் விசாரித்து நேரத்தை வீணாக்கி உள்ளீர்கள்?”

“நான் என்ன செய்திருக்க வேண்டும்?” என்று சிறிது தயக்கத்துடன் கேட்டேன்.

“அருகில் உள்ள பொது வீட்டிற்குச் சென்றிருக்கலாம். அல்லது அருகிலுள்ள உணவருந்தும் ஹோட்டலில் விசாரித்திருக்கலாம். எஜமானர் முதல் வேலைக்காரர்கள் வரை ஒவ்வொரு பெயரையும் சொல்லி இருப்பார்கள். வில்லியம்சன்! அது என் மனதிற்கு எதையும் உணர்த்தவில்லை. அவர் ஒரு வயதான மனிதராக இருப்பதால், அவர் அந்த இளம் பெண்ணின் வேகத்திற்குச் சுறுசுறுப்பான சைக்கிள் ஓட்டுபவராக இருக்க முடியாது. உங்கள் பயணத்தால் அந்தப் பெண்ணின் கதை உண்மை என்பது புரிந்தது. அதில் எந்தச் சந்தேகமும் இல்லை. சைக்கிள் ஓட்டுபவருக்கும் ஹாலுக்கும் தொடர்பு இருக்கிறது. அதிலும் சந்தேகமில்லை. அந்த மண்டபம் வில்லியம்சனால் வாடகைக்கு எடுக்கப்பட்டது என்றால், சைக்கிளில் சென்றவன் யார்? சரி வாட்சன்! நீங்கள் மனச்சோர்வடைந்திருக்க வேண்டாம். அடுத்த சனிக்கிழமைவரை நாம் காத்திருப்போம். அதற்குள் நானே ஒரு முறை சென்று விசாரித்துவிட்டு வருகிறேன்” என்றார்.

அடுத்த நாள் காலை மிஸ் ஸ்மித்திடமிருந்து ஒரு குறிப்பு வந்தது. நான் பார்த்த சம்பவங்களைச் சுருக்கமாகவும் துல்லியமாகவும் விவரித்து எழுதியிருந்தார். அந்தக் கடிதத்தின் சுருக்கம் இதுதான்:

மிஸ்டர் ஹோம்ஸ், எனது முதலாளி என்னைத் திருமணம் செய்துகொள்ள கேட்ட போது, நான் கடினமான சூழ்நிலைக்குத் தள்ளப்பட்டேன். ஏற்கெனவே நான் ஒருவரைக் காதலிக்கும் விவரத்தைத் தெரிவித்து நிராகரித்தேன். அவரது உணர்வுகள் மரியாதைக்குரியகவே இருந்தாலும் ஆழமானதாக இருப்பதுபோல் தெரிகிறது. எனது நிராகரிப்பை அவர் மென்மையாக எடுத்துக்கொண்டாலும், அது அவரைக் காயப்படுத்தியிருக்கிறது என்பதை என்னால் உணர முடிகிறது.

“இந்தப் பெண் ஏதோ சிரமத்தைச் சந்திக்கப் போகிறார் என்று தோன்றுகிறது,” என்று ஹோம்ஸ் ஏதோ சிந்தனையுடன் கடிதத்தை மடித்தார். “இந்த வழக்கு நான் முதலில் நினைத்ததைவிட ஆர்வத்தை தூண்டும் விதமாக வளர்ச்சியைக் கண்டுள்ளது. இன்று பிற்பகலில் நான் அங்குச் சென்று விசாரித்துவிட்டு வருகிறேன்.” என்றார்.

ஹோம்ஸின் அமைதியான நாள் மிகவும் மோசமாக மாறியிருக்கிறது என்பதை அவர் மாலை திரும்பும்போது தெரிந்தது. ஏனென்றால் அவர் உதடு வெட்டப்பட்டு, நெற்றியில் காயங்களால் நிறமாறிய தழும்புகளுடன் பேக்கர் தெருவுக்கு வந்தார். அவர் தனது ஸ்காட்லாந்து யார்டு விசாரணை, தனது சொந்த சாகசங்களைப் பற்றி விவரிக்கும்போது சிரித்துக்கொண்டே கூறினார்.

“நான் தினமும் செய்யும் உடற்பயிற்சிக்குச் சில சமயம் இதுபோன்ற விருந்து கிடைக்கும். நாம் மட்டும் குத்துச்சண்டையில் ஓரளவு தேர்ச்சி பெறவில்லை என்றால் நான் பெரிய காயங்களைச் சந்திக்க வேண்டியதிருந்திருக்கும்.” என்று ஹோம்ஸ் கூறினார்.

என்ன நடந்தது என்று அவரைச் சொல்லும்படி நான் கெஞ்சினேன்.

“நான் உங்களுக்கு ஏற்கெனவே பரிந்துரைத்தபடி அங்கிருக்கும் ஹோட்டலைக் கண்டுபிடித்து எனது விசாரணையை மேற்கொண்டேன். அந்த ஹோட்டல் உரிமையாளர் நான் விரும்பிய அனைத்துத் தகவலையும் எனக்குக் கொடுத்தார். வில்லியம்சன் வெள்ளைத் தாடி

கொண்டவர். அந்த ஹாலில் தனது ஊழியர்களுடன் தனியாக வசித்துக்கொண்டிருக்கிறார். அவர் ஒரு மதகுருவாக அல்லது வேறு சில வதந்திகள் அவரைப் பற்றி பேசப்பட்டது. ஆனால் அவர் ஹாலில் தங்கியிருந்த குறுகிய காலச் சம்பவங்களை வைத்துப் பார்க்கும்போது அவர் மதச்சார்பற்றவராகத் தோன்றுகிறது. ஏற்கெனவே நான் அவரைக் குறித்து வீடு வழங்கிய ஏஜென்சியில் சில விசாரணைகள் செய்துள்ளேன். ஹாலில் வழக்கமாக வார இறுதியில் அவரைப் பார்க்கப் பார்வையாளர்கள் பலர் வருவதாகவும், அதில் குறிப்பாகச் சிவப்பு மீசையுடன் ஒருவன் வருவதாகவும் கூறினார். அந்த நபர் திரு வூட்லி என்பது அவர் விவரிப்பதிலே என்னால் புரிந்துகொள்ள முடிந்தது. அந்தச் சமயத்தில் நாங்கள் பேசிக் கொண்டிருப்பதை திரு. வூட்லி கேட்டுக் கொண்டிருந்தார். எங்கள் உரையாடலில் உள்ளே அவன் என்னிடம் மோசமாகப் பேசினான். நான் யார்? எனக்கு என்ன வேண்டும்? கேள்விகள் கேட்பதோடு நின்றுவிடாமல், மேலும் சில தவறான வார்த்தைகளைப் பயன்படுத்திப் பேசினான். ஒரு கட்டத்தில் எங்கள் இருவருக்கும் மோதிக்கொள்ள வேண்டியதாக இருந்தது. என் முகத்தில் ஏற்பட்டிருக்கும் காயங்கள் அவன் ஏற்படுத்தியவை. சண்டை முடிந்த பிறகு திரு, வூட்லி ஒரு வண்டியில் வீட்டிற்குச் சென்றான். நான் பேக்கர் தெருவிற்குத் திரும்பிவிட்டேன். சர்ரே எல்லையில் நீங்கள் திரட்டிய தகவல்களைவிட நான் அதிகமாகத் திரட்டவில்லை என்பதை ஒப்புக்கொள்ள வேண்டும்.

வியாழன் அன்று மிஸ். ஸ்மித்திடமிருந்து மற்றொரு கடிதம் வந்தது:

திரு ஹோம்ஸ், நான் திரு கார்ருதர்ஸிடம் வேலையை விட்டு நீங்குவதாகச் சொல்லியிருப்பதை உங்களிடம் தெரிவிப்பதில் நீங்கள் ஆச்சரியப்பட மாட்டீர்கள் என்று நினைக்கிறேன். இனி அவர் எனக்கு எவ்வளவு அதிக ஊதியம் கொடுத்தாலும், அங்கிருக்கும் அசௌகரியங்களுக்கு என்னால் சமரசம் செய்ய முடியாது. சனிக்கிழமையன்று நான் ஊருக்குச் செல்லவிருக்கிறேன், மீண்டும் நான் திரும்ப மாட்டேன் என்பதையும் தெரிவித்துவிட்டேன். கார்ருதர்ஸ் நான் செல்வதற்கு குதிரை வண்டி கொடுப்பதாகவும், சைக்கிளில் செல்ல வேண்டியதில்லை என்றும் கூறினார்.

நான் வெளியேறியதற்கான காரணமாக திரு. கார்ருதர்ஸுடன் ஏற்பட்ட நெருக்கடியான சூழ்நிலை மட்டுமல்ல, அந்த மோசமான மனிதன் திரு வூட்லி மீண்டும் வந்துவிட்டான். இந்த முறை பார்ப்பதற்கும் முகத்தில் பல காயங்களுடன் இருந்தான். அவனுக்கு ஏதோ விபத்து ஏற்பட்டதாகத் தெரிகிறது. நான் அவரை ஜன்னலுக்கு வெளியே பார்த்தேன். ஆனால் நான் அவரை நேரில் சந்திக்கவில்லை என்பதில் மகிழ்ச்சி அடைகிறேன். அவன் திரு கார்ருதர்ஸுடன் நீண்ட நேரம் பேசினான். பின்னர் அவர் மிகவும் உற்சாகமானான். வூட்லி பக்கத்தில் ஏதோ ஒரு இடத்தில் தங்கியிருக்க வேண்டும், ஏனென்றால் அவன் அங்கு தூங்கவில்லை. நான் விரைவில் அந்த இடத்தை விட்டுச் செல்வதாக இருந்தாலும், அந்த மிருகத்தைப் பார்க்கும்போது எனக்குள் அச்சம் இருந்துகொண்டே இருக்கிறது. ஆனால் சனிக்கிழமையன்று எனது கஷ்டங்கள் அனைத்தும் தீரும்." என்று குறிப்பிட்டு எழுதியிருந்தார்.

"அந்தப் பெண்ணைச் சுற்றி ஏதோ சூழ்ச்சி நடந்துகொண்டிருக்கிறது. அவள் வேலையை விட்டு வெளியேறுவதை அறிந்து, அவளின் கடைசிப் பயணம் என அறிந்தவர்கள் அவளைத் துன்புறுத்தாமல் பார்த்துக்கொள்வது நமது கடமை. வாட்சன், சனிக்கிழமை காலை நாம் ஒன்றாக அங்கு செல்ல வேண்டும். நமது விசாரணையில் எந்தவிதமான விரும்பத்தகாத முடிவும் வந்துவிடக் கூடாது என்பதை நாம் உறுதிப்படுத்திக்கொள்ள வேண்டும்" என்று ஹோம்ஸ் கடுமையாகச் கூறினார்.

இதுவரை எனக்குச் சாதாரண வழக்காகத் தோன்றிய ஒரு வழக்கு, மிகவும் தீவிரமான பார்வைக்குச் செல்லும் என்பதை என்னால் ஏற்றுக்கொள்ள முடியவில்லை. ஒரு ஆண் மிகவும் அழகான பெண்ணைப் பின்தொடர்வது என்பது மிகப் பெரிய விஷயம் அல்ல. அதுவும் அவன் அவளிடம் பேசத் துணியவில்லை. ஆனால் அவளுடைய அணுகுமுறை யிலிருந்து தப்பி ஓடும் அளவிற்குத் தைரியம் இல்லாதவன். அவன் ஆபத்தானவனாக எனக்குத் தோன்றவில்லை. அடுத்து, ரஃபியன் வூட்லி மிகவும் வித்தியாசமான நபராக இருந்தார். ஆனால் ஒரு சந்தர்ப்பத்தைத் தவிர, அந்தப் பெண்ணைத்

துன்புறுத்தவில்லை. இப்போது அவன் கார்ருதர்ஸ் வீட்டிற்கு வந்திருக்கிறான். சைக்கிளில் வந்தவன் அந்த வார இறுதிக் கூட்டங்களில் ஹாலில் கலந்துகொள்ளும் உறுப்பினராகக் கூட இருக்கலாம். ஆனால் அவன் யார்? அவன் என்ன விரும்புகிறார்? என்பது எப்போதும் போல் தெளிவற்றதாக இருந்தது. ஹோம்ஸின் நடக்கவிருக்கும் நிகழ்வின் தீவிரம் உணர்ந்து அறைகளைவிட்டு வெளியேறும் முன், தனது பாக்கெட்டில் ஒரு ரிவால்வரை மறைத்து வைத்தார். இந்த வினோதமான நிகழ்வுகளின் பின்னால் ஏதோ ஒரு உண்மை ஒளிந்திருக்கிறது என்பதை என்னால் உணர முடிந்தது.

சனிக்கிழமை காலை வந்தது. வெயில் சூழ்ந்த கிராமப்புறங்கள், பூக்கும் பள்ளத்தாக்குகளின் ஒளிரும் கொத்துக்களுடன் பார்க்க அமைதியைக் கொடுத்தது. லண்டனின் சாலைகள், ஸ்லேட் சாம்பல் ஆகியவற்றால் சோர்வடைந்த எங்கள் கண்களுக்கு அனைத்தும் மிகவும் அழகாகத் தோன்றியது. ஹோம்ஸும், நானும் மணல் நிறைந்த சாலையின் புதிய காற்றைச் சுவாசித்து, பறவைகளின் இசையிலும், அதன் வசந்தத்திலும் மகிழ்ந்தோம். க்ரூக்ஸ்பரி மலையின் தோளில் உள்ள சாலையின் எழுச்சியிலிருந்து. சுற்றி யிருந்த கட்டடத்தைவிடச் சாலைகள் இன்னும் இளமையாக இருந்தன. ஹீத்தின் பழுப்பு நிறத்திற்கும் காடுகளின் வளரும் பச்சை நிறத்திற்கும் இடையில் ஒரு சிவப்பு–மஞ் சள் வெளிச்சத்தில் ஒன்று பாதையில் வருவதை ஹோம்ஸ் சுட்டிக்காட்டினார். வெகு தொலைவில் ஒரு வாகனம் எங்கள் திசை நோக்கி வருவதைக் கண்டோம். ஹோம்ஸ் பொறுமையின்மையை வெளிப்படுத்தினார்.

“இந்த வண்டியில் மிஸ் ஸ்மித் இருந்தால், அடுத்த அரை மணியில் செல்லும் ரயிலுக்குச் செல்லவிருக்கிறார். நாம் அவளுக்குப் பாதுகாப்பிற்காகச் செல்வோம். ஒருவேளை இந்த வண்டியில் அவள் இல்லையென்றால், அவள் நமக்கு முன்பே சார்லிங்டனைக் கடந்து சென்றிருக்க வேண்டும். அது அவளுக்கு ஆபத்து வர வாய்ப்பிருக்கிறது” என்று ஹோம்ஸ் பதட்டமாகக் கூறினார்.

நாங்கள் பேசிக்கொண்டிருக்கும்போது எங்களை வேகமாகக் கடந்து சென்றது. அதனால், நாங்களும் வேகமாக

முன்னேறிச் சென்றோம். ஹோம்ஸ் உடல்பயிற்சி செய்தி உடம்பைத் திடமாக வைத்திருப்பதால், அவரால் வேகமாகச் செல்ல முடிந்தது. நான் நரம்புகளில் சக்தி இழந்து, பின்வாங்க வேண்டிய கட்டாயம் ஏற்பட்டது. திடீரென்று, அவர் எனக்கு முன்னால் நூறு அடி தொலைவில் காணப்பட்டார். அவர் வேகமாக வண்டியில் ஏறி குதிரையின் கடிவாளத்தைப் பிடித்து வண்டிக்குள் ஏறினார். நாங்கள் வண்டிக்குள் பார்க்கும்போது அது காலியாக இருந்தது.

"வாட்சன்; நாம் மிகவும் தாமதித்துவிட்டோம். மிஸ் ஸ்மித் முந்தைய ரயில் ஏறவில்லை. அவள் கடத்தப்பட்டிருக்கிறாள். அவள் கொலை செய்யப்பட்டாளா என்பது கடவுளுக்குதான் தெரியும். குதிரை வண்டியை நிறுத்துங்கள். நாம் செய்த தவறின் விளைவுகளைச் சரிசெய்ய முடியுமா என்பதைப் பார்ப்போம்."

நாங்கள் அதே வண்டியில் ஏறினோம். ஹோம்ஸ் குதிரையைத் திருப்பி, மீண்டும் அந்தச் சாலை வழியில் பறந்தார். நாங்கள் வளைவைத் திருப்பியபோது, ஹாலுக்கும் ஹீத்துக்கும் இடையேயான சாலையில் ஒரு உருவம் பார்த்தேன். நான் ஹோம்ஸின் கையைப்பிடித்தேன்.

"இவன்தான் அந்த மனிதன்!" என்று நான் மூச்சு வாங்கியபடி கூறினேன்.

அந்த மனிதன் தனது சைக்கிளில் எங்களை நோக்கி வந்துகொண்டிருந்தார். அவர் தன்னிடம் இருந்த அனைத்து ஆற்றலையும் பெடலை வேகமாகச் செலுத்துவதில் இருந்தார். அதேசமயம், அவரது தலை கீழே இருந்தது. ஒரு பந்தய வீரர் போல் பறந்துகொண்டிருந்தார். திடீரென்று அவர் தனது தாடி முகத்தை உயர்த்தி எங்களைப் பார்த்தார். அவர் தனது சைக்கிளிலிருந்து இறங்கினார். அந்தக் கருப்புத் தாடிக்குள் அவனது முகம் வெளிறிப்போய் இருந்தது. அவனுடைய கண்கள் சிவந்திருந்தன. அவன் எங்களையும், வண்டியையும் முறைத்துப் பார்த்தார். அப்போது அவன் முகத்தில் கோபம் தோன்றியது.

"ஹலோ! நிறுத்துங்கள்!" என்று அவன் எங்கள் சாலையின் முன்பு தனது சைக்கிளை நிறுத்திக் கத்தினான்.

"இந்தக் குதிரை வண்டி உங்களுக்கு எங்கிருந்து கிடைத்தது? பதில் சொல்லுங்கள். இல்லையென்றால் உங்கள் குதிரையைச் சுட்டுவிடுவேன்," என்று எங்களை மிரட்டினான்.

ஹோம்ஸ் கடிவாளத்தை என் மடியில் எறிந்துவிட்டு வண்டியிலிருந்து கீழே இறங்கினார்.

"நாங்கள் பார்க்க விரும்பிய மனிதர் நீங்கள். மிஸ் வயலட் ஸ்மித் எங்கே?" என்று ஹோம்ஸ் அவரது துப்பாக்கிக்கு அஞ்சாமல் கேட்டார்.

"அதைத்தான் நானும் உங்களிடம் கேட்கிறேன். நீங்கள்தான் அவளுடைய வண்டியில் இருக்கிறீர்கள். அவள் எங்கிருக்கிறாள் என்பதைச் சொல்லுங்கள்" என்று எதிர்க்கேள்வி கேட்டார்.

"குதிரை வண்டியைச் சாலையில் கண்டோம். அதில் யாரும் இல்லை. அந்த இளம்பெண்ணுக்கு உதவுவதற்காகத் திரும்பிச் சென்றோம்."

"அடக் கடவுளே! அவர்கள்தான் வயலட் ஸ்மித்தைக் கடத்தியிருக்க வேண்டும்." என்று தனது விரக்தியின் கத்தினான். "அந்த நரக மனிதர்களான வூட்லி, பிளாக்கார்ட் பார்சன் இருவரையும் தடுத்தாக வேண்டும். நீங்கள் உண்மையிலேயே அவளுடைய நண்பன் என்றால், என்னுடன் வாருங்கள். நாம் அவளைக் காப்பாற்றுவோம்," என்று எங்களைத் தன்னுடன் வர அழைத்தார்.

அவர் தனது கைத்துப்பாக்கியுடன் ஹெட்ஜின் இடைவெளியை நோக்கி ஓடினார். ஹோம்ஸ் அவரைப் பின்தொடர்ந்தார். நான் குதிரையைச் சாலையோரம் நிறுத்திவிட்டு, ஹோம்ஸைப் பின்தொடர்ந்தேன்.

சேற்றுப் பாதையில் பல அடிகள் வயலட் சுமித்தைக் கடத்தியவர்களின் காலடித் தடத்தைச் சுட்டிக்காட்டினார். "இந்த வழியாகத்தான் அவர்கள் சென்றிருக்கிறார்கள்," என்று அவர் கூறினார்.

"ஒரு நிமிடம் நில்லுங்கள்! புதருக்குள் இவர் யார்?'

அது சுமார் பதினேழு வயதுடைய ஓர் இளைஞன், ஆஸ்ட்லர் போன்ற உடையணிந்து, கயிற்றால்

கட்டப்பட்டிருந்தான். அவனது முழங்காலிலும், தலையிலும் பயங்கரமான வெட்டுக் காயம் இருந்தது. அவன் உணர்ச்சியற்று இருந்தான். ஆனால் உயிருக்கு ஆபத்தில்லை. அவனது காயங்களைப் பார்வையிட்டபோது, எலும்புவரை பாதிக்கப்படவில்லை என்பது தெரிந்தது.

"இது பீட்டர். இவன்தான் வயலட் ஸ்மித்தை அழைத்துச் சென்ற குதிரை வண்டிக்காரன். இவனை மிருகம்போல் தாக்கிவிட்டு, அவளைக் கடத்தியிருக்க வேண்டும். வாருங்கள் நாம் அவளைக் காப்பாற்றலாம்," என்று அந்த நபர் கூறினார்.

மரங்களுக்கு நடுவே வெறித்தனமாக ஓடினோம். வீட்டைச் சூழ்ந்திருந்த புதர்க்காட்டை நாங்கள் அடைந்தோம். அங்கு எந்தத் தடயமும் இல்லை.

"அவர்கள் வீட்டிற்குச் செல்லவில்லை. இங்கே இடதுபுறத்தில் அவர்களின் அடையாளங்கள் உள்ளன – இங்கே, லாரல் புதர்களுக்கு அருகில் சென்றிருக்க வேண்டும்," என்று அந்த நபர் கூறினார்.

அவர் பேசும்போது, ஒரு பெண்ணின் அலறல் சத்தம் எங்களைத் திகிலடையச் செய்தது. அந்த அலறல் எங்களுக்கு எதிரே இருந்த அடர்ந்த பச்சைப் புதர்களிலிருந்து வந்தது. மூச்சுத் திணறலோடு கூச்சல் இருந்ததை எங்களால் உணர முடிந்தது.

"இதோ இதுதான் வழி! அவர்கள் அந்தச் சந்துக்குள் இருக்கிறார்கள். என் பின்னால் வாருங்கள். நாம் தாமதிக்கக் கூடாது" என்று அந்த அந்நியன் கூச்சலிட்டு, புதர்கள் வழியாக ஓடினான்.

பழங்கால மரங்களால் சூழப்பட்ட பசுமையான புல்வெளிக்குள் நாங்கள் நுழைந்தோம். அதன் தொலைவில், ஒரு பெரிய கருவேல மரத்தின் நிழலின் கீழ், மூன்று பேர் நின்றுகொண்டிருப்பதைப் பார்க்க முடிந்தது. அதில், ஒரு பெண், வயலட் ஸ்மித் மயக்க நிலையில் வாயில் கைக்குட்டை அடைக்கப்பட்டிருந்தது. அவளுக்கு எதிரே ஒரு மிருகத்தனமான, கனமான முகம், சிவப்பு மீசையுடைய ஒரு இளைஞன் நின்றிருந்தான். அது கண்டிப்பாக வூட்லியாக இருக்க வேண்டும். மற்றொருவன் ஏதோ சாதித்துவிட்ட

சந்தோஷத்தில் மிகவும் துணிச்சலாகக் காணப்பட்டான். அவன் பார்ப்பதற்கு மிகவும் வயதான தோற்றம், நரைத்த தாடியுடன், ஒரு சிறிய சூட் அணிந்திருந்தார். திருமணச் சேவையைச் செய்யும் பாதிரியாராக இருக்க வேண்டும். அப்போதுதான் திருமணத்தை முடித்திருக்கிறார். ஏனென்றால் நாங்கள் தோன்றியவுடன் அவர் தனது பிரார்த்தனைப் புத்தகத்தை பாக்கெட்டில் வைத்து, மணமகனை மகிழ்ச்சியுடன் வாழ்த்தினார்.

“நீங்கள் திருமணமானவர்கள்!” என்று பாதிரியார் உருவத்தில் இருந்தவன் கூறினான்.

“வாருங்கள்!” வேகமாக அந்த இடத்திற்கு அடைந்தார். ஹோம்ஸும், நானும் அந்தப் பாவப்பட்ட கட்டியிருக்கும் இடத்தை அடைந்தோம். வில்லியம்சன், முன்னாள் மதகுரு, போலியான பணிவுடன் எங்களை வணங்கினார். மேலும், வூட்லி கொடூரமான சிரிப்புடன் எங்களைப் பார்த்தான்.

“நீ உன் தாடியைக் கழற்றலாம் பாப்.” என்றான். “நீ யார் என்பது எங்களுக்குத் தெரியும். சரி, உனக்கும், உங்கள் நண்பர்களுக்கும் நான் திருமதி வூட்லியை அறிமுகப்படுத்துகிறேன்” என்றான்.

எங்கள் வழிகாட்டி தனது முகத்திலிருக்கும் கருமையான தாடியைப் பிடுங்கித் தரையில் எறிந்தார். அவர் விரக்தியில் சுத்தமாக ஷேவ் செய்யப்பட்ட முகத்தை வெளிப்படுத்தினார். பின்னர் அவர் தனது ரிவால்வரை உயர்த்தி, வூட்லியின் முன் நீட்டினார்.

“ஆமாம். நான் பாப் கார்ருதர்ஸ்தான். இவ்வளவு நாள் சைக்கிளில் அந்தப் பெண்ணின் பாதுகாப்பிற்காகச் சென்றேன். ஏற்கெனவே உன்னை எச்சரித்திருக்கிறேன். நீ அவளைத் துன்புறுத்தினால், கர்த்தரின் ஆணையாக உன்னைக் கொல்வேன் என்றும் கூறினேன்” என வழிகாட்டி தனது அடையாளத்தை வெளியிட்டு வூட்லியிடம் கோபமாகப் பேசினான்.

“நீ தாமதமாகிவிட்டாய் பாப். இப்போது அவள் என் மனைவி!”

"இல்லை. அவள் விதவை."

அவரது ரிவால்வரில் வூட்லியின் இடுப்பு கோட்டின் முன் பக்கத்தில் சுட்டார். அவன் உடலிலிருந்து

ரத்தம் பீறிட்டதைக் கண்டேன். அவர் அலறலுடன் சுழன்று கீழே விழுந்தான். அவனது பயங்கரமான சிவப்பு முகம் திடீரென்று மங்கலாக மாறியது. முதியவர், இன்னும் தனது அங்கியை அணிந்திருந்தார். அவர் தனது பாதுகாப்பிற்காக ரிவால்வரை வெளியே எடுத்தார். ஆனால் அவர் அதை உயர்த்துவதற்கு முன் ஹோம்ஸ் தனது ரிவால்வரை அவரது நெற்றியில் வைத்தார்.

"போதும். உங்கள் துப்பாக்கியைக் கொடுங்கள். இனி இங்கு வன்முறை எதுவும் நிகழக் கூடாது. வாட்சன்! இதை வாங்கி அவன் தலையில் பிடித்த மாதிரி வையுங்கள்" என்று என் நண்பர் பதற்றத்திலும் அமைதியாகக் கூறினார்.

"நீங்கள் யார்?"

"என் பெயர் ஷெர்லாக் ஹோம்ஸ்."

"அடக் கடவுளே! அது நீங்கள்தானா?"

"நீங்கள் என்னைப் பற்றிக் கேள்விப்பட்டிருக்கிறீர்கள். இங்கு போலீஸ் வரும்வரை யாரும் எதுவும் செய்யக் கூடாது. இதோ, நீ இங்குவா!" என்று ஹோம்ஸ் அடிப்பட்ட குதிரை வண்டிச் சிறுவனை அழைத்தார். "நான் கொடுக்கும் குறிப்பை ஃபார்ன்ஹாமுக்குச் சென்று, அங்கிருக்கும் காவல்நிலையக் கண்காணிப்பாளரிடம் கொடு" என்று கூறி தனது குறிப்பேட்டிலிருந்து ஒரு பேப்பரை எடுத்துச் சில வார்த்தைகளை எழுதிக்கொடுத்தார். "போலீஸ் வரும்வரை, நீங்கள் அனைவரும் என் கட்டுப்பாட்டில் இருக்க வேண்டும்" என்று கூறினார்.

ஹோம்ஸ் வலிமையான, தலைசிறந்த ஆளுமை கொண்டவர். இந்த இக்கட்டான சூழ்நிலையில் அவர் அனைவரையும் தனது பொம்மைகளாக மாற்றினார். வில்லியம்சன், காரதர்ஸ் ஆகியோர் காயமடைந்த வூட்லியை வீட்டிற்குள் தூக்கிச் செல்ல, அவர்கள் பின்னால் ஹோம்ஸ் துப்பாக்கியுடன் நின்றார். நான் பயந்துபோன பெண்ணுக்கு

முதலுதவி கொடுத்தேன். ஹோம்ஸின் வேண்டுகோளின் பேரில் நான் வூட்லியைப் பரிசோதித்தேன். நான் வூட்லியைப் பரிசோதிக்கத் திரைச்சீலையை மூட, இரண்டு கைதிகளும் ஹோம்ஸ் முன்னால் அமர்ந்திருந்தார்கள்.

“அவர் உயிருக்கு ஆபத்தில்லை” என்றேன்.

“என்ன! முதலில் நான் அவனைக் கொன்றுவிடுகிறேன். மிஸ் ஸ்மித் ஒரு தேவதை. அவள் அந்தக் கொடியவன் வூட்லியோடு வாழ்வதை என்னால் நினைத்துக்கூடப் பார்க்க முடியாது” என்று காரதர்ஸ் கோபமாகத் தனது நாற்காலியில் இருந்து எழுந்தான்.

“அதைப் பற்றி நீங்கள் கவலைப்பட வேண்டியதில்லை” என்று ஹோம்ஸ் கூறினார். “எந்தச் சூழ்நிலையிலும் அவள் வூட்லிக்கு மனைவியாக முடியாது என்பதற்கு இரண்டு காரணங்கள் உள்ளன. முதலாவதாக, திருமணத்தை நடத்துவதற்கு வில்லியம்சனுக்கு எந்த உரிமையும் இல்லை.”

“நான் திருச்சபையின் மதகுரு” என்று வில்லியம்சன் கூறினான்.

“ஆனால் அது பரிக்கப்பட்டிருக்கிறது.”

“ஒருவர் ஒருமுறை மதகுரு என்றான பிறகு அவர் எப்பொழுதும் மதகுருதான்.”

“நான் அப்படி நினைக்கவில்லை. அதுமட்டுமில்லாமல் திருமணம் நடத்த உரிமம் இல்லை.”

“திருமணத்துக்கான உரிமம் என்னிடம் இருக்கிறது. இங்கே என் பாக்கெட்டில் வைத்திருக்கிறேன்.” என்றான்.

“அப்படியானால் நீங்கள் ஒரு தந்திரம் செய்துதான் அதைப் பெற்றீர்கள். ஆனால் எந்தவொரு சந்தர்ப்பத்திலும் கட்டாயத் திருமணம் என்பது திருமணம் அல்ல. இது மிகவும் கடுமையான குற்றமாகும். இது உங்களுக்கு விரைவிலேயே புரியும். அடுத்த பத்து வருடங்களில் சிறையில் இந்த விஷயத்தைப் பற்றிச் சிந்திக்க உங்களுக்கு நேரம் கிடைக்கும். கார்ருதர்ஸ், உங்களைப் பொறுத்தவரை, உங்கள் கைத்துப்பாக்கியை எடுக்காமல் பாக்கெட்டில் வைத்திருந்தால் நன்றாக இருந்திருக்கும்.”

"நானும் அப்படி நினைக்கிறேன், திரு ஹோம்ஸ்; ஆனால் இந்தப் பெண்ணைக் காக்க நான் எது வேண்டுமானாலும் செய்யத் தயாராக இருக்கிறேன். நான் அவளை நேசித்தேன், மிஸ்டர் ஹோம்ஸ், காதல் என்றால் என்னவென்று எனக்குத் தெரிய வந்தது அவளைப் பார்த்தப் பிறகுதான். அவளை இப்படிப்பட்ட சூழலில் பார்த்தும் எனக்குப் பைத்தியம் பிடித்ததுபோல் இருந்தது. தென்னாப்பிரிக்காவின் மிகப் பெரிய மிருகத்தனமானவனாகவும், கொடுமைக்காரனாகவும் இருந்திருக்கிறேன். கிம்பர்லி முதல் ஜோகன்னஸ்பர்க் வரையிலான பயங்கரவாதி என்று பெயர் எடுத்தேன். மிஸ்டர் ஹோம்ஸ், நீங்கள் அதை நம்ப மாட்டீர்கள். அந்தப் பெண் என் வீட்டு வேலையிலிருந்து அவளை நான் தனியாக ஒருமுறைகூடச் செல்லவிடவில்லை. இந்த அயோக்கியர்கள் பதுங்கியிருப்பதை அறிந்தேன். அதனால், அவளுக்குப் பாதுகாப்புக்காக என் சைக்கிளில் அவளைப் பின்தொடர்ந்து, எந்தத் தீங்கும் வராமல் பார்த்துக்கொண்டேன். அவள் என்னை அடையாளம் காணக் கூடாது என்பதற்காக அவளிடமிருந்து தூரமாக இருந்தேன். தாடி அணிந்தேன். ஏனென்றால் அவள் ஒரு நல்ல உள்ளம் கொண்ட பெண். நான் அவளைப் பின்தொடர்கிறேன் என்று தெரிந்தால் அவள் வேலையில் நீண்ட காலம் இருந்திருக்க மாட்டாள் என்பதை நினைத்து அஞ்சினேன்."

"அவளுக்கு ஆபத்திருப்பதை ஏன் அவளிடம் சொல்லவில்லை?"

"ஏனென்றால், அவள் என்னை விட்டுச் சென்றுவிடுவாள். அதை எதிர்கொள்ள என்னால் முடியாது. அவளால் என்னைக் காதலிக்க முடியாவிட்டாலும், அந்த வீட்டில் அவளுடைய அழகான வடிவம் நடமாடுவதை விரும்பினேன். அவள் குரலின் சத்தத்தைக் கேட்பதும் எனக்குப் பெரிய விஷயமாக இருந்தது."

"மிஸ்டர் கார்ருதர்ஸ், இதை நீங்கள் காதல் என்று அழைக்கலாம். ஆனால் நான் அதைச் சுயநலம் என்று சொல்லுவேன்" என்று நான் கூறினேன்.

"இரண்டும் ஒன்றாக இருக்கலாம். எப்படியும் என்னால் அவளை விட்டுப் பிரிய முடியவில்லை. அதுமட்டுமல்ல,

இந்தப் பொல்லாத கூட்டங்களுக்கு நடுவில், அவளைப் பார்த்துக்கொள்ள யாராவது அருகில் இருப்பது நல்லதென்று தோன்றியது. அதுமட்டுமில்லாமல், அந்தத் தந்தி வந்த பின்னர், அவர்கள் ஏதோ தவறான நடவடிக்கை எடுப்பார்கள் என்று எனக்கு நன்கு தெரியும்."

"என்ன கேபிள்?"

கார்ருதர்ஸ் தனது பாக்கெட்டிலிருந்து ஒரு தந்தியை எடுத்தார்.

அதில், 'வயதான மனிதர் இறந்துவிட்டார்.' என்று குறுகிய செய்தி இருந்தது.

"இப்போது ஒவ்வொரு விஷயங்களும் எப்படி வேலை செய்திருக்கிறது என்பது எனக்குப் புரிகிறது. நீங்கள் சொல்லுவது போல் இந்தச் செய்தி எப்படி அவர்களை முட்டாள்தனமாகச் செயல்படுத்த வைத்திருக்கும் என்பதை என்னால் புரிந்துகொள்ள முடிகிறது. நீங்கள் வேறு ஏதாவது தகவல் சொல்ல விரும்புகிறீர்களா?"

கார்ருதர்ஸ் பதிலளிக்கும் முன் கைதியாக இருந்த வில்லியம்சன் மறுக்கும் வகையில் கெட்ட வார்த்தையில் அவனிடம் சரமாரியாக வெடிக்கத் தொடங்கினான்.

"இதோ பார் பாப் கார்ருதர்ஸ்! நீ எங்களைப் பற்றி ஏதாவது கூறினால், கடவுளின் மீது சத்தியமாக நீ வூட்லியைச் சுட்டதுபோல் நான் உன்னைச் சுடுவேன். அந்தப் பெண்ணை நீ காதலிப்பது உன் சொந்த விவகாரம். ஆனால் இந்த மனிதனை நம்பி எங்களைப் பற்றிக் கூறினால், உன் வாழ்நாளின் மோசமான தினங்களை காண்பாய்" என்று எச்சரித்தான்.

சிகரெட்டைப் பற்ற வைத்த ஹோம்ஸ், "நீங்கள் இவ்வளவு பதட்டமடையத் தேவையில்லை. ஏனென்றால் உங்களுக்கு எதிரான வழக்கு மிகவும் தெளிவாக உள்ளது. மேலும் நான் கேட்பது எனது தனிப்பட்ட ஆர்வத்திற்காக. இருப்பினும், நீங்கள் என்னிடம் சொல்வதில் ஏதேனும் சிரமம் இருந்தால், நான் கூறுகிறேன். உங்கள் ரகசியங்களை எவ்வளவு தூரம் நான் கண்டுபிடித்திருக்கிறேன் என்பதை

நீங்கள் சரிப்பார்க்கலாம். கார்ருதர்ஸ்! முதலில், நீங்கள், வில்லியம்சன், வூட்லி மூவரும் தென்னாப்பிரிக்காவிலிருந்து வந்திருக்கிறீர்கள்."

"பொய்." என்று வில்லியம்சன் கூறினான்; "இரண்டு மாதங்களுக்கு முன்புவரை இருவரையும் நான் பார்த்ததே இல்லை. என் வாழ்நாளில் நான் ஆப்பிரிக்காவில் இருந்ததில்லை. எனவே நீங்கள் அதை உங்கள் பைப்பில் இருப்பதை மட்டும் புகைபிடிக்கலாம், மிஸ்டர் ஹோம்ஸ்!"

"அவர் சொல்லுவது உண்மைதான்" என்றார் கார்ருதர்ஸ்.

"சரி, நீங்கள் இருவரும் தென்னாப்பிரிக்காவிலிருந்து வந்தீர்கள். மரியாதைக்குரிய ரால்ப் ஸ்மித்தை உங்களுக்கு முன்பே தெரியும். அவர் நீண்ட காலம் வாழ மாட்டார் என்பதை அறிந்த நீங்கள், அவருடைய மருமகள் செல்வத்தைப் பெறுவார் என்பதை நீங்கள் கண்டுபிடித்தீர்கள்?"

"ரால்ப் ஸ்மித்துக்கு அவள் மட்டும்தான் உறவினராக இருந்தாள். ரால்ப் ஸ்மித்துக்கு எழுதப் படிக்கத் தெரியாது. அதனால், வயதானவர் எந்த உயிலும் எழுதவில்லை என்பதும் எங்களுக்குத் தெரியும்" என்று கார்ருதர்ஸ் பதிலளித்தான்.

"ஓ... அதனால் நீங்கள் இருவரும் வந்து அந்தப் பெண்ணைத் தேடிக் கண்டுபிடித்தீர்கள். உங்களில் ஒருவர் அவளைத் திருமணம் செய்துகொள்ள வேண்டும், மற்றவருக்குச் செல்வத்தில் பங்கு இருக்கிறது என்ற யோசனை இருந்தது. ஆனால் எந்தக் காரணங்களால் வூட்லி கணவராகத் தேர்ந்தெடுக்கப்பட்டார். அது ஏன்?" என்று ஹோம்ஸ் வினவினார்.

"பயணத்தின்போது நாங்கள் அவளுக்காகச் சீட்டு விளையாடினோம். அவன் வெற்றி பெற்றார்."

"நீங்கள் அந்த இளம் பெண்ணை வேலைக்குச் சேர்த்துவிட்டீர்கள். அங்கு வூட்லி அவளிடம் மிருகத்தனமாக நடந்துகொண்டிருக்க வேண்டும். அதனால், அவள் அவன்மீது அதிக வெறுப்பு வளர்த்துக்கொண்டாள். இதற்கிடையில், நீங்கள் அந்தப் பெண்ணைக் காதலித்ததால், கொடிய மிருகமான வூட்லி அவளைத் தொந்தரவு செய்வதை உங்களால் தாங்கிக்கொள்ள முடியவில்லை."

“ஆமாம். அதை என்னால் பார்க்க முடியவில்லை!”

“உங்களுக்குள் தகராறு ஏற்பட்டது. அதனால், வூட்லி தனக்கான சொந்தத் திட்டங்களை உருவாக்கினார்.”

“வில்லியம்சன்! இந்த ஜென்டில்மேனுக்குப் புதிதாகச் சொல்ல எதுவுமில்லை” என்று கார்ருதர்ஸ் கசப்பான சிரிப்புடன் சிரித்தார். ஆமாம், நாங்கள் சண்டையிட்டோம். அவன் என்னை வீழ்த்தினான். அதன் பின்னர் நான் அவனைப் பார்க்கவில்லை. அப்போதுதான் அவன் இந்த நடிகனை இங்கு அழைத்து வந்தான். அவள் ஸ்டேஷனுக்குச் செல்ல வேண்டிய பாதையில் அவர்கள் ஒன்றாக இந்த இடத்தில் ஹவுஸ் கீப்பிங்கை அமைத்திருப்பதைக் கண்டேன். ஏதோ தவறு நடக்கும் என்று தோன்றியதால், நான் அவளை என் கண்போல் பாதுகாத்தேன். அதேசமயம் அவர்கள் என்ன திட்டம் தீட்டுகிறார்கள் என்பதைத் தெரிந்துகொள்வதிலும் ஆவலாக இருந்தேன். இரண்டு நாட்களுக்கு முன்பு வூட்லி ஒரு தந்தியுடன் என் வீட்டிற்கு வந்தான். அதில், ரால்ப் ஸ்மித் இறந்துவிட்டதாக இருந்தது. அவன் என்னிடம் பேரம் பேசாமல், அந்தப் பெண்ணை என்னையே திருமணம் செய்யச் சொல்லி, பின்பு செல்வத்தில் ஒரு பங்கைக் கொடுக்க வேண்டுமென்று கூறினான். நானும் அதையே விரும்புவதாகச் சொன்னேன். ஆனால் இதற்கு அவள் சம்மதிக்க மாட்டாள் என்றேன். “முதலில் அவளைக் கட்டாயத் திருமணம் செய்துவைப்போம். ஓரிரு வாரங்களுக்குப் பிறகு அவள் மாறிவிடுவாள்” என்றான். எனக்கு அவளை வன்முறையில் சம்மதிக்க வைக்க பெற விரும்பவில்லை. அவன் என்னைக் கெட்ட வார்த்தையில் சபித்துவிட்டு, அவளைப் பெற வேறு வழியை யோசித்தான். இந்த வார இறுதியில் அவள் வேலையை விட்டு வெளியேறுகிறாள் என்பதை அறிந்த அவர்கள், அவளை ஸ்டேஷனுக்குச் செல்லும் வழியில் எந்த தீங்கும் செய்யலாம் என்ற ஒரு பொறி எனக்குத் தோன்றியது. அதனால், நான் அவளைக் குதிரை வண்டியில் அனுப்பிட்டு, அவளை என் சைக்கிளில் பின்தொடர்ந்தேன். இருப்பினும், நீங்கள் அவளின் வண்டியைப் பிடிக்கும் முன்பே, அதற்குள் அவர்கள் அவளைக் கடத்திச் சென்றுவிட்டார்கள்” என்று முழுக் கதையை கார்ருதர்ஸ் சொல்லி முடிக்க, “பிறகு நீங்கள்

இருவரும் குதிரை வண்டியில் வருவதைப் பார்க்க, ஸ்மித் தொலைந்த விவரத்தை நான் உங்கள் மூலம் அறிந்தேன்" என்றார்.

ஹோம்ஸ் எழுந்து தன் சிகரெட்டின் நுனியைத் தட்டிக்குள் வீசினார். "வாட்சன்! நீங்கள் கொடுத்த தகவலைச் சரியாகக் கவனிக்காமல் விட்டுவிட்டேன். நீங்கள் அளித்த அறிக்கையில் சைக்கிள் ஓட்டுபவர் அவருடைய கழுத்துப்பட்டையைப் புதர்ச் செடியில் சரி செய்தால் சொல்லும்போதே நான் இந்த வழக்கைப் பற்றிக் கண்டுபிடித்திருக்க வேண்டும். இருப்பினும், நான் ஒரு வினோதமான அனுபவத்தைச் சந்திக்க வேண்டுமென்று இருக்கிறது. டிரைவில் உள்ள மூன்று மாவட்டக் காவலர்களை உணர்கிறேன். வெளியில் குதிரை வண்டி வரும் சப்தம் கேட்கிறது. சிறுவன் மூன்று காவலர்களை அழைத்து வருகிறான் என்று நினைக்கிறேன். வாட்சன், உங்களுடைய மருத்துவத் திறனில் மிஸ் ஸ்மித்திற்கு நீங்கள் உதவிச் செய்து, அவர் போதுமான அளவு குணமடைந்தால், அவளைத் தாயின் வீட்டிற்குச் செல்லச் சொல்லுங்கள். அவள் முழுமையாகக் குணமடையவில்லை என்றால், மிட்லாண்ட்ஸில் உள்ள அவளது காதலனுக்கு ஒரு தந்தி அனுப்பி வரச் சொல்லுங்கள். திரு கார்ருதர்ஸ்! உங்களைப் பொறுத்தவரை ஒரு தீய சதியில் உங்கள் பங்கு இருந்தாலும், அதில் நல்ல விதமாக முடிக்க உங்களால் முடிந்த உதவியைச் செய்திருக்கிறீர்கள். உங்கள் விசாரணையில் உங்களுக்கு ஆதரவாக எனது உதவி தேவைப்பட்டால், நீங்கள் என்னைத் தொடர்புகொள்ளலாம். இதோ எனது அட்டையை வைத்துக்கொள்ளுங்கள்." என்றார்.

எங்களின் இடைவிடாத செயல்பாட்டில் வாசகர்கள் எதிர்பார்க்கும் விவரங்களைச் சுருக்கி சுவாரஸ்யமாகக் கொடுப்பதில் எனக்கு அடிக்கடி கடினமாக இருந்தது. ஒவ்வொரு வழக்கும் மற்றொன்றுக்கு முன்னோடியாக இருந்து வருகிறது. இந்த வழக்கு முடிந்து, அடுத்த வழக்கு குறித்த பணியில் ஈடுபட்டதால் இந்த நடிகர்கள் எங்கள் நினைவிலிருந்து கடந்துவிட்டார்கள். எவ்வாறாயினும், இந்த வழக்கைக் கையாளும் எனது கையெழுத்துப் பிரதிகளின் முடிவில் ஒரு சிறு குறிப்பைக் காண்கிறேன். அதில் மிஸ்

வயலட் ஸ்மித் ஒரு பெரிய செல்வத்தை வாரிசாகப் பெற்றார் என்றும், இப்போது அவரின் காதலன் சிரில் மார்டனின் மனைவியாக அவர் இருக்கிறாள் என்பதைப் பதிவு செய்துள்ளேன். தற்போது, அவளது கணவன் பிரபல வெஸ்ட்மின்ஸ்டர் எலக்ட்ரீஷியன்களான மார்டன் – கென்னடி நிறுவனத்தின் மூத்த பங்குதாரர். வில்லியம்சன், வூட்லி இருவரும் கடத்தல் மற்றும் தாக்குதலுக்கான விசாரணைக்கு உட்பட்டார்கள். வில்லியம்சனுக்கு ஏழு ஆண்டுகளும், வூட்லிக்குப் பத்து ஆண்டுகளும் சிறை தண்டனை விதிக்கப்பட்டது. கார்ருதர்ஸ் பற்றிய எந்தத் தகவலும் என்னிடத்தில் இல்லை. ஆனால் அவர் வூட்லியைப் போல் மிகவும் ஆபத்தானவன் இல்லையென்பதால், அவரை நீதிமன்றம் மிகத் தீவிரமாகத் தண்டித்திருக்காது என்று நான் நம்புகிறேன்.

29. ப்ரியரி பள்ளியில் நிகழ்ந்த சாகசம்

பேக்கர் தெருவிலுள்ள எங்களின் சிறிய வீட்டு நுழைவா யிலில் பலர் வந்து சென்றிருக்கிறார்கள். ஆனால் டாக்டர் தோர்னிகிராஃப்ட் ஹக்ஸ்டேபிள், எம்.ஏ., பிஎச்.டி., போல் யாரும் தங்கள் முதல் சந்திப்பில் எங்களைத் திடுக்கிட வைத்ததில்லை. அவருடைய விசிட்டிங் காட்டில் அவருடைய பட்டங்களை அச்சிடுவதற்குச் சிரமம் என்று சொல்லும் அளவிற்கு நிறைய பட்டங்கள் பெற்றிருக்கிறார். இவ்வளவு கல்வி அறிவுள்ள மனிதன் அவ்வளவு பதற்றமாக எங்களை ஏன் சந்திக்க வேண்டுமென்று தெரியவில்லை. அவர் உள்ளே நுழையும்போது சுயநினைவைப் பாதிக்கும்மேல் இழந்திருப்பதுபோல் இருந்தது. மேசைக்கு எதிராகத் தள்ளாடியவாறு நடந்து அமர முடியாமல் கீழே விழுந்தார்.

நான் என் காலடியில் விழுந்த அவரை ஆச்சரியத்துடன் வெறித்துப்பார்த்தேன். பின்பு அவரைத் தூக்கி ஹோம்ஸ் அமரும் சோஃபாவில் படுக்க வைத்தேன். அவருக்குத் தண்ணீர் கொடுக்க விரைந்தேன். அவரின் முகத்தில் பிரச்சினையின் கோடு தெரிந்தது. தளர்வான வாய் சோககீதையை வாசித்தது. கன்னங்கள் சவரம் செய்யப்படவில்லை. காலரும் சட்டையும் ஒரு நீண்ட பயணத்தின் கசடுகளைச் சுமந்தன. மிகவும் பாதிக்கப்பட்ட ஒரு மனிதன் எங்கள் முன் படுத்திருந்தான்.

“என்னவானது வாட்சன்?” என்று ஹோம்ஸ் கேட்டார்.

“பசி மற்றும் பயணத்திற்கான முழுச் சோர்வு” என்று கூறினேன். என் விரலால் அவரது நாடித் துடிப்பைப் பார்த்தேன். மிகவும் பலவீனமாக இருந்தார்.

இங்கிலாந்தின் வடக்குப் பகுதியிலுள்ள மேக்லெட்டனிலிருந்து வந்ததற்கான டிக்கெட்டை அவரது பாக்கெட்டிலிருந்து ஹோம்ஸ் எடுத்தார். "இன்னும் பன்னிரண்டு மணி ஆகவில்லை. நிச்சயமாக அதிகாலையிலே தனது பயணத்தைத் தொடங்கியிருக்க வேண்டும்."

அந்த மனிதனின் கண் இமைகள் நடுங்கத் தொடங்கின. லேசாகத் தனது கண்களைத் திறந்து எங்களைப் பார்த்தார். சிறிது நேரம் கழித்து, அந்த நபர் குற்றவுணர்வில் படுத்திருந்தவர் எழுந்தார்.

"நான் மயங்கியதற்கு மன்னியுங்கள், திரு ஹோம்ஸ். நான் பலவீனமாக இருந்தேன். எனக்கு ஒரு கிளாஸ் பால், ஒரு பிஸ்கட் கிடைத்தால், நான் நன்றாக இருப்பேன். வழக்கின் அவசரத் தேவையை எந்தத் தந்தியும் உங்களுக்கு உணர்த்திவிடாது. நான் உங்களை நேரில் சந்தித்து, வழக்கைப் பற்றிக் கூறி அழைத்துச் செல்லவே வந்தேன்" என்றார்.

"நீங்கள் முழுமையாகத் தெளிவடையுங்கள்."

"இப்போது நான் நன்றாக இருக்கிறேன். எப்படி இவ்வளவு பலவீனமாக நான் மயங்கினேன் என்று தெரியவில்லை. மிஸ்டர் ஹோம்ஸ், நீங்கள் என்னுடன் அடுத்த ரயிலில் மேக்லெட்டனுக்கு வர வேண்டுமென்று நான் விரும்புகிறேன்."

என் நண்பன் தலையை ஆட்டினான்.

"நாங்கள் தற்போது மிகவும் பிஸியாக இருக்கிறோம் என்று எனது சக ஊழியர் டாக்டர் வாட்சன் உங்களுக்குச் சொல்ல முடியும். ஃபெரர்ஸ் ஆவணங்களைப் பற்றிய வழக்கை பார்த்துக்கொண்டிருக்கிறேன். மேலும் அபெர்கவன்னி கொலை வழக்கு விசாரணைக்கு வருகிறது. மிக முக்கியமான பிரச்சினைக்கு மட்டுமே தற்போது என்னால் லண்டனை விட்டு வெளியே வர முடியும்."

"இதுவும் மிகவும் முக்கியமான பிரச்சினைதான். ஹோல்டர்னெஸ் பிரபுவின் ஒரே மகன் கடத்தப்பட்டதைப் பற்றி நீங்கள் எதுவும் கேள்விப்படவில்லையா?" என்று ஹக்ஸ்டேபிள் கேட்டார்.

"என்ன! மறைந்த கேபினட் அமைச்சர் பற்றிச் சொல்லுகிறீர்களா?"

"நாங்கள் செய்தித்தாள்களுக்கு வெளியே வராமல் பார்த்துக்கொண்டோம். ஆனால் நேற்றிரவு குளோப்பில் சில வதந்திகள் வந்தன. அதனால், உங்கள் காதுகளுக்கு எட்டியிருக்கலாம் என்று நினைத்தேன்."

ஹோம்ஸ் தனது நீண்ட, மெல்லிய கையால், தனது என்சைக்ளோபீடியா ஆஃப் ரெஃபரன்ஸில் வால்யூம் 'H'–ஐத் தேடினார்.

"ஹோல்டர்னெஸ், ஆறாவது டியூக், கே.ஜி., பி.சி., பரோன் பெவர்லி, கார்ஸ்டன் ஏர்ல்., என்ன இவ்வளவு பெரிய பட்டியல்! லார்ட்–லெப்டினன்ட் ஆஃப் ஹலாம்ஷயர் *1900* ஆம் ஆண்டு முதல் பொறுப்பில் இருக்கிறார். சர் சார்லஸ் ஆப்பிள்டோரின் மகள் எடித்தை *1888*இல் திருமணம் செய்துகொண்டார். அவர்களின் ஒரே வாரிசு சால்டைர் பிரபு. சுமார் இருநூற்று ஐம்பதாயிரம் ஏக்கர்களுக்குச் சொந்தமானவர். இவரது முகவரி: கார்ல்டன் ஹவுஸ் டெரஸ்; ஹோல்டர்னெஸ் ஹால், ஹலாம்ஷையர்; கார்ஸ்டன் கோட்டை, பாங்கோர், வேல்ஸ். சரி! இந்த மனிதர் நிச்சயமாக ராஜ குடும்பத்தினருக்கு மிகவும் நெருக்கமான மனிதர்களில் ஒருவர்!"

"ஆமாம். அவர் மிகப் பெரிய பணக்காரர். மிஸ்டர் ஹோம்ஸ்! நீங்கள் தொழில்முறையாக வழக்குக்கான சன்மானத்திற்காக அல்லாமல், வழக்கைத் தீர்த்து வைப்பதில்தான் உங்கள் முழு ஈடுபாடு இருக்கும் என்பதை அறிவேன். எவ்வாறாயினும், அவரது மகன் எங்கிருக்கிறார் என்று சொல்லக்கூடிய நபருக்கு ஐயாயிரம் பவுண்டுகளும், தனது மகனைக் கடத்திய நபர்களைப் பற்றித் தகவலோ அல்லது அதற்கு உதவியவர்கள் பற்றிய விவரமோ சொல்பவருக்கு ஆயிரம் பவுண்டுகளும் வழங்கப்படும் என்று பிரபு அறிவித்திருக்கிறார்."

"இது மிகப் பெரிய சன்மானம்" என்று ஹோம்ஸ் கூறினார். "வாட்சன், நாம் டாக்டர் ஹக்ஸ்டேபிளுடன் வடக்கு இங்கிலாந்துக்கு ரயிலில் செல்லவிருக்கிறோம்.

இப்போது, டாக்டர் ஹக்ஸ்டேபிள், நீங்கள் அந்தப் பாலை அருந்தியவுடன், இந்தச் சம்பவம் எங்கு நடந்தது, எப்போது நடந்தது, எப்படி நடந்ததென்று சொல்லுங்கள். மேக்லெட்டனுக்கு அருகில் உள்ள ப்ரியரி பள்ளியைச் சேர்ந்த உங்களுக்கும், இந்த வழக்குக்கும் என்ன சம்பந்தம். கடத்தல் நடந்து மூன்று நாள்களுக்குப் பிறகு என்னை வந்து சந்தித்து வழக்குக் குறித்து கூறுவதற்கான காரணத்தைப் பொறுமையாகச் சொல்லுங்கள்."

அந்த நபர் தனது பாலையும் பிஸ்கட்டையும் உட்கொண்டிருந்தார். அவர் நிலைமையை விளக்குவதற்கு மிகுந்த வீரியத்துடனும் தெளிவுடனும் தன்னை அமைத்துக் கொண்டபோது அவரது கண்களிலும், கன்னங்களிலும் கவலை அதிகமாக தெரிந்தன.

"பிரியரி பள்ளி என்பது ஆரம்ப நிலைப் பள்ளி என்பது உங்களுக்குத் தெரிந்திருக்கும். அதன் நிறுவனரும், முதல்வரும் நான்தான். இங்கிலாந்தில் மிகச் சிறந்த ஆரம்பநிலைப் பள்ளிகளில் எங்களுடையது என்று சொல்லுவேன். லார்ட் லெவர்ஸ்டோக், பிளாக்வாட்டர் ஏர்ல், சர் கேத்கார்ட் சோம்ஸ் போன்ற அனைத்துச் செல்வந்தர்களும், அரசியல் பிரமுகர்களும் தங்களது மகன்களை எங்களிடம் ஒப்படைத்துள்ளனர். ஆனால் மூன்று வாரங்களுக்கு முன்பு, டியூக் ஆஃப் ஹோல்டர்னெஸ் தனது செயலாளரான திரு. ஜேம்ஸ் வைல்டருடன் அவரது ஒரே மகனான பத்து வயது இளம் பிரபு சால்டைரை அனுப்பினார். எனது பள்ளி உச்சத்தை எட்டியதாக உணர்ந்தேன். இது எனக்கு மிகப் பெரிய பொறுப்பு என்பது உண்மை. ஆனால் இது என் வாழ்க்கையை நசுக்கும் துரதிர்ஷ்டமாக இருக்கும் என்று நினைக்கவில்லை."

"மே 1ஆம் தேதி பையன் சேர்ந்தான். அது கோடைக் காலத்தின் ஆரம்பம். அந்த அழகான சிறுவன் எங்கள் பள்ளியிலிருக்கும் பழக்க வழக்கத்திற்குத் தன்னை மாற்றிக்கொண்டான். எங்கள் பள்ளியிலிருக்கும் போது அவன் மிகவும் மகிழ்ச்சியாக இருந்தான். இந்த விஷயத்தில் என்னுடைய நம்பிக்கை அரைகுறையாகவோ அல்லது அபத்தமானதாகவோ இருக்கலாம். அவன் வீட்டில்

மகிழ்ச்சியாக இல்லை என்று நினைக்கிறேன். டியூக்கின் திருமண வாழ்க்கை அமைதியாக இல்லாததால், பரஸ்பர சம்மதத்தின் பேரில் அவர் தனது மனைவியிடமிருந்து விவாகரத்துப் பெற்றார். சிறுவனின் தாய் தெற்கு ஃபிரான்ஸிலிருக்கும் அவரது வீட்டிற்குச் சென்றுவிட்டார். அம்மாவைப் பிரிந்த அந்தச் சிறுவன் மிகவும் வருத்தத்தில் இருந்தான். அதனால், டியூக் அவனை எங்கள் பள்ளிக்கு அனுப்பினார். அவன் எங்களுடன் இருந்த நாள்களில் மிகவும் மகிழ்ச்சியாக இருந்தான் என்பது வெளிப்படையான உண்மை.”

அவனைக் கடைசியாக மே 13ஆம் தேதி இரவு, அதாவது கடந்த திங்கட்கிழமை இரவு பார்த்தேன். அவனது அறை இரண்டாவது மாடியில் இருந்தது. மற்றொரு பெரிய அறை வழியாகச் செல்ல வேண்டும். அதில் இரண்டு சிறுவர்கள் தூங்கினர். இந்தச் சிறுவர்கள் எதையும் பார்க்கவில்லை, கேட்கவில்லை என்றனர். இதனால் இளம் சால்டைர் அந்த வழியில் வெளியேறவில்லை என்பதை உறுதியாகச் சொல்லலாம். அவன் ஜன்னல் திறந்து, ஐவி செடியைப் பிடித்துக் கீழே இறங்கியிருக்க வேண்டும். ஆனால் அவனது காலடித் தடங்கள் அங்கில்லை. அதே சமயம் வெளியேறுவதற்கு அதுமட்டுமே சாத்தியமானதாக இருக்கிறது.

செவ்வாய்க் கிழமை காலை ஏழு மணியளவில் அவன் இல்லாதது கண்டுபிடிக்கப்பட்டது. அவன் படுக்கையில் உறங்கியதற்கான அடையாளங்கள் இருந்தது. அவன் தனது வழக்கமான பள்ளி உடையான கருப்பு ஈடன் ஜாக்கெட், அடர் சாம்பல் கால்சட்டையுடன் செல்வதற்கு முன் அணிந்திருக்கிறான். அறைக்குள் யாரும் நுழைந்ததற்கான அறிகுறிகள் எதுவும் இல்லை. மேலும் பக்கத்து அறையில் இருக்கும் மற்ற பையன்களுக்கு எந்தச் சத்தமோ, சண்டையோ எதுவும் கேட்கவில்லை என்பது உறுதி.

சால்டைர் பிரபு காணாமல் போனதை அறிந்து விடுதியில் தங்கியிருந்த சிறுவர்கள், வேலைக்காரர்கள் என்று அனைவரையும் ஒரே நேரத்தில் அழைத்து விசாரித்தேன். அப்போதுதான் சால்டைர் பிரபு மட்டும்

காணாமல்போகவில்லை. அவரோடு ஜெர்மானிய மாஸ்டர் ஹெய்டேகரும் காணவில்லை. அவரது அறை இரண்டாவது மாடியில் லார்ட் சால்டைரின் அறை இருந்த அதே வழியில் இருந்தது. அவர் இரவில் தூங்கி எழுந்ததற்கான அடையாளம் இருந்தது. ஆனால் அவரது சட்டை, காலுறைகள் தரையில் கிடத்தப்பட்டதால், அவர் அவசரத்தில் உடையணிந்து சென்றிருந்தார். அவர் சந்தேகத்திற்கு இடமின்றி அவரும் ஐவி செடி வழியாகத்தான் கீழே இறங்கியிருக்கிறார். ஏனென்றால் புல்வெளியில் அவரது காலடி அடையாளங்களைப் பார்த்தோம். இந்தப் புல்வெளிக்கு அருகிலிருந்த அவரது சைக்கிளும் காணவில்லை.

அவர் எங்களுடன் இரண்டு வருடங்களாகப் பணிச் செய்கிறார். அவரைப் பற்றி எந்தத் தவறான பதிவுகளும் இல்லை. அதேசமயம், மற்ற மாஸ்டர்கள், மாணவர்கள் மத்தியில் மிகவும் பிரபலமாக இல்லை. காணாமல் போனவர்களைப் பற்றிய எந்தத் தடயமும் கிடைக்கவில்லை. செவ்வாய்கிழமை முடிந்து இரண்டு நாள் கழிந்து வியாழக்கிழமையான இன்று நாங்கள் ஹோல்டர்னெஸ் ஹாலில் அந்தச் சிறுவன் வந்திருக்கிறானா என விசாரித்தோம். அது ஒரு சில மைல்கள் தொலைவில் உள்ளது. ஏதோ திடீரென்று வீட்டு ஞாபகத்தில் தனது தந்தையிடம் சென்றுவிட்டார் என்று நினைத்தோம். ஆனால் அவன் அங்கும் வரவில்லை. டியூக் என் மீது மிகவும் கிளர்ச்சியடைந்தார். அவருடைய மகனைக் கவனித்துக்கொள்ளும் முழுப் பொறுப்பும் என்னுடையதாக இருந்தது. அதில் தவறிவிட்டேன். மிஸ்டர் ஹோம்ஸ், இப்போது என்னுடைய பிரச்சினையைப் புரிந்திருப்பீர்கள். தங்கள் முழு அனுபவத்தையும் செலுத்தி இந்த வழ்க்கில் சம்மந்தப்பட்ட சிறுவனைக் கண்டுபிடித்துத் தருமாறு உங்களை வேண்டிக்கொள்கிறேன்."

அவர் சொல்லும் எல்லா விவரங்களையும் ஷெர்லாக் ஹோம்ஸ் மிகுந்த கவனத்துடன் கேட்டார். இந்த வழக்கில் ஆர்வமான பல விஷயங்கள் இருந்தாலும், அதற்கான தீர்வுக்கான வழி எதிலும் இருப்பதாகத் தெரியவில்லை. அவர் தனது நோட்டுப் புத்தகத்தில் ஓரிரு தகவலைக் குறிப்புகளாக எடுத்துக்கொண்டார்.

"என்னதான் இருந்தாலும், இந்த வழக்கு சம்மந்தமாக நீங்கள் என்னிடம் சீக்கிரம் வராது மிகப் பெரிய தவறு செய்துவிட்டீர்கள். எந்தத் துப்பும் இல்லாமல் இந்த வழக்கை எங்கிருந்து விசாரணையைத் தொடங்குவதுத் தெரியவில்லை. உதாரணமாக, ஐவி செடி வழியாக அவர்கள் கீழே இறங்கி யிருப்பார்கள் என்பதை நீங்கள் சொல்வதை எந்தத் துப்பறியும் நிபுணராலும் ஏற்றுக்கொள்ள முடியாது" என்று அவர் கடுமையாகக் கூறினார்.

"நீங்கள் சொல்லுவது உண்மைதான், ஹோம்ஸ். தனது குடும்பத்தைப் பற்றிய அவதூறுகளையும், மகிழ்ச்சி யின்மையையும் உலகிற்குத் தெரியப்படுத்திவிடும் என்று பயந்தார்."

"சரி. அதிகாரப்பூர்வமான விசாரணை ஏதாவது நடந்ததா?"

"ஆமாம். ஆனால் அது மிகவும் ஏமாற்றத்தை அளித்துள்ளது. ஒரு சிறுவனும், ஒரு இளைஞனும் பக்கத்து ஸ்டேஷனில் அவசரமாக ரயிலில் புறப்பட்டுச் செல்வதைப் பார்த்ததாகக் கூறப்பட்டதால், அந்தத் துப்பை வைத்து விசாரித்தனர். ஆனால் நேற்றிரவுதான் அவர்களைப் பிடித்து விசாரித்ததில் அவர்களுக்கும், இந்த வழக்குக்கும் எந்தத் தொடர்பும் இல்லை என்று தெரிந்தது. அந்த விரக்தியிலும் ஏமாற்றத்திலும், இரவு முழுக்க தூங்காமல், அதிகாலை ரயிலில் ஏறி நேராக உங்களிடம் வந்தேன்" என்றார்.

"இந்தப் பொய்யான துப்புக்குப் பிறகு உள்ளூர் விசாரணையில் வேறு ஏதாவது கிடைத்ததா?"

"இந்த விசாரணை சார்ந்த மற்ற கோணங்களில் யாரும் கவனம் செலுத்தவில்லை என்று தோன்றுகிறது."

"தேவையில்லாமல் மூன்று நாள்கள் வீணாகிவிட்டது. இந்த விவகாரம் மிகவும் கேவலமாகக் கையாளப்பட்டுள்ளது."

"நானும் அதை உணர்கிறேன்."

"இந்தப் பிரச்சினைக்குக் கண்டிப்பாக நான் தீர்வு காண்பேன். காணாமல் போன பையனுக்கும், இந்த ஜெர்மன் மாஸ்டருக்கும் இடையே ஏதேனும் தொடர்பு உள்ளதா?"

"ஒன்றுமில்லை."

"அந்த மாஸ்டர் பையனை வகுப்புக்கு எடுத்திருக்கிறாரா?"

"இல்லை; எனக்குத் தெரிந்தவரை இருவருக்குள் ஒரு வார்த்தைகூடப் பேசியதில்லை."

"இது நிச்சயமாக மிகவும் கவனிக்க வேண்டியது. பையனிடம் சைக்கிள் இருந்ததா?"

"இல்லை."

"வேறு ஏதாவது சைக்கிள் காணவில்லையா?"

"இல்லை."

"கண்டிப்பாக?"

"உறுதியாகச் சொல்கிறேன்."

"சரி. அப்படியென்றால் ஜெர்மானிய மாஸ்டர் அந்தச் சிறுவனைத் தன் கைகளில் சுமந்துகொண்டு, அந்த இரவில் சைக்கிளில் ஏறிச் சென்றார் என்று கூறுகிறீர்களா?"

"நிச்சயமாக இல்லை."

"அப்படியானால் என்ன நடந்திருக்கும் என்று நீங்கள் நினைக்கிறீர்கள்?"

"சிறு தொலைவில் சைக்கிளில் சென்று, வேறெங்காவது ஒளித்து வைத்துவிட்டு, அவர்கள் காலால் நடந்து சென்றிருக்கலாம்."

"ஆனால் அது ஒரு அபத்தமான கோட்பாடாகத் தெரிகிறது, இல்லையா? அந்த ஷெட்டில் வேறு சைக்கிள்கள் இருந்ததா?"

"நிறைய இருந்தது."

"அப்படியென்றால் இருவரும் இரண்டு சைக்கிள்களை எடுத்துச் சென்று, இரண்டையுமே மறைத்து வைத்திருக்கலாம். இல்லையா?"

"அப்படி நடக்கவும் வாய்ப்பிருக்கிறது."

"இதுவும் அபத்தமான கோட்பாடாகத் தெரிகிறது. கண்டிப்பாக சைக்கிளை ஒளித்து வைக்கும் எண்ணம்

அவர்களுக்கு இருக்க வாய்ப்பே இல்லை. எல்லாவற்றிற்கும் மேலாக, ஒரு சைக்கிளை மறைத்து வைப்பது எளிதான காரியம் இல்லை. இன்னொரு கேள்வி. அந்தப் பையனைக் காணாமல் போன முந்தைய நாளில் யாராவது வந்து பார்த்தார்களா?"

"இல்லை."

"அந்தச் சிறுவனுக்கு ஏதாவது கடிதம் வந்ததா?"

"ஆமாம்; ஒரு கடிதம்."

"யாரிடமிருந்து?"

"அவனுடைய தந்தையிடமிருந்து."

"நீங்கள் அந்தக் கடிதத்தைத் திறக்கிறீர்களா?"

"இல்லை."

"அப்படியென்றால், அந்தக் கடிதம் அப்பாவிடமிருந்து வந்ததென்று உங்களுக்கு எப்படித் தெரியும்?"

"The coat of arms என்று உறையில் இருந்தது. டியூக்கின் கையெழுத்து உறையில் இருந்தது. அவருடைய கையெழுத்து எனக்கு நன்றாக நினைவிருக்கிறது."

"இதற்கு முன்பு அவனுக்கு ஏதாவது கடிதம் வந்துள்ளதா?"

"வந்ததில்லை."

"எப்போதாவது பிரான்சிலிருந்து சிறுவனுக்குக் கடிதம் வந்துள்ளதா?"

"ஒருபோதும் இல்லை."

"நிச்சயமாக என் கேள்விகளில் உள்ள அர்த்தத்தை நீங்கள் புரிந்திருப்பீர்கள். அந்தச் சிறுவன் வலுக்கட்டாயமாகக் கடத்திச் செல்லப்பட்டிருக்க வேண்டும் அல்லது அவன் தன் சொந்த விருப்பத்தின் பேரில் சென்றிருக்க வேண்டும். இந்த வழக்கில், சிறுவன் எதோ தூண்டுதலின் பேரில் வெளியே வந்திருக்க வேண்டும். அவனைப் பார்க்கப் பார்வையாளர்கள் வராத நிலையில், கண்டிப்பாக அந்தத் தூண்டுதல் கடிதத்தில் வந்திருக்க வேண்டும். அவனுக்கு வேறு யாராது கடிதம் எழுதக்கூடியவர்கள் இருக்கிறார்களா?"

"இல்லை ஹோம்ஸ். இதுவரை எனக்குத் தெரிந்து அவனுக்குக் கடிதம் எழுதக்கூடிய ஒரே நிருபர் அவனுடைய தந்தை மட்டும்தான்."

"அந்தச் சிறுவன் காணாமல் போன அன்று அவனுக்குக் கடிதம் வந்திருக்கிறது. தந்தைக்கும் மகனுக்கும் இடையிலான உறவு எப்படி இருந்தது?"

"டியூக் யாரிடமும் நட்பாக இருப்பதில்லை. அவர் தனது பொது வேலையில் மூழ்கிவிடுபவர். மேலும் அனைத்துச் சாதாரண உணர்ச்சிகளாலும் அணுக முடியாதவர். ஆனால் அவர் தனது மகன்மீது எப்போதும் அன்பாக இருந்தார்."

"ஆனால் மகன்கள் எப்போது அம்மாவிடம்தான் அன்பாக இருப்பார்கள். இல்லையா?"

"ஆமாம்."

"இதை அந்தச் சிறுவன் சொன்னானா?"

"இல்லை."

"அப்படியானால் டியூக்?"

"இல்லை! டியூக்கின் செயலாளரான திரு ஜேம்ஸ் வைல்டருடன் பேசும்போது, அவர்தான் சால்டியர் பிரபுவின் உணர்வுகளைப் பற்றிய தகவலை எனக்குக் கூறினார்."

"சரி. அந்தச் சிறுவன் தொலைந்ததிலிருந்து, அவனது உடைமைகள், கடிதங்கள் அனைத்தும் அவனது அறையில் இருக்கிறதா?"

"இல்லை; அவன் அந்தக் கடிதத்தைத் தன்னுடன் எடுத்துச் சென்றிருக்கிறான் என்று நினைக்கிறேன். மிஸ்டர் ஹோம்ஸ், நாம் யூஸ்டனுக்குப் புறப்படும் நேரம் வந்துவிட்டது."

"நான் நான்கு சக்கர வாகனத்தை வரச் சொல்லுகிறேன். இன்னும் நாற்பத்தியைந்து நிமிடத்தில் நாம் சென்றுவிடலாம். நீங்கள் தந்தி அனுப்புவதாக இருந்தால், லிவர்பூலில் விசாரணை இன்னும் நடந்துகொண்டிருக்கிறது என்று கற்பனையில் அவர்கள் இருப்பது நல்லது. இதற்கிடையில், உங்கள் பள்ளியில், விடுதியில் சில வேலைகளை நாங்கள் செய்ய

வேண்டியதிருக்கிறது. அதை நாங்கள் பார்த்துக்கொள்கிறோம்" என்றார்.

டாக்டர் ஹக்ஸ்டேபிளின் புகழ்பெற்ற பள்ளி அமைந்துள்ள பீக் இடத்தில் குளிர்ச்சியான மாலையை நாங்கள் கழித்தோம். டியூக் இடத்தை நாங்கள் அடைந்தபோது ஏற்கெனவே இருட்டாகிவிட்டது. ஹால் மேசையில் ஒரு அட்டை கிடந்தது. பட்லர் தனது எஜமானரிடம் ஏதோ கிசுகிசுத்தார்.

"டியூக் இங்கு வந்துகொண்டிருக்கிறார்" என்று அவர் கூறினார். டியூக், மிஸ்டர் வைல்டர் இருவரும் வந்துகொண்டு இருந்தனர். "வாருங்கள், ஜென்டில்மேன்! நான் உங்களுக்கு அவர்களை அறிமுகப்படுத்துகிறேன்" என்றார் ஹக்ஸ்டேபிள்.

நான் இதுவரை பிரபல அரசியல்வாதியின் படங்களைப் பார்த்திருக்கிறேன். ஆனால் அந்த டியூக் படங்களில் பார்த்ததிலும், நேரில் பார்த்ததிலும் மிகவும் வித்தியாசமாக இருந்தார். அவர் உயரமாக இருந்தார். மிகவும் கம்பீரமான உடையணிந்திருந்தார். மெல்லிய முகம், கோரமான வளைந்த மூக்கு, வெளிர் நிறம், குறைந்த தாடியுடன் காணப்பட்டார். அவரது வாட்ச்–செயின் அதன் விளிம்பில் பளபளக்கிறது. டாக்டர் ஹக்ஸ்டேபிளின் இதயத் துடிப்பு அதிகமானதை என்னால் உணர முடிந்தது. அவர் அருகில் ஒரு இளைஞன் நின்றிருந்தான். அவன்தான் ஜெம்ஸ் வைல்டர், டியூக்கின் தனிச் செயலர் என்று பார்த்ததும் புரிந்துகொண்டேன். டியூக் பேசுவதற்கு முன் அவன் உரையாடலைத் தொடங்கினான்.

"டாக்டர் ஹக்ஸ்டேபிள், நான் இன்று காலை உங்களை அழைத்தேன். நீங்கள் லண்டனுக்குப் புறப்படுவதைத் தடுக்க மிகவும் தாமதமாகிவிட்டது. இந்த வழக்கை நடத்த திரு ஷெர்லாக் ஹோம்ஸை அழைப்பதற்கு முன் கிரேஸ்ஸிடம் கலந்தாலோசிக்காமல் சென்றிருக்கக் கூடாது. இது முறையற்றது."

"மன்னிக்கவும். அந்த வழக்கில் காவல்துறை தோல்வியடைந்ததை அறிந்தபோது..."

"காவல்துறை தோல்வியுற்றது என்று டியூக் நினைக்கவில்லை."

"புரிகிறது. ஆனால் மிஸ்டர் வைல்டர்–"

"டாக்டர் ஹக்ஸ்டபிள், நம்முடைய கிரேஸ் குடும்ப விஷயங்கள் வெளியில் தெரியக் கூடாது என்று நினைப்பவர். குறிப்பாகப் பொது அவதூறுகளைத் தவிர்ப்பவர் என்பது நீங்கள் நன்கு அறிவீர்கள். முடிந்தவரை சிலரைத் தன் நம்பிக்கைக்கு உட்படுத்துபவர்களிடம் மட்டும் அவர் பகிர விரும்புகிறார்."

"இந்த விஷயத்தை எளிதில் சரி செய்துவிடலாம். நான் வேண்டுமானால், மிஸ்டர் ஷெர்லாக் ஹோம்ஸ்யைக் காலை ரயிலில் லண்டனுக்குத் திரும்பச் சொல்கிறேன்" என்று ஹக்ஸ்டபிள் கூறினார்.

"அது கடினம், டாக்டர். இந்த வடக்குக் காற்று புத்துணர்ச்சியூட்டுவதாகவும், இனிமையாகவும் இருக்கிறது. எனவே சில நாள்களுக்கு இங்கு தங்கலாம் என்று இருக்கிறேன். நான் உங்கள் இடத்தில் தங்கலாமா அல்லது இங்கிருக்கும் சத்திரத்தில் தங்கலாமா என்பதை நீங்கள்தான் முடிவு செய்ய வேண்டும்" என்று ஹோம்ஸ் தனது சாதுவான குரலில் கூறினார்.

துரதிர்ஷ்டவசமான மருத்துவர் முடிவெடுக்க முடியாத நிலையில் இருப்பதை கண்டேன். சிவப்பு தாடியுடன் அமைதியாக இருந்த டியூக்கின் அவர்கள் தனது ஆழமான குரலில் பேசத் தொடங்கினார்.

"டாக்டர் ஹக்ஸ்டேபிள், மிஸ்டர் வைல்டர் கூறியதுபோல் நீங்கள் என்னிடம் ஆலோசனை செய்யாமல் செய்தது புத்திசாலித்தனமற்றது என்பதை ஒப்புக்கொள்கிறேன். ஆனால் திரு ஹோம்ஸ்யின் உதவி பயனுள்ளதாக இருக்கும் என்று நீங்கள் நம்புவதால், அவருடைய சேவைகளைப் பயன்படுத்தக் கூடாது என்று நினைப்பது தவறு. அதனால், மிஸ்டர் ஹோம்ஸ் ஹோல்டர்னெஸ் ஹாலில் என்னுடன் வந்து தங்கிக்கொள்ளலாம்" என்றார்.

"உங்கள் கருணைக்கு நன்றி. எனது விசாரணையின் நோக்கங்களுக்காக, மர்மம் நடந்த இடத்தில் நான் இருப்பதே புத்திசாலித்தனமாக இருக்கும் என்று நினைக்கிறேன்.

"நீங்கள் விரும்பியபடியே, மிஸ்டர் ஹோம்ஸ். நானோ அல்லது மிஸ்டர் வைல்டரோ தரக்கூடிய எந்தத் தகவலும் உங்களுக்கு உதவியாக இருக்குமென்று நினைக்கிறேன்."

"நிச்சயமாக நான் உங்களை ஹாலில் பார்க்கிறேன். ஆனால் உங்களிடம் ஒரு கேள்வி கேட்க வேண்டியதிருக்கிறது. உங்கள் மகன் காணாமல் போனது குறித்து உங்கள் மனத்தில் ஏதேனும் விளக்கமோ அல்லது யார் மீதேனும் சந்தேகமோ இருக்கிறதா?" என்று ஹோம்ஸ் கேட்டார்.

"அப்படி எதுவுமில்லை."

"உங்களிடம் இப்படி ஒரு கேள்வி கேட்பதற்கு என்னை மன்னிக்கவும். ஆனால் வேறு இல்லை. உங்கள் மனைவிக்கும், இந்த விஷயத்துக்கும் ஏதாவது சம்பந்தம் இருக்குமென்று நினைக்கிறீங்களா?"

கொஞ்சம் தயக்கத்துடன் "நான் அப்படி நினைக்கவில்லை." என்று கூறினார்.

"இன்னொரு கேள்வி. உங்கள் மகனை யாராவது கடத்தி மீட்கும் தொகை கேட்டு மிரட்டல் கோரிக்கை ஏதாவது வந்ததா?"

"இல்லை."

"இந்தச் சம்பவம் நடந்த அன்று நீங்கள் உங்கள் மகனுக்கு எழுதிய கடிதத்தைப் பற்றிச் சொல்ல முடியுமா?"

"அது சம்பவம் நடந்த அன்று எழுதவில்லை; முந்தைய நாள் எழுதியது."

"ஆனால் கடத்தப்பட்ட அன்று பெற்றுக்கொண்டார். இல்லையா?"

"ஆமாம்."

"உங்கள் கடிதத்தில் நீங்கள் அவரைக் காயப்படுத்துவது போன்றோ அல்லது காணாமல் போகத் தூண்டும் அளவிற்கோ ஏதாவது எழுதியிருந்திருக்கிறீர்களா?"

"அப்படி ஏதுவும் எழுதவில்லை."

"அந்தக் கடிதத்தை நீங்கள்தானே போஸ்ட் செய்தீர்கள்?"

டியூக்கின் அருகிலிருந்த அவரது செயலாளர் குறுக்கிட்டுப் பேசினார்.

"டியூக் அவர்களின் கடிதங்களை அவரே போஸ்ட் செய்வதில்லை. அவர் கடிதங்கள் எழுதி படிக்கும் மேஜையில் வைப்பார். அதை நான் போஸ்ட் பையில் வைப்பேன்" என்றார்.

"அன்று தனது மகனுக்கு எழுதிய கடிதம் அதில் இருந்தது என்று உறுதியாகத் தெரியுமா?"

"மிக உறுதியாக."

"ஹைனஸ்! நீங்கள் அன்று எத்தனைக் கடிதங்கள் எழுதினீர்கள் என்று நினைவிருக்கிறதா?"

"இருபது அல்லது முப்பது இருக்கலாம். வேண்டுமானால், அன்று அனுப்பிய கடித விவரங்களைத் தரச் சொல்கிறேன். ஆனால் இந்த வழக்கிற்குப் பொருத்தமானதா?"

"முழுமையாக இல்லை" என்றார் ஹோம்ஸ்.

"என் பங்கிற்குப் போலீஸை பிரான்சின் தெற்கே விசாரிக்குமாறு அறிவுறுத்தியிருக்கிறேன். என் முன்னாள் மனைவி இந்தக் கொடூரமான செயலைச் செய்திருப்பார் என்று நான் நம்பவில்லை என்று ஏற்கெனவே கூறியுள்ளேன். ஆனால் மகன் தன் தாயின் மீது கொண்ட பாசத்தால், அந்த ஜெர்மானியரின் உதவியால் அவளைப் பார்க்கச் சென்றிருக்கலாம் என்று நினைக்கிறேன். டாக்டர் ஹக்ஸ்டேபிள், நாங்கள் இப்போது ஹாலுக்குச் செல்ல வேண்டியதிருக்கிறது." டியூக் தனது அலுவலகப் பணிக்காகச் சென்றார்.

ஹோம்ஸ் டியூக்கிடம் கேட்க விரும்பும் வேறு கேள்விகள் இருந்ததை என்னால் காண முடிந்தது; ஆனால் டியூக்கின் பணி திடீர் நேர்காணல் முடிவடைவதைக் காட்டியது. அந்நியருடன் தங்களது குடும்ப விவகாரங்கள் பற்றி விவாதிப்பதைத் தவிர்ப்பது டியூக்கின் இயல்பு என்று இருந்தது.

டியூக்கும் அவருடைய செயலாளரும் வெளியேறியதும், எனது நண்பன் உடனடியாக விசாரணையில் இறங்கினார்.

சிறுவனின் அறை கவனமாகப் பரிசோதிக்கப்பட்டது. மேலும் அவன் ஜன்னல் வழியாகத் தான் சென்றிருக்க முடியும் என்பது உறுதி செய்ததைத் தவிர வேறெதுவும் கிடைக்கவில்லை. ஜெர்மன் மாஸ்டர் அறையில் பெரிதாக எந்தத் துப்பும் கிடைக்கவில்லை. அவர் ஐவிச் செடி வழியாகக் கீழே இறங்கியதும், மேலும் ஒரு விளக்கு வெளிச்சத்தில் அவரது குதிகால் கீழே இறங்கியிருந்த அடையாளத்தைக் கண்டோம். அந்த இடத்தில் பெரிதாக வேறெதுவும் கிடைக்கவில்லை.

ஷெர்லாக் ஹோம்ஸ் தனியாக வெளியே சென்று, இரவு பதினொரு மணிக்குப் பிறகுதான் திரும்பினார். அவர் அந்த இடத்தினுடைய வரைபடத்தைக் கொண்டுவந்து படுக்கையின் மீது விரித்தார். அதன் நடுவில் விளக்கைச் சமன் செய்து, அதைப் பார்த்தவாறு புகைபிடிக்கத் தொடங்கினார். பிறகு, எனக்கு அந்த இடத்தைக் குறித்து விளக்கினார்.

"இந்த வழக்குக்கு சுவாரசியமான பல தகவல்கள் கிடைத்துள்ளன. ஆரம்பக் கட்டமாக இந்த இடத்தின் புவியியல் அம்சங்களைப் புரிந்துகொண்டால், இந்த வழக்கு விசாரணைக்கு மிகவும் உதவியாக இருக்கும். இந்த வரைபடத்தைப் பாருங்கள்...

இந்த இருண்ட சதுரங்கம்தான் பிரைரி பள்ளி. அதில் ஒரு பின் வைக்கிறேன். தற்போது, இந்த வழித்தடம்தான் பிரதானச் சாலையாக உள்ளது. அது பள்ளியைக் கடந்து கிழக்கிலும் மேற்கிலும் ஓடுவதை நீங்கள் பார்க்கலாம். மேலும் ஒரு மைல் தூரத்திற்கு எந்தப் பக்கச் சாலையும் இல்லை. அப்படியென்றால் தொலைந்த இரண்டு பேரும் இந்தச் சாலை வழியாகத்தான் சென்றிருக்க வேண்டும்."

"மிகச் சரியாக."

"நான் அங்கு விசாரித்ததில் அந்தச் சாலையில் என்ன நடந்தது என்பதை ஓரளவு சரிபார்க்க முடிகிறது. எனது குழாய் வைத்திருக்கும் இந்தக் கட்டத்தில், ஒரு நாட்டு கான்ஸ்டபிள் இரவு பன்னிரண்டுமுதல் காலை ஆறு வரை பணியில் இருந்தார். இது நான் கூறியப்படி கிழக்குப் பக்கத்தின் முதல் குறுக்குச் சாலை. அந்த

கான்ஸ்டபிளை விசாரித்ததில் அந்தப் பகுதி வழியாகச் சிறுவனையோ, பெரிய மனிதனையோ பார்க்கவில்லை என்று அவர் உறுதியாகக் கூறினார். இன்று இரவு நான் அந்த போலீஸாரிடம் விசாரித்ததில் மிகவும் நம்பகமான தகவலைக் கொடுக்கிறார் என்று தோன்றுகிறது. பிறகு அந்த முடிவை உறுதிப்படுத்திக்கொள்ள அருகிலிருப்பவர்களை விசாரித்தேன். அந்தச் சாலையிலிருந்த "ரெட் புல்" விடுதியின் உரிமையாளர் நோய்வாய்ப்பட்டிருந்தார். அவரின் மருத்துவர் மேக்லெட்டனுக்கு வர வேண்டியதிருந்தது. அவர் வேறொரு வழக்கில் பிஸியாக இருந்ததால், அவரால் சரியான நேரத்திற்கு வர முடியவில்லை. அந்த விடுதியில் இருந்தவர்கள் இரவு முழுவதும் அவரின் வருகைக்காக விழிப்புடன் இருந்தார்கள். அவர்கள் யாரும் சிறுவனும், மாஸ்டரும் கடந்து சென்றதைப் பார்க்கவில்லை என்று கூறினர். சாட்சிகள் சரியாக இருப்பதால், மேற்குப் பகுதியாக அவர்கள் செல்லவே இல்லை என்று சொல்லலாம். இன்னும் சொல்லப் போனால், அவர்கள் அங்கிருந்து செல்லச் சாலையைப் பயன்படுத்தவே இல்லை என்றும் சொல்ல முடியும்."

"அப்படியானால் அந்த சைக்கிள்?" நான் கேட்டேன்.

"நாம் சைக்கிளைப் பற்றி பிறகுப் பேசுவோம். அந்த இருவரும் சாலையில் செல்லவில்லை என்றால், அவர்கள் விடுதியின் வடக்கு அல்லது தெற்குப் பக்க வழியாகச் சென்றிருக்க வேண்டும். விடுதியின் தெற்குப் பக்கத்தில் பார்த்தால் அங்கு விளைநிலங்கள், சிறிய வயல்கள், அவற்றுக்கிடையே கல் சுவர்கள் உள்ளன. அங்கு, ஒரு சைக்கிளில் பயணிப்பது சாத்தியமற்றது என்று சொல்லலாம். இந்த யோசனை நிராகரிக்கப்படலாம். தற்போதைக்குத் தெற்குப் பக்கம் செல்ல முடியாது என்று வைத்துக்கொள்வோம். நாம் வடக்குப் பக்கம் வருவோம். இங்கே "ராக்குட் ஷா" என்று குறிக்கப்பட்ட மரங்களின் தோப்பு உள்ளது. மேலும் தொலைவில் ஒரு பெரிய மேடு, பத்து மைல்களுக்கு நீண்டு, படிப்படியாக மேல்நோக்கிச் சாய்ந்துள்ளது. அங்கு ஹோல்டர்னெஸ் ஹால், வெறிச்சோடிய சமவெளி, விவசாயிகள் சிறிய நிலங்கள் என்று இருக்கிறது. மேலும், அங்கிருக்கும் மக்கள் ஆடு, மாடு வளர்க்கிறார்கள்.

இவர்களைத் தவிர செஸ்டர்ஃபீல்ட் உயர் சாலையில் மேலும் சில மக்கள் வசிக்கிறார்கள். அங்கு ஒரு தேவாலயம், சில வீடுகள், விடுதிகள் உள்ளது. ஆகையால், அவர்கள் வடக்குப் பக்கம்தான் சென்றிருக்க வேண்டும். நம் தேடலை நாம் வடக்குப் பக்கத்திலிருந்து தொடங்குவோம்."

"அப்படியென்றால் அந்த சைக்கிள்?" நான் கேள்வியோடு இருந்தேன்.

"நன்று. நல்ல சைக்கிள் ஓட்டுபவருக்குச் சாலைகளைப் பற்றிக் கவலையில்லை. மூர் பாதைகள் இருந்தது. சந்திரன் முழுமையாக இருந்தது. யாரோ வருவது போன்ற சத்தம். யார் அது?" என்று ஹோம்ஸ் கூறினார்.

கொஞ்ச நேரத்தில் கதவு தட்டும் சத்தம் கேட்டது. கதவைத் திறந்ததும் டாக்டர் ஹக்ஸ்டேபிள் நின்றுகொண்டிருந்தார். அவரது கையில் நீலநிற கிரிக்கெட் – தொப்பியை வைத்திருந்தார்.

"நமக்கு ஒரு துப்பு கிடைத்தது. இதோ அந்தப் பையனின் தொப்பி" என்று அவர் கூறினார்.

"எங்கு கிடைத்தது?"

"மூர்ரில் முகாமிட்ட ஜிப்சிகளின் வேனில். அவர்கள் செவ்வாய்க்கிழமை புறப்பட்டிருக்கிறார்கள். இன்று போலீசார் அவர்களின் வேனை சோதனை செய்தபோது கண்டுபிடிக்கப்பட்டது."

"எப்படிக் கண்டுபிடிக்கப்பட்டது?"

"அவர்கள் கலக்கத்தில் பொய் சொன்னார்கள். செவ்வாய்க்கிழமை காலை மேட்டில் கண்டதாகச் சொன்னார்கள். அப்படியென்றால் அந்தச் சிறுவன் எங்கிருக்கிறான் என்பது அவர்களுக்குத் தெரியும். அயோக்கியர்கள்! கடவுளுக்கு நன்றி. சட்டத்திற்குப் பயந்தோ அல்லது டியூக்கின் பணத்திற்காகவோ அவர்கள் நிச்சயமாக உண்மையைச் சொல்வார்கள்."

டாக்டர் அறையை விட்டு வெளியேறினார். "இதுவரை சரியாகக் கணித்திருக்கிறோம்." ஹோம்ஸ் கூறினார்.

"வடக்குப் பக்கமிருக்கும் லோயர் கில் மூர்ரின் பக்கம் சென்றிருக்கிறார்கள் என்ற கோட்பாட்டை இந்தத் தகவல் உறுதி செய்கிறது. இந்த ஜிப்சிகளைக் கைது செய்ததைத் தவிர காவல்துறை நமக்குப் பெரிய உதவிகள் செய்யவில்லை. இதோ வரைபடத்தைப் பாருங்கள் வாட்சன்! அணையின் குறுக்கே நீர்வரத்து உள்ளது. இங்கு குறிக்கப்பட்டிருக்கும் சில பகுதிகளில் மண்மேடாக விரிவடைகிறது. இது குறிப்பாக ஹோல்டர்னெஸ் ஹாலுக்கும், பள்ளிக்கும் இடைப்பட்ட பகுதியில் உள்ளது. இந்த வறண்ட காலநிலையில் கால் தடங்களைத் தேடுவது வீண்; ஆனால் அந்த நேரத்தில் நிச்சயமாகச் சில பதிவுகளில் எங்காவது கால் தடம் எஞ்சியிருக்க வாய்ப்பு உள்ளது. நாளை அதிகாலையில் நாம் இருவரும் இந்த மர்மத்தில் ஏதாவது வெளிச்சம் கிடைக்கிறதா என்று பார்ப்போம்" என்று கூறி உறங்கச் சென்றார்.

நான் என் படுக்கையிலிருந்து விழித்தபோது ஹோம்ஸ் முழுமையாக உடை அணிந்திருந்தார். மேலும் அவர் ஏற்கெனவே வெளியே சென்று வந்திருந்தார்.

"சைக்கிளில் புல்வெளி முழுவதும் ஆராய்ந்துவிட்டேன். மேலும், ராக்ட் ஷா இடத்தைப் பார்த்தாகிவிட்டது. இப்போது, வாட்சன், அடுத்த அறையில் உங்களுக்காக கோகோ தயாராக உள்ளது. நீங்கள் காலை உணவைவிட்டு வந்தால், இந்த நாள் நமது விசாரணையில் சிறந்த நாளாக அமையும்."

அவரது கண்கள் மிகவும் பிரகாசமாக இருந்தன. இதற்குமுன் நான் அவருடன் வேலை செய்த முந்தைய வழக்குகளைவிட இந்த வழக்கில் மிகவும் உற்சாகமாகக் காணப்பட்டார். நான் தினமும் பேக்கர் தெருவில் பார்த்த ஹோம்ஸ் மிக அதிகச் சுறுசுறுப்புடன் இயங்கிக் கொண்டிருந்தார். இதையெல்லாம் பார்க்கும்போது எங்களுக்காகக் கடினமான நாள் காத்திருக்கிறது என்பதை உணர்ந்தேன்.

ஆரம்பத்திலிருந்து எங்களுக்கு ஏமாற்றம்தான் காத்திருந்தது. நாங்கள் ஹோல்டர்னெஸ்ஸில் தொடங்கி வெளிர் பச்சைநிற பெல்ட்டை அடையும்வரை நாங்கள்

தேடும் துப்பு எதுவும் கிடைக்கவில்லை. ஆயிரம் செம்மறி ஆட்டின் தலைகள் வெட்டப்பட்ட பாதைகளில் காணப்பட்டது. அந்தச் சிறுவன் இந்த வழியாகச் சென்றிருந்தால், அவனுடைய தடயத்தை ஏதாவது விட்டுச் செல்லாமல் இருந்திருக்க முடியாது. ஆனால் அந்தச் சிறுவனோ அல்லது ஜெர்மானியரோ சென்றதற்கான எந்தத் துப்பு பெற முடியவில்லை. இருளடைந்த முகத்துடன் பாசி படிந்த சேற்றில் எனது நண்பர் கவனித்துக்கொண்டே நடந்தார். அங்கும் செம்மறி ஆடுகளின் அடையாளங்கள் அதிகமாக இருந்தன. ஒரு இடத்தில், சில மைல்கள் கீழே மாடுகளின் தடங்கள் இருந்தது. வேறொன்றும் இல்லை.

“வாட்சன்! இதோ பாருங்கள்” என்று ஹோம்ஸ் என்னை ஏதோ சிறிய கருப்புப் பாதையில் பார்க்கச் சொன்னார். அங்கு பாதையில் புதைக்கப்பட்ட மண்ணில் தெளிவாக சைக்கிளின் தடம் பதிந்திருப்பதைக் காண முடிந்தது.

“இதோ... சைக்கிள் தடம்..” நான் ஹோம்ஸிடம் மகிழ்ச்சியாகக் கூறினேன்.

ஆனால் ஹோம்ஸ் மெதுவாகத் தலை அசைத்தார். அவரது முகத்தில் எந்தவிதமான மகிழ்ச்சியும் இல்லை.

“இது சைக்கிள் தடம்தான், ஆனால் நாம் தேடும் சைக்கிளுடையது இல்லை” என்றார். “டயர்கள் விட்டுச்சென்ற நாற்பத்திரண்டு வெவ்வேறு இம்ப்ரெஷன்களை அறிந்திருக்கிறேன். இந்த சைக்கிள் தடம் ஒரு டன்லப் வெளிப்புற இணைப்பில் உள்ளது. நமது கணித மாஸ்டர் சைக்கிள் ஹைடெக்கரின் டயர் பாமர்கள், நீளமான கோடுகளைக் கொண்டுள்ளது. இதனால் இது அவருடையதாக இருக்காது.”

“அப்படியானால் பையனுடையதாக இருக்கலாம்?”

“சிறுவனின் சைக்கிள் அடையாளம் நம்மிடம் இருந்திருந்தால், அதை நாம் நிரூபித்திருக்கலாம். ஆனால் அது நம்மிடத்தில் இல்லை. இதில் ஒரு உண்மை என்னவென்றால் இந்த ட்ராக் பள்ளியின் திசையிலிருந்து வெளியே செல்கிறது.”

“ஏன் பள்ளி நோக்கிச் சென்றிருக்கக் கூடாது?”

“இல்லை வாட்சன். ஒரு சைக்கிளின் ஆழமானது பின் சக்கரத்தில் அதிக எடையால் ஏற்படுகிறது. அது கடந்து சென்று பல இடங்களின் முன்பக்கத்தின் அடையாளத்தை அழித்திருக்கிறது. சந்தேகத்திற்கு இடமின்றி அது பள்ளியை விட்டு வெளியேறியது. இது நம் விசாரணைக்கு உதவுவதாக இருக்கலாம் அல்லது இல்லாமல் இருக்கலாம். வாருங்கள் நாம் முன்னோக்கிச் செல்வோம்.”

நான் அவ்வாறு செய்தேன். நூறு அடி தொலைவில் சென்று வேறு சதுப்பு நிலப்பகுதியில் தடங்களைத் தேடினோம். பல பகுதிகள் மாடுகளின் கால் தடங்களால் அழிக்கப்பட்டாலும், ஒரு சில இடங்களில் சைக்கிளின் அடையாளம் இருந்தது. அதன்பிறகு எந்த அறிகுறியும் இல்லை. ஆனால் அந்தப் பாதை பள்ளியிலிருந்து ராக்டு ஷாவிற்குள் செல்லும் தடமாக இருந்தது. ஹோம்ஸ் ஒரு பாறாங்கல் மீது அமர்ந்து தனது கன்னத்தில் கை வைத்தார். அவர் நகர்வதற்கு முன் நான் இரண்டு சிகரெட்கள் புகைத்தேன்.

“இதுவும் நாம் தேடிய ஜெர்மானிய ஆசிரியரின் டயர் இல்லை. நான் வந்து சென்ற பாதையின் அடையாளத்தை அழிக்கும் அளவிற்காகத் தந்திரம் நிறைந்தவராக அந்த ஆசிரியர் இருப்பார் என்று தோன்றவில்லை. ஒரு குற்றவாளிக்கான எண்ணம் அவர் இடத்தில் இல்லை என்று நினைக்கத் தோன்றுகிறது.”

ஏமாற்றத்துடன் முன்னோக்கிச் சென்றார். ஆனால் விரைவில் எங்களின் விடாமுயற்சிக்கு வெகுமதி கிடைத்தது. சதுப்பு நிலத்தின் கீழ்ப் பகுதி முழுவதும் சேற்றுப் பாதை இருந்தது. ஹோம்ஸ் அதை நெருங்கியதும் ஆனந்தக் கூச்சலிட்டார். அந்த மையத்திலிருந்த அடையாளம் பால்மர் டயருடையது.

“இதோ ஹெர் ஹைடெக்கர், என் தர்க்கம் சரியாக இருக்கிறது வாட்சன்!” என்று ஹோம்ஸ் மகிழ்ச்சியுடன் கூறினார்.

“வாழ்த்துகள் ஹோம்ஸ்”

“நாம் இந்த வழக்கில் இன்னும் நீண்ட தூரம் செல்ல வேண்டியுள்ளது. தயவுசெய்து பாதையின் மீது கால் வைக்க வேண்டாம். நாம் இந்தப் பாதையைப் பின்பற்றுவோம். அது வெகுதூரம் இட்டுச் செல்லாது என்று நினைக்கிறேன்.”

எவ்வாறாயினும், நாங்கள் முன்னேறும்போது, மூர்ரின் இந்தப் பகுதி மென்மையான திட்டுகளுடன் வெட்டப்பட்டிருப்பதைக் கண்டறிந்தோம். மேலும், அந்தப் பாதையில் சில இடங்கள் அழிக்கப்பட்டு மீண்டும் அந்தப் பாதை கிடைப்பது போன்று இருந்தது.

“சந்தேகத்திற்கு இடமில்லாமல் அந்த ஜெர்மானிய ஆசிரியர் சைக்கிள் செல்லும்போது வேகமாகக் காயப்படுத்தப்பட்டிருக்கிறார். இரண்டு டயர்களும் தெளிவாக இருக்கும் இந்த இம்ப்ரெஷனைப் பாருங்கள். ஒன்று மற்றொன்று போல் ஆழமாக இருக்கிறது. ஒரு மனிதன் வேகமாக சைக்கிள் ஓட்டும்போது, தனது எடையைக் கைப்பிடிமீது அதிகம் வைப்பான்” என்று ஹோம்ஸ் கூறினார்.

பாதையில் பதிந்த அடையாளங்களைக் கொண்டு அங்கு நடந்திருக்கக் கூடிய சம்பவங்களை ஹோம்ஸ் கூறினார். மீண்டும் ஒழுங்கற்ற சேற்றின் பாதையில் எங்களுக்கு டயரின் அடையாளம் தோன்றியது.

ஹோம்ஸ் நடக்கும்போது பாதையை மறைத்த கிளையை உயர்த்திப் பிடித்தார். அங்கிருந்த மஞ்சள் பூக்கள் அனைத்தும் கருஞ்சிவப்பு நிறத்தில் இருந்ததை பார்த்தேன். பாதையில் இரத்தம் உறைந்திருந்தது.

“நில்லுங்கள் வாட்சன்! இந்த இடத்தில் ஆசிரியர் விழுந்திருக்கிறார். காயமடைந்திருக்கிறார். மீண்டும், அவர் எழுந்து நின்று சைக்கிளில் தொடர்ந்திருக்கிறார். ஆனால் அதன்பின் எந்தத் தடங்களும் இல்லை. அவர் வேகமாக வந்த பாதையில் காளை மாடு போன்ற கால்நடையால் தாக்கப்பட்டாரா? ஏனென்றால் வேறு யாருடைய தடயங்களும் இங்கில்லை. வாட்சன்! இந்த இரத்தம் காட்டும் பாதையில் நாம் தொடர்வோம்” என்றார்.

எங்கள் தேடல் நீண்ட நேரம் எடுக்கவில்லை. பளபளக்கும் பாதையில் டயரின் தடங்கள் தெரிந்தன. திடீரென்று, நான் முன்னோக்கிப் பார்த்தபோது, அடர்ந்த புதர்களுக்கு இடையே இருந்து உலோகத்தின் பளபளப்பு என் கண்ணில் பட்டது. அங்கு ஒரு சைக்கிள் பழுதடைந்து வளைந்திருந்தது. அதன் முன்பகுதி முழுவதும் இரத்தக் கறையால் பயங்கரமாகப் பூசப்பட்டிருந்தது. புதர்களின் மறுபுறத்தில் ஒரு ஷூ கிடந்தது. அங்கு ஒரு மனிதன் சடலம் துரதிர்ஷ்டவசமாக இறந்தவாறு கிடந்தது. அந்த மனிதர் உயரமாகவும், தாடியுடன், உடைந்த கண்ணாடியும் அணிந்திருந்தார். அவரது மரணத்திற்கான காரணம் அவரது மண்டை ஓட்டின் ஒரு பகுதி நசுக்கப்பட்ட தலையில் ஒரு பயங்கரமான அடியாகும். அத்தகைய காயத்தைப் பெற்ற பிறகு அவர் தொடர்ந்து சைக்கிள் ஓட்டியிருப்பது அந்த மனிதனின் தைரியத்தைக் குறிக்கிறது. அவர் சாக்ஸ் அணியாமல் காலணி அணிந்திருந்தார். அவரது திறந்த கோட், கீழே ஒரு இரவு-சட்டை அணிந்திருப்பதைப் பார்த்ததும், சந்தேகத்திற்கு இடமின்றி இறந்தது ஜெர்மன் மாஸ்டர் என்று ஹோம்ஸ் உறுதி செய்தார்.

ஹோம்ஸ் உடலைத் திருப்பி மிகுந்த கவனத்துடன் பரிசோதித்தார். பின்னர் அவர் சிறிது நேரம் ஆழ்ந்த சிந்தனையில் அமர்ந்தார். இந்தக் கொடூரமான கண்டுபிடிப்பின் மூலம் அவரது விசாரணை எந்த வகையிலும் முன்னேற்றம் ஏற்படவில்லை என்பதை என்னால் பார்க்க முடிந்தது.

"வாட்சன், தற்போது என்ன நடந்ததென்று தெரிந்துகொள்வது கொஞ்சம் கடினம்" என்று ஹோம்ஸ் கூறினார். "நாம் கண்டிப்பாக விசாரணையைத் தொடர வேண்டும், ஏனென்றால் ஏற்கெனவே நாம் ஒரு மணிநேரத்தை இழந்துவிட்டோம். மறுபுறம், இந்த மனிதரின் உடலைக் காவல்துறைக்குத் தெரிவித்தாக வேண்டும். இந்த உடலை அப்படியே விட்டுச் செல்ல இயலாது."

"நான் வேண்டுமானால் ஒரு குறிப்பை எடுத்துச் செல்லட்டுமா?"

"எனக்கு உங்கள் உதவி தேவை. கொஞ்சம் பொறுங்கள்! அங்கு ஒருவர் மரத்தை வெட்டிக்கொண்டிருப்பதைப்

பாருங்கள். அவரை அழைத்து வாருங்கள், அவரிடம் தெரி விப்போம்" என்றார்.

நான் அந்த மனிதரை அழைத்து வந்தேன். பிணத்தைக் கண்டதும் அந்த நபர் பயந்துவிட்டார். ஹோம்ஸ் பயந்துபோன நபரிடம் ஒரு குறிப்பை எழுதி டாக்டர் ஹக்ஸ்டேபிளிடம் கொடுக்கச் சொல்லி அனுப்பினார்.

"இப்போது, வாட்சன். இன்று காலையிலிருந்து நமக்கு இரண்டு தடயங்கள் கிடைத்துள்ளது. ஒன்று பால்மர் டயருடன் கூடிய சைக்கிள். அது எதற்கு வழிவகுத்தது என்பதைப் பார்க்கிறோம். மற்றொன்று டன்லப் பொருத்தப்பட்ட சைக்கிள். நாம் அதை ஆராயத் தொடங்குவதற்கு முன், நமக்குத் தெரிந்ததைப் புரிந்துகொள்ள முயற்சிப்போம். அதைச் சிறப்பாகப் பயன்படுத்தித் தற்செயலாக நடந்தது என்ற எண்ணத்திலிருந்து திட்டம்போட்டு நடந்ததுவரை நாம் பிரித்துப் பார்க்க வேண்டும்."

"முதலில், அந்தச் சிறுவன் தன் சொந்த விருப்பத்தின் பேரில்தான் விடுதியை விட்டு வெளியேறினான் என்பதை நான் உங்கள் மனத்தில் பதிய விரும்புகிறேன். அவன் தனது ஜன்னலிலிருந்து இறங்கி, தனியாகவோ அல்லது யாரிடமோ சென்றிருக்கிறான். அது மட்டும் நிச்சயம்" என்றார்

நான் அதை ஒப்புக்கொண்டேன்.

"சரி. இப்போது இந்த துரதிர்ஷ்டவசமான ஜெர்மன் மாஸ்டர் சிறுவன் விடுதியை விட்டு அனுமதியில்லாமல் முழு உடையில் வெளியேறுவதைப் பார்க்கிறார். அதனால் முன்னறி விப்பில்லாத அந்த ஜெர்மானியர் சாக்ஸ் அணியாமல் அந்தச் சிறுவனைப் பிடிக்க நினைத்துச் செயல்பட்டிருக்கிறார்."

"சந்தேகமின்றி."

"எதற்காகப் போக வேண்டும்? ஏனெனில், அவரது படுக்கையறை ஜன்னலில் இருந்துதான் சிறுவன் வெளியேறுவதைப் பார்த்தார். அவனை முந்திச்சென்று சிறுவனை மீண்டும் திரும்பக் கொண்டுவர அவர் விரும்பினார். அவர் தனது சைக்கிளில் பின்தொடர்ந்தார். அந்தப் பின்தொடர்வதில் அவருக்கு மரணம் நிகழ்ந்திருக்கிறது."

"எனக்கும் அதுதான் தோன்றுகிறது."

"இப்போது எனது வாதத்தின் முக்கியமான பகுதிக்கு வருகிறேன். ஒரு மனிதன் சிறுவனைப் பின்தொடர்வதில் இயல்பாக அவனை முந்திச் சென்று அவனைப் பிடித்துவிட முடியும். அதுவும் அந்த மனிதன் சிறப்பாக சைக்கிள் ஓட்டுபவர் என்று நான் கூறியிருக்கிறேன். அப்படியிருந்தும், அந்தச் சிறுவனைப் பிடிக்க முடியாமல் அவனை அதைவிட விரைவாகத் தப்பிக்க உதவியிருக்க வேண்டும்."

"சிறுவன் இன்னொரு சைக்கிளில் சென்றிருக்கலாம்."

"மீண்டும் நாம் திரட்டிய தகவலுக்கு வருவோம். பள்ளி யிலிருந்து ஐந்து மைல் தொலைவில் அவர் இறப்பைச் சந்திக்கிறார். ஒரு புல்லட் மீது மோதியோ அல்லது ஒரு துப்பாக்கியாலோ அல்ல. ஒரு வலிமையான கையால் தாக்கப்பட்டு ஒரு கொடூரமான அடியால் இறந்திருக்கிறான். அப்படியென்றால், அந்தச் சிறுவன் விடுதியைவிட்டுத் தப்பிக்கும்போது அவனுக்கு ஒரு துணை இருக்கிறான். அவன் சைக்கிள் ஓட்டும் திறமையானவனாக இருக்க வேண்டும். ஜெர்மானியர் முந்துவதற்கு ஐந்து மைல்கள் தொலைவில் வேகமாகச் செல்லும் அளவிற்கு விரைவாக ஓட்டக்கூடியவன். ஆனால் மரணம் நடந்த இடத்தில் நாம் ஆய்வு செய்ததில், நாம் என்ன கண்டுபிடிப்போம்? சில மாட்டின் காலடித் தடங்கள், அதற்கு மேல் எதுவும் இல்லை. நான் முழுவதுமாகச் சுத்திப் பார்த்ததில் ஐம்பது யார்டு தொலைவில் மாற்றுப் பாதை எதுவும் இல்லை. மற்றொரு சைக்கிள் ஓட்டியவருக்கும், இந்தக் கொலைக்கும் எந்தத் தொடர்பும் இல்லை. ஏனென்றால், மனிதக் கால் தடங்களும் அங்கு இல்லை."

"ஹோம்ஸ். இது சாத்தியமற்றது." என்று கூறினேன்.

"கிடைத்த தகவல்களைக் கொண்டு என்னால் உருவாக்க முடிந்த தெளிவான கோட்பாடு இதுதான். நீங்கள் சொல்லுவதுபோல் இது சாத்தியமற்றதாக இருந்து, நான் கூறியதில் தவறு இருந்தால், நீங்கள் ஏதாவது கோட்பாட்டை உருவாக்கியிருந்தால் பரிந்துரைக்க முடியுமா?"

"வீழும்போது மண்டையில் அடிபட்டு இறந்திருக்கலாம்?"

"அவர் வீழுவதற்கு எது காரணம், வாட்சன்?"

"தெரியவில்லை."

"டட், டட்; நாம் பல மோசமான பிரச்சினைகளைத் தீர்த்திருக்கிறோம். ஆனால் இங்கு பல தகவல்கள் உள்ளன. அதைப் பயன்படுத்தி நம்மால் நிலையான கோட்பாட்டை உருவாக்க முடியவில்லை. சரி, இப்போது பால்மர் அடையாளத்தை மறந்து, டன்லப் அடையாளமானது நமக்கு எந்த அளவிற்கு உதவுகிறது என்பதைப் பார்ப்போம்" என்றார்.

அந்த அடையாளத்தைப் பின்தொடர்ந்து சிறிது தூரம் சென்றோம். அந்தப் பாதை மூரின் நீண்டு வளைந்து சென்றது. ஆனால் அந்தத் தடங்களை ஆராய்ந்ததில் எங்களுக்குப் பெரிய உதவி கிடைக்கவில்லை. டன்லப் டயரின் கடைசிப் பகுதியைப் பார்த்த இடத்தில், அது ஹோல்டர்னெஸ் ஹாலுக்கு எப்படித் தொடங்கப்பட்டதோ அதற்குச் சமமாக அடையாளம் பதிந்திருந்தது. மேலும், நாங்கள் சாலை யிலிருந்து சில மைல் தொலைவில் சாம்பல் நிறத்தில் கிராமம் ஒன்று இருப்பதைக் கண்டோம். செஸ்டர்ஃபீல்ட் என்று உயர் சாலையின் நிலையில் நின்றுகொண்டிருந்தோம்.

சாலையின் எதிர்ப்புறத்தில் ஒரு ஹோட்டல் இருந்தது. கதவுக்கு மேலே சேவல் விளையாட்டு அடையாளத்தைக் கொண்டிருந்தது. ஹோம்ஸ் திடீரெனக் கீழே விழுவ திலிருந்து தன்னைக் காப்பாற்றிக்கொள்ள என் தோளில் பிடித்துக்கொண்டார். கணுக்காலின் வலி ஏற்பட அவரால் நிற்க முடியாமல் போனது. சிரமத்துடன் அவர் கதவைத் திறந்தார். இருண்ட முகத்துடன் ஒரு முதியவர் கருப்புக் குழாயைப் புகைத்துக்கொண்டிருந்தார்.

"எப்படி இருக்கிறீர்கள், மிஸ்டர் ரூபன் ஹேய்ஸ்?" என்று ஹோம்ஸ் கேட்டார்.

"நீங்கள் யார்? என் பெயர் எப்படி உங்களுக்குத் தெரியும்?" என்று தந்திரமான கண்களின் சந்தேகத்தோடு அவரைப் பார்த்துக் கேட்டார்.

"அது உங்கள் தலைக்கு மேலிருக்கும் பலகையில் பெயர் அச்சிடப்பட்டுள்ளது. அந்த வீட்டின் உரிமையாளரின்

பெயரைத் தெரிந்துகொள்வது எளிது. உங்கள் தொழுவத்தில் வண்டி எதுவும் இல்லை என்று நினைக்கிறேன்?"

"ஆமாம். இல்லை."

"என்னால் தரையில் கால் வைக்க முடியவில்லை."

"அப்படியா? தரையில் கால் வைக்காதீர்கள்."

"நான் சொல்லுவது என்னால் நடக்க முடியவில்லை."

"சரி. நடக்க வேண்டாம்."

திரு. ரூபன் ஹேய்ஸின் பேசும் விதம் வெறுக்கத்தக்கதாக இருந்தது. ஆனால் ஹோம்ஸ் அதைப் பாராட்டத்தக்க நகைச்சுவையாக எடுத்துக்கொண்டார்.

"இதோ பாருங்கள் சார்! உண்மையில் என் கால்கள் மோசமான வலியால் அவஸ்தை படுகிறது. நான் எப்படி நடந்துசெல்லப்போகிறேன் என்று கவலையாக இருக்கிறது."

"எனக்கு அந்தக் கவலையில்லை." என்று முரட்டு உரிமையாளர் பதிலளித்தார்.

"விஷயம் ரொம்ப முக்கியம். குறைந்தது உங்களின் மிதிவண்டியையாவது பயன்படுத்துவதற்கு அனுமதி கிடைக்குமா?"

"நீங்கள் எங்கு போக வேண்டும்" என்று அந்த உரிமையாளர் கேட்டார்.

"ஹோல்டர்னெஸ் ஹாலுக்கு."

"டியூக்கைப் பார்க்கவா? அப்படியென்றால் நாம் ஒரே குட்டையில் ஊறிய மட்டைகள்" என்று அந்த உரிமையாளர் கூறும்போது, தனது இருண்ட கண்களால் ஆய்வு செய்தார்.

"அவர் எங்களைப் பார்த்ததும் மகிழ்ச்சி அடைவார்." என்று ஹோம்ஸ் சிரித்துக்கொண்டு கூறினார்.

"ஏன்?"

"ஏனெனில், அவருடைய தொலைந்துபோன மகனைப் பற்றிய செய்தியை நாங்கள் அவருக்காகக் கொண்டு வந்திருக்கிறோம்.

நில உரிமையாளரின் முகம் கொஞ்சம் வெளிப்படையாக மாறத் தொடங்கியது.

"நீங்கள் அவரை உங்களுடன் அழைத்துச் செல்கிறீர்களா?"

"அவர் லிவர்பூலில் இருப்பதாகக் கேள்விப்பட்டோம். இன்னும் ஒரு மணிநேரத்தில் அவரை அழைத்து வந்துவிடுவோம்" என்று ஹோம்ஸ் கூறினார்.

மீண்டும் ஒரு விரைவான மாற்றத்தை சவரம் செய்யப்படாத முகத்தில் கவனித்தேன். கடந்து சென்றது. அதை அறிந்த அவர் தன்னுடைய முகத்தை மாற்றிக்கொண்டு பேசினார்.

"டியூக்கிடம் பணியாற்றிய மற்ற ஆண்களைவிட நான் குறைவான காலம்தான் பணியாற்றினேன். ஒரு காலத்தில் நான் அவரின் தலைமைப் பயிற்சியாளராக இருந்தேன். அவர் என்னைக் கொடூரமாக நடத்தினார். யாரோ சொன்ன பொய்யான காரணத்திற்காக என்னைப் பதவி நீக்கம் செய்தார். எதுவாக இருந்தாலும், லிவர்பூலில் இளைய டியூக் இருப்பதைக் கேட்டு மகிழ்ச்சியடைகிறேன். அந்தச் செய்தியை ஹாலுக்கு எடுத்துச் செல்ல நான் உங்களுக்கு உதவுகிறேன்" என்றார்.

"நன்றி. முதலில் நாங்கள் உணவு சாப்பிடுவோம். பிறகு, நாங்கள் பயணிக்க சைக்கிளைக் கொடுங்கள்" என்றார் ஹோம்ஸ்.

"என்னிடம் சைக்கிள் என்று கூறியிருந்தேனே!!"

"நாங்கள் செல்வது வேறு ஏதாவது உதவி செய்ய முடியுமா?"

"ஹாலுக்குச் செல்ல இரண்டு குதிரைகளைத் தருகிறேன்." என்றார்.

"சரி. நாம் சாப்பிடும்போது அதைப் பற்றிப் பேசுவோம்" என்று ஹோம்ஸ் கூறினார்.

ஹோம்ஸ் சமையலறைக்குள் நுழைந்ததும், அதுவரைக் கணுக்கால் வலியால் நடந்தவர் விரைவாக மீட்கப்பட்டது போல் நடந்தார். கிட்டத்தட்ட அன்றைய தினத்தின்

இரவாகிவிட்டது. அதிகாலையிலிருந்து நாங்கள் எதுவும் சாப்பிடவில்லை. அதனால் நாங்கள் எங்கள் உணவில் சிறிது நேரம் செலவிட்டோம். ஹோம்ஸ் சிந்தனையில் மூழ்கி, ஓரிரு முறை அவன் ஜன்னலுக்குச் சென்று தீவிரமாக வெளியே பார்த்தார். தூரத்தில் ஒரு பையன் தொழுவத்தில் வேலை செய்துகொண்டிருப்பதைப் பார்த்தார். இவ்வளவு பயணத்திற்குப் பிறகு இப்போதுதான் ஹோம்ஸ் அமைதியாக அமர்ந்திருந்தார். ஆனால் கொஞ்சநேரத்தில் எதோ கண்டுபிடித்த ஆரவாரத்துடன் எழுந்தார்.

"வாட்சன், நாம் கிட்டத்தட்டக் குற்றவாளியை நெருங்கிவிட்டோம் என்று நினைக்கிறேன். இன்று ஏதேனும் மாட்டுத் தடங்களைப் பார்த்தது நினைவிருக்கிறதா?"

"ஆமாம். நிறைய தடயங்களைப் பார்த்தோம்."

"எங்கு?"

"எல்லா இடங்களிலும். சதுப்பு நிலத்திலும்கூட இருந்தது. நாம் மீண்டும் திரும்பிய பாதையில் இருந்தது. பிறகு இறந்த ஹைடெக்கரில் உடல் அங்கு இருந்தது."

"மிகச் சரியாக. ஆனால் நீங்கள் இங்கு எத்தனை மாடுகளைப் பார்த்தீர்கள்?"

"ஒன்றுகூடப் பார்த்ததாக நினைவில் இல்லை."

"வாட்சன்! நம் பாதை முழுவதும் மாட்டின் தடங்களைப் பார்த்தோம். ஆனால் முழு மூர்ரில் ஒரு மாடுகூட இல்லை; மிகவும் விசித்திரமானது. இல்லையா?"

"ஆமாம், விசித்திரமாக இருக்கிறது."

"இப்போது, வாட்சன்! நீங்கள் பார்த்த தடங்களைப் பற்றி நினைவுப்படுத்திக்கொள்ள முயற்சியுங்கள்."

"ஆமாம், என்னால் முடியும்."

"தடங்கள் எப்படி இருந்தது என்பது நினைவிருக்கிறதா, வாட்சன்!" என்று கூறி வரைந்து காட்டினார். "..., இன்னும் சில சமயங்களில் இப்படி, – மேலும் எதோ சில இடத்தில் இது போன்று – உங்களுக்கு ஞாபகம் இருக்கிறதா?"

"இல்லை. என்னால் அவ்வளவு உறுதியாகச் சொல்ல முடியவில்லை."

"ஆனால் என்னால் உறுதியாகக் கூற முடியும். இதுதான் என்பதைச் சத்தியம் செய்ய முடியும். இருந்தாலும், நாம் திரும்பிச் செல்லும்போது அதைச் சரிபார்ப்போம். என் முடிவு குருட்டுத்தனமானது என்பதை என்னால்; உணர முடிகிறது."

"உங்கள் முடிவுதான் என்ன?"

"அது நடக்கும் என்ற சாத்தியத்தைப் பற்றி என்னால் சொல்ல முடியவில்லை. அதாவது, பாய்ந்து செல்லும் குறிப்பிடத்தக்க மாடு. வாட்சன்! இப்படிப்பட்ட ஒரு குருட்டுத்தனமாக யோசிப்பது எனக்குப் பிடிக்கவில்லை. நாம் அந்தச் சிறுவனுக்குத் தெரியாமல் குதிரைகளைப் பார்வையிடுவோம். வாருங்கள்."

குதிரை லாயத்தில் இரண்டு கரடுமுரடான, அலங்கோலமான குதிரைகள் இருந்தன. ஹோம்ஸ் அவர்களில் ஒருவரின் பின்னங்காலை உயர்த்திப் பார்த்துச் சிரித்தார்.

"பழைய காலணிகள், ஆனால் புதிதாகக் குதிரைவாலி" என்று கூறிவிட்டு, "இந்த வழக்கு மிகவும் தனித்துவமாக இருக்கப்போகிறது. வாருங்கள் கொல்லர் பட்டறைக்குப் போவோம்."

எங்களைப் பொருட்படுத்தாமல் சிறுவன் தன் வேலையைத் தொடர்ந்தான். தரையில் சிதறிக் கிடந்த இரும்பு, மரக் குப்பைகளுக்கு மத்தியில் ஹோம்ஸின் கண் வலப்புறமும் இடப்புறமும் தேடுவதைக் கண்டேன். எவ்வாறாயினும், திடீரென்று எங்களுக்குப் பின்னால் ஒரு சாட்டையடி சத்தத்தைக் கேட்டோம். பின்னால் வீட்டு உரிமையாளர் இருந்தார். அவரது கனமான புருவங்கள் அவரது காட்டுமிராண்டித்தனமான கண்களின் கீழே இழுக்கப்பட்டிருந்தது.

அவர் கையில் ஒரு குட்டையான உலோகத் தலை குச்சியைப் பிடித்தார். மேலும் அவர் எங்களை அச்சுறுத்தும்

விதத்தில் பார்த்தார். பாதுகாப்பிற்கு என் பாக்கெட்டில் ரிவால்வர் இருப்பதில் நான் மகிழ்ச்சியடைந்தேன்.

"உளவாளிகளே! இங்கு என்ன செய்து கொண்டிருக்கிறீர்கள்?"

"மிஸ்டர் ரூபன் ஹேய்ஸ்! உங்கள் கோபத்தைப் பார்க்கும் யாரொருவரும் நாங்கள் எதையாவது கண்டுபிடித்துவிடுவோம் என்று நீங்கள் பயப்படுகிறீர்கள் என்று நினைக்கலாம்" என்று ஹோம்ஸ் அமைதியாகக் கூறினார்.

அந்த மனிதன் வன்முறை முயற்சியிலிருந்து தன்னை அமைதியாகக் காட்டிக்கொள்ள முயற்சித்தான். அவனுடைய கசப்பான வாய் ஒரு பொய்யான சிரிப்பு சிரிக்க, அது அவனுடைய முகத்தைவிட அச்சுறுத்தலாக இருந்தது.

"எனது கொல்லர் பட்டறைக்கு யார் எதுவேண்டுமானாலும் கண்டுபிடிக்கலாம். ஆனால் நான் இல்லாத சமயத்தில் என்னுடைய இடத்தில் மற்றவர்கள் ஆராய்வதை என்னால் ஏற்க முடியாது. நீங்கள் உணவு அருந்தியதற்குப் பணம் செலுத்திவிட்டு இங்கிருந்து வெளியேறினால் மகிழ்ச்சியடைவேன்" என்று தனது கோபத்தை மறைத்துக் கூறினார்.

"சரி, மிஸ்டர் ஹேய்ஸ்! நாங்கள் இங்கு எந்தத் தீங்கையும் செய்ய வரவில்லை. உங்கள் குதிரைகளைப் பார்த்துக்கொண்டிருக்கிறோம். எல்லாவற்றிற்கும் மேலாகத் தொலைவு அதிகம் இல்லாததால், நாங்கள் நடந்து செல்லலாம் என்று நினைக்கிறோம்" என்று ஹோம்ஸ் கூறினார்.

"இங்கிருந்து ஹால் கேட்ஸுக்கு இரண்டு மைலுக்கு மேல் இல்லை. நீங்கள் இடதுபுறம் செல்லும் பாதையில் செல்லலாம்" என்று கூறியவர், நாங்கள் அவரது வளாகத்தை விட்டு வெளியேறும்வரை அவர் எங்களைப் பார்த்துக்கொண்டிருந்தார்.

நாங்கள் சாலையில் அதிக தூரம் செல்லவில்லை. ஏனென்றால் அந்த வளைவு வீட்டு உரிமையாளரான ஹேய்ஸின் பார்வையில் இருந்து, நாங்கள் மறைத்ததும் ஹோம்ஸ் உடனடியாக நிறுத்தினார்.

"அங்கு ஏதோ ஒரு விஷயம் மறைந்திருக்கிறது. என்னால் அதை விட்டுவிட முடியாது."

"எனக்கும் சந்தேகமாக இருக்கிறது. இந்த ரூபன் ஹேய்ஸ் மிகவும் மோசமான வில்லனாக இருப்பான் என்று தோன்றுகிறது"

"அவர் உங்களை அந்த வகையில் கவர்ந்திருக்கிறார், இல்லையா? குதிரைகள் உண்டு, கள்ளர் உண்டு. ஆனால் இடத்தின் பெயர் Fighting Cock எனப்படும் 'சண்டைச் சேவல்'. இந்த இடத்தை இன்னொரு முறை பார்க்க வேண்டும் என்று நினைக்கிறேன்."

எங்களுக்கு முன்னால் சாய்வான மலைப்பகுதி நீண்டிருந்தது. நாங்கள் சாலையை நோக்கி மலையின் மீது ஏறிக்கொண்டிருந்தோம். அப்போது, ஹோல்டர்னெஸ் ஹால் திசையிலிருந்து ஒரு சைக்கிள் ஓட்டுநர் வேகமாக வருவதைக் கண்டேன்.

"வாட்சன்! செல்ல வேண்டாம். நாம் மறைந்துக்கொள்வோம்" என்று என் தோளில் கனமான கையுடன் ஹோம்ஸ் அழுத்தினார். அந்த மனிதன் சாலையில் எங்களைக் கடந்து செல்லும்போது, அவன் எங்களைப் பார்க்கவில்லை. உருளும் தூசிக்கு நடுவே ஒரு வெளிறிய கலவரமான முகத்தைப் பார்த்தேன். அது முந்தைய நாள் இரவு நாங்கள் பார்த்த ஜேம்ஸ் வைல்டரின் முகம்போல் இருந்தது.

"டியூக்கின் செயலாளர்!" ஹோம்ஸ் கூறினார். "வாட்சன், அவர் என்ன செய்கிறார் என்று பார்ப்போம்."

சில நிமிடங்களில் நாங்கள் இருவரும் அவர்கள் கண்ணில் படாமல் அந்த விடுதியின் சுவர் அருகே சென்றோம். அங்கிருந்து விடுதியின் முன் கதவு தெரியும். வைல்டரின் சைக்கிள் பக்கத்துச் சுவரில் சாய்ந்திருந்தது. யாரும் வீட்டைச் சுற்றி நகரவில்லை, ஜன்னல்களின் வழியாக என்ன நடக்கிறது என்று எங்களால் பார்க்க முடியவில்லை. சுவரில் எட்டிப் பார்ப்பதற்கும் உயரமாக இருந்தது. பின்னர் இருட்டில் நாங்கள் விடுதியின் பின்பக்கத்தில் இரண்டு விளக்குகள் எரிவதைக் கண்டோம். சிறிது நேரத்தில்

இன்னொரு சத்தம் கேட்டது. அது சாலையிலிருந்து ஒரு வண்டி உள்ளே வருவதற்கான வேகத்தின் சத்தமாக இருந்தது.

"வாட்சன், என்ன வருகிறது என்று பாருங்கள்?" என்று ஹோம்ஸ் மெதுவாகக் கேட்டார்.

"பார்ப்பதற்குக் குதிரைவண்டிபோல் இருக்கிறது. கண்டிப்பாக அதில் ஜேம்ஸ் வைல்டர் இருக்க வாய்ப்பில்லை. ஏனென்றால் அவர் வாசலில் இருக்கிறார்."

இருளிலிருந்து ஒரு சிவப்பு நிற ஒளி வெளிப்பட்டது. அதன் நடுவில் செயலாளரின் கறுப்பு உருவம், அவரது தலை முன்னேறி, இரவை எட்டிப் பார்த்தது. அவர் யாரையோ எதிர்பார்க்கிறார் என்பது தெரிந்தது. ஒளிக்கு எதிராக இரண்டாவது உருவம் ஒரு கணத்தில் தெரிந்தது, கதவு மூடப்பட்டது. மீண்டும் விடுதியின் கீழ் அறை இருட்டாக இருந்தது. ஐந்து நிமிடங்களுக்குப் பிறகு முதல் மாடியில் ஒரு அறையில் விளக்கு எரிந்தது.

"இது 'சண்டைச் சேவல்' விடுதியில் எப்போதுமே செய்யும் ஆர்வமுள்ள வழக்கம்போல் தெரிகிறது" என்று ஹோம்ஸ் கேலியாகக் கூறினார்.

"அங்கு மதுபானம் இருக்கிறது."

"நிச்சயமாக. இவர்களைத் தனிப்பட்ட விருந்தினர்கள் யாராவது அழைத்திருக்கலாம். ஆனால் இந்த இரவில் திரு ஜேம்ஸ் வைல்டர் இங்கு என்ன செய்துகொண்டிருக்கிறார். அங்கு அவரைச் சந்திக்க வரும் நண்பர் யார்? வாட்சன்! உண்மையில் ஆபத்தைப் பொருட்படுத்தாமல் என்ன என்பதை விசாரிக்க வேண்டும்."

நாங்கள் ஒன்றாக வாசலுக்குக் குறுக்கே நுழைந்தோம். சைக்கிள் இன்னும் சுவரில் சாய்ந்திருந்தது. ஹோம்ஸ் சைக்கிள்மீது ஏறிப் பார்க்க முயற்சித்தார். ஆனால் அவர்களின் சிரிப்புச் சத்தம் ஜன்னல் வழியாகக் கேட்க முடிந்தது.

"வாட்சன், நீங்கள் உங்கள் முதுகை வளைத்துச் சுவரில் தாங்கினால், நான் உங்கள் முதுகில் ஏறி என்ன நடக்கிறது என்று பார்க்க முடியும் என நினைக்கிறேன்" என்றார்.

சிறிது நேரத்தில் அவரது கால்கள் என் தோள்களில் பட்டன. ஆனால் அவர் மீண்டும் கீழே இறங்கும் வரை நான் ஆடாமல் அசையாமல் இருந்தேன்.

"வா, நண்பரே. நாம் செல்லலாம். இன்றைய நாள் வேலை மிகவும் நீண்டுவிட்டது. நம்மால் முடிந்த அனைத்தையும் சேகரித்துவிட்டோம் என்று நினைக்கிறேன். பள்ளிக்குச் செல்ல நீண்ட தூரம் உள்ளது. விரைவில் தொடங்கினால் நல்லது." என்றார்.

அந்தக் களைப்பிலும் ஹோம்ஸ் என்ன பார்த்தார் என்பதைப் பற்றிக் கூறவில்லை. பள்ளியை அடைந்ததும், அவர் தந்தி அனுப்புவதற்காக மேக்லெட்டன் நிலையத்திற்குச் சென்றார். ஜெர்மானிய ஆசிரியரின் மரணத்தின் சோகத்தால் வருந்திய டாக்டர் ஹக்ஸ்டேபிளை ஆறுதல்படுத்தினார். பின்னர் அவர் காலையில் தொடங்கியபோது இருந்ததைப் போலவே விழிப்புடனும் துடிப்புடனும் என் அறைக்குள் நுழைந்தார். "எல்லாம் நன்றாகவே நடக்கும் வாட்சன்! நாளை மாலைக்குள் மர்மத்தின் தீர்வை அடைந்துவிடுவோம் என்று உறுதியளிக்கிறேன்" என்றார்.

மறுநாள் காலை பதினொரு மணியளவில் நானும் எனது நண்பரும் ஹோல்டர்னெஸ் ஹாலின் புகழ்பெற்ற யூ அவென்யூவில் நடந்துகொண்டிருந்தோம். அற்புதமான வாசல் வழியாக டியூக் படிப்புக்கும் அறைக்குச் சென்றோம். அங்கு நாங்கள் திரு ஜேம்ஸ் வைல்டரைக் கண்டோம். கொஞ்சம் மனச்சோர்வுடன் இருந்தார். முந்தைய இரவின் நீண்ட நேரம் கண் விழித்த அம்சங்கள் அவரது முகத்தில் தெரிந்தது.

"நீங்கள் டியூக்கைப் பார்க்க வந்திருக்கிறீர்களா? மன்னிக்கவும்; உண்மையில் டியூக் சோகத்தில் இருக்கிறார். டாக்டர் ஹக்ஸ்டேபிள் மூலம் ஜெர்மானிய ஆசிரியர் மரணத்தை அறிந்தோம். நீங்கள்தான் அவரது உடலைக் கண்டுபிடித்தீர்கள் என்று கேள்விப்பட்டேன்" என்றார்.

"நாங்கள் டியூக்கைப் பார்க்க வேண்டும், மிஸ்டர் வைல்டர்." என்று ஹோம்ஸ் தனது கோரிக்கையில் உறுதியாக இருந்தார்.

"ஆனால் அவர் தனது அறையில் இருக்கிறார்."

"அப்படியானால் நாங்கள் அவரது அறைக்குச் சென்று பார்க்கிறோம்."

"அவர் இந்நேரம் தூங்கியிருக்கலாம் என்று நான் நம்புகிறேன்."

"அவர் தூங்கிக்கொண்டிருந்தால் நான் திரும்பி வந்துவிடுகிறேன்."

ஹோம்ஸின் தவிர்க்க முடியாத நடத்தையும், செயலாளரிடம் வாதிடுவதும் பயனற்றது என்பதைக் காட்டியது.

"மிக்க நல்லது, திரு ஹோம்ஸ். நீங்கள் இங்கேயே இருங்கள். நான் அவரிடம் சென்று சொல்கிறேன்."

அரை மணிநேரத்திற்குப் பிறகு டியூக் தோன்றினார். அவரது முகம் முன்பைவிடச் சோகமாக இருந்தது. மேலும் அவர் முன்பு இருந்ததைவிட முற்றிலும் வயதான மனிதராக எனக்குத் தோன்றினார். அவர் எங்களை மரியாதையுடன் வரவேற்றார். அவர் நாற்காலியில் அமர்ந்து எங்களையும் அமரச் சொன்னார்.

"யெஸ், மிஸ்டர் ஹோம்ஸ்?" என்றார் அவர்.

ஆனால் எனது நண்பரின் கண்கள் டியூக்கின் நாற்காலியின் அருகில் நின்ற செயலாளரின் மீது பதிந்தன.

"கிரேஸ்! மிஸ்டர் வைல்டர் இல்லாமல், நான் உங்களுடன் தனியாகப் பேச விரும்புகிறேன்."

வைல்டரின் முகம் வெளிர் நிறமாக மாறியது. ஹோம்ஸ் மீது வீரியம் மிக்க பார்வையைச் செலுத்தினான்.

"கிரேஸ்! நீங்கள் விரும்பினால்"

"ஆமாம். நீங்கள் செல்வது நல்லது. இப்போது, மிஸ்டர் ஹோம்ஸ், நீங்கள் என்ன சொல்ல வேண்டும்?"

செயலாளர் சென்று கதவு மூடப்படும்வரை என் நண்பர் காத்திருந்தார்.

"இந்த வழக்கில் உண்மையைக் கண்டுபிடிப்பவர்களுக்கு வெகுமதி வழங்கப்படும் என்று டாக்டர் ஹக்ஸ்டேபிள் என்னிடமும், என் நண்பர் வாட்சனிடமும் கூறியிருந்தார். இதை உங்கள் உதடுகளிலிருந்து உறுதிப்படுத்திக்கொள்ள விரும்புகிறேன்."

"நிச்சயமாக, திரு ஹோம்ஸ்."

"எனக்கு அவர் சரியாகக் கூறியது என்னவென்றால், உங்கள் மகன் எங்கு இருக்கிறார் என்று சொல்பவருக்கு ஐயாயிரம் பவுண்டுகளும், அவரைக் கடத்தியவர்களைப் பற்றித் தகவல் கொடுப்பவர்களுக்கு ஆயிரம் பவுண்ட் என்றும் தெரிவித்திருந்தீர்கள்."

"மிகச் சரியாக."

"தற்போதைய சூழ்நிலையில் உங்கள் மகனைக் கடத்தியவர்களைப் பற்றிய தகவல் மட்டுமில்லாமல், அந்தச் சதியைச் செய்யச் சொன்னவர்களும் சேர்க்கப்படுகிறார்கள், இல்லையா?"

"ஆமாம், ஆமாம்." டியூக் பொறுமையின்றி கூறினார். "மிஸ்டர் ஷெர்லாக் ஹோம்ஸ், நீங்கள் உங்கள் வேலையைச் சரியாகச் செய்தால், உங்களுக்குக் கொடுப்படும் வெகுமதியில் குறை இருக்காது."

என் நண்பன் தனது கைகளைத் தடவிக்கொண்டு டியூக்கைப் பார்த்துச் சிரித்தார். எனக்கு ஹோம்ஸைப் பார்க்க எனக்கு ஆச்சரியமாக இருந்தது.

"கிரேஸ்! உங்கள் காசோலைப் புத்தகத்தை நான் மேஜையில் பார்க்க விரும்புகிறேன். நீங்கள் எனக்கு ஆறாயிரம் பவுண்டுகளுக்கான காசோலையை வழங்கினால் நான் மகிழ்ச்சியடைவேன். ஒருவேளை நீங்கள் கிரேஸ் செய்து காசோலை வழங்குவதாக இருந்தால், எனது வங்கியின் பெயர் கேபிடல் மற்றும் கவுண்டீஸ் வங்கி, ஆக்ஸ்போர்டு ஸ்ட்ரீட் கிளை" என்று ஹோம்ஸ் கூறினார்.

டியூக் அவர்கள் தனது நாற்காலியிலிருந்து நிமிர்ந்து, எனது நண்பரை விரைப்பாகப் பார்த்தார்.

"இதென்ன நகைச்சுவையா, மிஸ்டர் ஹோம்ஸ்? ரசிக்கும்படி இல்லை."

"இல்லை கிரேஸ்! என் வாழ்நாளில் நான் இவ்வளவு ஆர்வமாக இருந்ததில்லை."

"அப்படியானால் என்ன சொல்ல வருகிறீர்கள்?"

"அதாவது வெகுமதியைப் பெற்ற, உங்கள் மகன் எங்கே இருக்கிறார் என்பது எனக்குத் தெரியும், அவரைப் பிடித்து வைத்திருப்பவர்களைப் பற்றி எனக்குத் தெரியும் என்கிறேன்."

டியூக் தனது தாடியைத் தடவியபடி அவரது கொடூரமான வெள்ளை முகம் மிகவும் ஆக்ரோஷமாகச் சிவந்திருந்தது.

"அப்படியென்றால் என் மகன் எங்கே?" என்று டியூக் கேட்டார்.

"அவர் நேற்றிரவு உங்கள் பூங்கா வாசலில் இருந்து இரண்டு மைல் தொலைவில் இருக்கும் 'சண்டைச் சேவல்' விடுதியில் இருக்கிறார்."

டியூக் மீண்டும் நாற்காலியில் நிமிர்ந்தார்.

"அப்படியென்றால் நீங்கள் யாரைக் குற்றம் சாட்டுகிறீர்கள்?"

"நான் உங்களைத்தான் குற்றம் சாட்டுகிறேன். கிரேஸ் அவர்களே! இப்போது உங்கள் காசோலையைப் பெற்ற நான் தொந்தரவு செய்வதற்கு மன்னிக்கவும்."

ஷெர்லாக் ஹோம்ஸின் பதில் ஆச்சரியமாக இருந்தது. டியூக் வேகமாக முன்னேறி ஹோம்ஸைப் பார்த்தார். டியூக்கின் தோற்றத்தை நான் ஒருபோதும் மறக்க மாட்டேன். அவர் பேசுவதற்குச் சில நிமிடங்கள் எடுத்தது.

"உனக்கு எப்படித் தெரியும்?" தலையை நிமிர்த்தாமல் கடைசியில் கேட்டார்.

"நேற்றிரவு உங்களை அங்கு பார்த்தேன்."

"உன் நண்பரைத் தவிர வேறு யாருக்காவது தெரியுமா?"

"நான் யாரிடமும் இதைப் பற்றிப் பேசவில்லை."

டியூக் தனது நடுங்கும் விரல்களில் ஒரு பேனாவை எடுத்துத் தனது காசோலைப் புத்தகத்தைத் திறந்தார்.

"நான் என் வார்த்தையின்படி நடந்துகொள்கிறேன், திரு ஹோம்ஸ். நான் உங்களுக்குக் காசோலையை எழுதி உள்ளேன். இருப்பினும் நீங்களும், உங்கள் நண்பரும் அதே அளவு பணத்தைத்தான் எதிர்ப்பார்க்கிறீர்களா?"

"கிரேஸ்! எனக்குப் புரியவில்லை."

"நான் தெளிவாகச் சொல்ல வேண்டும், மிஸ்டர் ஹோம்ஸ். இந்தச் சம்பவம் உங்கள் இருவருக்கு மட்டுமே தெரிந்ததால், அதை மற்றவர்களிடம் செல்லாமல் இருக்க ஒரு காரணம் வேண்டும். அப்படியென்றால், பன்னிரண்டா யிரம் பவுண்டுகள் நான் உங்களுக்குக் கொடுக்க வேண்டிய தொகை என்று நினைக்கிறேன், இல்லையா?"

ஆனால் ஹோம்ஸ் சிரித்துவிட்டுத் தலையை ஆட்டினார்.

"கிரேஸ் அவர்களே! இந்த விஷயங்கள் அவ்வளவு எளிதாக முடிந்துவிடாது. இதில் ஸ்கூல் மாஸ்டரின் மரணத்தைப் பற்றிச் சேர்க்காமல் இருக்கிறது."

"ஆனால் இது குறித்து ஜேம்ஸுக்குத் தெரியாது. அதற்கு அவர் எப்படிப் பொறுப்பேற்க முடியும். இந்த மிருகத்தனமான முட்டாளை வேலைக்கு அமர்த்திய துரதிர்ஷ்டத்தால் இது ஏற்பட்டது."

"ஒருவன் ஒரு குற்றத்தினால் இறங்கும்போது, அதிலிருந்து தோன்றக்கூடிய வேறு எந்தக் குற்றத்திற்கும் அவன்தான் தார்மீகக் குற்றவாளியாகிறார் என்பது உங்களுக்குத் தெரியும்."

"மிஸ்டர் ஹோம்ஸ்! ஒழுக்கரீதியாக நீங்கள் சொல்லுவது சரிதான். ஆனால் சட்டத்தின் பார்வையில் கண்டிப்பாக அப்படி இல்லை. ஒரு மனிதன் அவன் செய்யாத கொலைக்காகப் பொறுப்பேற்க முடியாது. அவனும் அந்தக் கொடூரமானவனை வெறுக்கிறான். மாஸ்டர் மரணத்தைக் கேள்விப்பட்ட உடனேயே என்னிடம் முழுமையான வாக்குமூலம் அளித்துவிட்டான். அதனால் அவன் வருத்தமாக இருந்தான். இந்தச் செய்தியைப் பற்றித் தெரிந்த ஒரு மணி நேரத்தில் கொலைகாரனுடன் நட்பை முறித்துக்கொண்டான்.

ஓ மிஸ்டர் ஹோம்ஸ்! நீங்கள்தான் அவனைக் காப்பாற்ற வேண்டும். ப்ளீஸ்! காப்பாற்றுங்கள். உங்களிடம் மன்றாடிக் கேட்கிறேன்" என்று டியூக் மிகுந்த மனவேதனையோடு என் நண்பரிடம் வேண்டுகோள் வைத்தார். அவரது முகத்தில் வலியும், இறுக்கமான கையும் பார்ப்பதற்கு வருத்தமாக இருந்தது. கடைசியாக அவர் தன்னைத்தானே தேர்ச்சி பெற்று மீண்டும் தனது நாற்காலியில் அமர்ந்தார். "நீங்கள் பிறரிடம் பேசுவதற்கு முன்பு, இங்கு வந்த என்னிடம் பேசியதற்கு நன்றி. இந்தப் பயங்கரமான குற்றத்தை எவ்வளவு தூரம் குறைக்க முடியுமென்று ஆலோசனை கூறுங்கள்." என்று டியூக் ஹோம்ஸிடம் கேட்டார்.

"கிரேஸ் அவர்கள்! நீங்கள் எங்களிடம் முழுமையாக வெளிப்படையாக இருந்தால் மட்டுமே என்னால் இயன்றவரை உதவி செய்ய முடியும். நீங்கள் எல்லா உண்மையையும் கூறினால், விஷயத்தை நான் முழுமையாகப் புரிந்துகொள்ள முடியும். உங்கள் வார்த்தைகளை வைத்துத்தான் ஜேம்ஸ் வைல்டர் கொலைகாரன் அல்ல என்பதை என்னால் கூற முடியும்."

"அவன் கொலைகாரன் இல்லை; உண்மையான கொலைகாரன் தப்பியோடிவிட்டான்."

ஷெர்லாக் ஹோம்ஸ் பொறுமையாகச் சிரித்தார்.

"கிரேஸ் அவர்களே! என் நற்பெயரைப் பற்றி நீங்கள் கேள்விப்படவில்லை. என்னிடமிருந்து எந்தக் குற்றவாளியும் அவ்வளவு எளிதில் தப்பிக்க முடியாது. நேற்றிரவு பதினோரு மணியளவில் எனது தகவலின் பேரில் செஸ்டர்ஃபீல்டில் மிஸ்டர் ரூபன் ஹேய்ஸ் கைது செய்யப்பட்டார். இன்று காலை நான் பள்ளியை விட்டு வெளியேறும் முன் உள்ளூர் காவல்துறைத் தலைவரிடமிருந்து எனக்கு ஒரு தந்தி வந்தது."

டியூக் தனது நாற்காலியில் நிமிர்ந்து என் நண்பரை ஆச்சரியத்துடன் பார்த்தார்.

"உங்களின் மனிதர்களிடம் இருக்கும் தொடர்பை நான் பாராட்டுகிறேன். ரூபன் ஹேஸ் கைது செய்யப்பட்டார் என்றால், அந்தக் கொலையில் ஜேம்ஸ் தொடர்பில்லை என்பதை நிரூபிக்க முடியும் என்பதில் நான் மகிழ்ச்சியடைகிறேன்."

“உங்கள் செயலாளரா?”

“இல்லை ஹோம்ஸ். அவன் என் மகன்.”

இந்த முறை ஹோம்ஸ் ஆச்சரியமாகப் பார்த்தார்.

“இந்தத் தகவல் எனக்கு முற்றிலும் புதியது. கிரேஸ் அவர்களே! இன்னும் வெளிப்படையாகக் கூறினால் நன்றாக இருக்கும்.”

“நான் உங்களிடம் எதையும் மறைக்க விரும்பவில்லை. ஜேம்ஸின் முட்டாள்தனமும் பொறாமையும் என்னை இந்த அவநம்பிக்கையான சூழ்நிலையில் முழுமையான உண்மையை வெளிப்படுத்துகிறேன். அது எனக்கு வேதனையாக இருந்தாலும், ஒரு தந்தையாக இந்த ரகசியத்தை நான் சொல்லித்தான் ஆக வேண்டும். மிஸ்டர் ஹோம்ஸ்! நான் இளைஞனாக இருந்தபோது, ஒரு பெண்ணைக் காதலித்தேன். நான் அவளைத் திருமணம் செய்துக்கொள்ள முன்வந்தேன். ஆனால் அவள் அரசியல் வாழ்க்கைக்குக் கேடுவரும் என்று அதை மறுத்துவிட்டாள். அவள் உயிரோடு இருந்திருந்தால் நான் வேறு யாரையும் திருமணம் செய்திருக்க மாட்டேன். அவள் ஒரு மகனைப் பெற்றெடுத்து இறந்துவிட்டாள். நான் அவளுக்காக அவனைப் பாதுகாத்து வளர்த்தேன். உலகிற்கு நான்தான் அவனது தந்தை என்று என்னால் அங்கீகரிக்க முடியவில்லை. ஒரு தந்தையாக அவனுக்குச் சிறந்த கல்வியைக் கொடுத்தேன். அவனை என் அருகில் வைத்துக்கொண்டேன். என் ரகசியத்தை அறிந்த அவன், எனக்கு அவதூறு ஏற்படுத்தும் சக்தியாக மாறுகிறான் என்ற அச்சத்தை ஏற்படுத்தியது. அவனுடைய இருப்பு எனது திருமண வாழ்க்கையை மகிழ்ச்சியற்றதாக மாற்றியது. எல்லாவற்றிக்கும் மேலாக, என் இளைய மகன் வாரிசாக வருவதை அவன் முழுவதுமாக வெறுத்தான். இந்தச் சூழ்நிலையில், நான் ஏன் ஜேம்ஸை என் அருகில் என்னுடன் வைத்திருந்தேன் என்று நீங்கள் என்னிடம் கேட்கலாம். நான் அவனுடைய முகத்தில் அவனுடைய தாயின் முகத்தைப் பார்க்கிறேன். அவளுடைய அன்பிற்காக, அவளுடைய பொறுமைக்காக என் வாழ்நாளில் எந்தச் சிக்கலையும் சந்திப்பேன். என்னால் அவனை வெளியே அனுப்ப முடியவில்லை. ஆதனால் அவர் ஆர்தரை

– அதாவது லார்ட் சால்டரை ஏதாவது செய்துவிடுவான் என்று நான் பயந்தேன். நான் சால்டரை பாதுகாப்புக்காக டாக்டர் ஹக்ஸ்டபிள் பள்ளிக்கு அனுப்பினேன்.

இந்த நேரத்தில் ஜேம்ஸ் ஹேய்ஸுடன் தொடர்பு கிடைத்தது. ஹேய்ஸ் என்னுடைய குத்தகைதாரராகவும், ஜேம்ஸின் முகவராகவும் செயல்பட்டார். ஆரம்பத்திலிருந்தே அவன் மிகவும் மோசமானவன். ஆனால் ஏதோ ஒரு வழியில் ஜேம்ஸ் அவனுடன் நெருங்கிப் பழகினான். ஜேம்ஸ் சால்டரைக் கடத்தத் தீர்மானித்தபோது, ஹேய்ஸ் உதவியைப் பயன்படுத்திக்கொண்டான். அந்தக் கடைசி நாளில் நான் சால்டருக்கு எழுதியது உங்களுக்கு நினைவிருக்கும். அதில், ஜேம்ஸ் கடிதத்தைத் திறந்து, பள்ளிக்கு அருகாமையில் இருக்கும் ரேக்ட் ஷா என்று அழைக்கப்படும் ஒரு சிறிய மரத்தில் தன்னைச் சந்திக்கும்படி ஒரு குறிப்பைச் செருகினான். அதற்கு என் மனைவியின் பெயரைப் பயன்படுத்தினான். அதை நம்பி சால்டரும் வந்தான். அன்று மாலை ஜேம்ஸ் அவனை வைத்து சைக்கிளில் ஓட்டிச் சென்றான். இது அனைத்தும் அவன் என்னிடம் ஒப்புக்கொண்டதை நான் உங்களுக்குச் சொல்கிறேன். மேலும் சால்டரிடம் அவரது தாய் அவனைப் பார்க்க ஆவலுடன் இருப்பதாகவும், அவனுக்காகக் காத்திருப்பதாகவும் கூறினார். அந்த நள்ளிரவில் குதிரையுடன் ஒரு மனிதன் இருப்பான், அவன் உன்னைத் தாயிடம் அழைத்துச் செல்வான் என்றும் கூறியிருக்கிறான். பாவம் சால்டரும் அதை நம்பிக் குதிரைவண்டியுடனும் இந்த ஹேய்ஸுடனும் சென்றான். நேற்றுதான் ஜேம்ஸ் நடந்ததைக் கேள்விப்பட்டான். அன்று, ஜெர்மன் மாஸ்டர் அவர்களைப் பின்தொடர்ந்ததாகவும், பின்தொடர்பவரை ஹேய்ஸ் தனது தடியால் தாக்கியதாகவும், அந்த நபர் காயங்களால் இறந்ததாகவும் தெரிகிறது. ஹேய்ஸ் சால்டரைத் தனது பொது இல்லமான 'சண்டைச் சேவல்' விடுதிக்கு அழைத்துச் சென்றான். அங்கு அவனது மேல் அறையில், அவனது மனைவியின் பராமரிப்பில் அடைக்கப்பட்டான். அவளும் வெளியே சொல்ல முடியாமல் தனது கணவரின் கட்டுப்பாட்டின் கீழ் இருந்தாள்.

"சரி, மிஸ்டர் ஹோம்ஸ்! இரண்டு நாள்களுக்கு முன்பு நான் உங்களை முதன்முதலில் பார்த்தபோது இருந்த நிலை

அது. இதற்கு மேல் உண்மை எதுவும் எனக்குத் தெரியாது. ஜேம்ஸ் எதற்காக இப்படிப்பட்ட செயலைச் செய்தான் என்று நீங்கள் என்னிடம் கேட்பீர்கள். அவன் என் சட்டரீதியான வாரிசான சால்டர்மீது நியாயமற்ற வெறுப்பின் காரணமாகச் செய்தான். அவன் என் சொத்துக்கள் அனைத்திற்கும் வாரிசாக விரும்பினான். இதன்மூலம் இந்தச் சமூகத்தின் முன்பு தன்னை என் மகனாக அறிவிக்க நினைத்தான். என் பிடிவாதத்தை உடைக்க வேண்டுமென்று ஆர்வமாக இருந்தான். அதை அவனால் செய்ய முடியும் என்று நம்பினான். சால்டரைக் கடத்தி வைத்து என்னுடன் பேரம் பேச நினைத்தான். என்னுடைய உயிலில் அவனுக்கான பங்கைக் கூறினான். என்னால் அவனுக்கு எதிராகக் காவல்துறையில் புகார் அளிக்க முடியாது என்பது அவனுக்கு நன்றாகத் தெரியும். அப்படித்தான் அவன் என்னிடம் பேர திட்டம் போட்டதாகக் கூறுகிறான். ஆனால் அவன் உண்மையில் அப்படிச் செய்யவில்லை. ஏனென்றால் நடந்த நிகழ்வுகள் அனைத்தும் அவனது திட்டத்தின் முறைகளை மாற்றிவிட்டது.

ஹைடெக்கரின் இறந்த உடலை நீங்கள் கண்டுபிடித்ததன் மூலம் அவனுடைய எல்லாத் தீய திட்டத்தையும் சிதைக்க வைத்தது. இந்தச் செய்தியால் ஜேம்ஸ் திகிலடைந்தார். நேற்றுதான் இந்தச் செய்தி டாக்டர் ஹக்ஸ்டேபிள் அனுப்பிய தந்தி மூலம் தெரிந்தது. ஜேம்ஸ் மிகவும் துக்கத்தால் மூழ்கினான். நான் அவனைக் கேட்ட போது, தான் செய்த அனைத்துத் தவறையும் வாக்குமூலமாக என்னிடம் கூறினான். மேலும், இந்த ரகசியத்தை இன்னும் மூன்று நாள்களுக்கு வைத்திருக்கும்படி என்னிடம் கெஞ்சினார். இதனால் அவனது கூட்டாளி ஹேய்ஸ் தப்பிக்க நேரம் கிடைக்க வாய்ப்பிருக்கும் என்று கூறினான். நான் அவனுடைய வேண்டுகோளுக்கு அடிபணிந்தேன். உடனடியாக ஜேம்ஸ் "சண்டைச் சேவல்" விடுதிக்கு விரைந்தான். என்னால் அங்கு பகலில் செல்ல முடியாததால், இரவு நேரத்தில் சால்டரைப் பார்க்க விரைந்தேன். நான் அவன் பாதுகாப்பாகவும் நலமாகவும் இருப்பதைக் கண்டேன். ஆனால் சால்டரை என்னுடன் அழைத்துச் செல்ல அவர்கள்

அனுமதிக்கவில்லை. எனது விருப்பத்திற்கு எதிராக, திருமதி ஹேய்ஸின் பொறுப்பில் கீழ் இன்னும் மூன்று நாள்களுக்கு அங்கேயே விட்டுச் செல்ல என்னைச் சம்மதிக்க வைத்தனர். ஏனெனில் குற்றவாளி யார் என்று காவல்துறையினரிடம் தெரிவிக்காமல் இருக்க வேண்டுமென்று மிரட்டினார். கொலைகாரன் யார் என்று சொன்னால், துரதிர்ஷ்டவசமான ஜேம்ஸும் சேர்த்துத் தண்டிக்கப்படுவதை என்னால் பார்க்க முடியவில்லை. மிஸ்டர் ஹோம்ஸ்! நீங்கள் என்னை வெளிப்படையாகப் பேசச் சொன்னீர்கள். உங்கள் வார்த்தையின்படி எனக்குத் தெரிந்த அனைத்தையும் கூறிவிட்டேன். எதையும் மறைக்கவில்லை. நீங்கள் என்ன முடிவு எடுக்கப்போகிறீர்கள் என்பதை வெளிப்படையாகக் கூறுங்கள்" என்று டியூக் நடந்தது அனைத்தையும் சொல்லி முடித்தார்.

"என்னால் முடிந்ததைச் செய்கிறேன். செய்வேன். கிரேஸ் அவர்களே! முதலில் நீங்கள் சட்டத்தின் பார்வையில் தவறு செய்திருக்கிறீர்கள் என்பதை நான் உங்களுக்குச் சொல்லக் கடமைப்பட்டுள்ளேன். நீங்கள் கொலைக்கான குற்றத்தைச் செய்யவில்லை என்றாலும், கொலைகாரன் தப்பிக்க உதவியுள்ளீர்கள்; ஏனென்றால், ஜேம்ஸ் வைல்டர் தனது கூட்டாளியான ஹேய்ஸுக்கு உதவுவதற்காக எடுத்துச் சென்ற பணம் எதுவும் உங்கள் கஜானாவிலிருந்து வந்தது என்பதில் எனக்குச் சந்தேகம் இல்லை" என்றார் ஹோம்ஸ்

டியூக் அதனை ஒப்புக்கொண்டார்.

"உண்மையில் இது மிகவும் தீவிரமான விஷயம். இன்னும் கூடுதலான குற்றம், என் கருத்துப்படி, உங்கள் இளைய மகன் மீதான உங்களின் அணுகுமுறை. நீங்கள் எதன் அடிப்படையில் சால்டரை அங்கு மூன்று விட்டுவிட சம்மதித்தீர்கள்."

"அவர்கள் அளித்த வாக்குறுதியை நம்பி.."

"இப்படிப்பட்டவர்கள் வாக்குறுதிகளை எப்படிக் காப்பார்கள் என்று நம்புகிறீர்கள். அவர்கள் சொன்ன சொல்படி நடந்துகொள்வார்கள் என்பதில் எந்த

உத்தரவாதமும் இல்லை. உங்கள் குற்றவாளியான மூத்த மகனைச் செயலுக்காக, உங்கள் அப்பாவி இளைய மகனைத் தேவையற்ற ஆபத்தில் விட்டுவிட்டீர்கள். இது நியாயமற்ற செயல்.”

ஹோல்டர்னெஸ்ஸின் பெருமைக்குரிய டியூக்கிடம் யாரும் அப்படிப் பேசியதில்லை. அவரது உயர்ந்த நெற்றியில் கோபம் சிவந்தாலும், அவரது மனசாட்சி ஊமையாக்கியது.

“ஒரு நிபந்தனையில் நான் உங்களுக்கு உதவுகிறேன். உங்கள் பணியாட்களை அழையுங்கள். என் இஷ்டம்போல் அவர்களுக்கு கட்டளையிடுவேன்” என்று ஹோம்ஸ் கூறினார்.

டியூக் எதுவும் பேசாமல் மின்சார பொத்தானை அழுத்தினார். ஒரு பணியாள் உள்ளே நுழைந்தான்.

“உங்கள் இளம் எஜமானர் சால்டயர் பிரபு கண்டுபிடிக்கப்பட்டார். சால்டயர் பிரபுவை வீட்டிற்கு அழைத்து வருவதற்காக வண்டியை உடனடியாக “சண்டைச் சேவல்” விடுதிக்குச் செல்ல வேண்டும் என்பது டியூக்கின் விருப்பம்” என்று ஹோம்ஸ் கூறினார்.

“நாம் எதிர்காலத்தைப் பாதுகாத்துக்கொண்டால், கடந்த காலத்தைக் குறித்து எந்த கவலையும்படத் தேவையில்லை. நான் எந்த அரசு பதவியிலும் உத்தியோகப்பூர்வமாக இல்லை. அதனால், நீதியின் முடிவு கிடைக்கும்வரை, எனக்குத் தெரிந்த அனைத்தையும் நான் வெளியிட வேண்டும் என்று அவசியமில்லை. ஹேய்ஸைப் பொறுத்தவரை நான் எதுவும் சொல்லவில்லை. தூக்குமேடை அவருக்காகக் காத்திருக்கிறது. அதிலிருந்து அவரைக் காப்பாற்ற நான் எதுவும் செய்ய மாட்டேன். ஆனால் போலீஸிடம் அவன் என்ன சொல்வான் என்பதை என்னால் சொல்ல முடியாது. ஆனால் உங்களின் மௌனமே அவனுக்குப் புரிய வைக்கும் என்பதில் சந்தேகமில்லை. காவல்துறையின் பார்வையில், அவன் பணத்திற்காக உங்கள் இளைய மகனைக் கடத்திச் சென்றிருக்கிறான். அதற்காகக் கொலைச் செய்து போலீஸிடம் மாட்டிக்கொண்டான். எவ்வாறாயினும், இனி ஜேம்ஸ் வைல்டர் உங்கள் வீட்டில் தொடர்ந்து இருந்தால் உங்களுக்குத் துரதிர்ஷ்டம் மட்டும்தான் மிஞ்சும் என்பதை நான் உங்களுக்கு எச்சரிக்கிறேன் கிரேஸ்!!” என்றார்.

“எனக்குப் புரிகிறது மிஸ்டர் ஹோம்ஸ். நான் ஜேம்ஸ் வைல்டரை ஆஸ்திரேலியாவுக்குப் போக அனைத்து வேலைகளையும் செய்து வைக்கிறேன்.”

“அப்படியானால் கிரேஸ் அவர்களே! உங்களது திருமண வாழ்வில் மகிழ்ச்சியின்மைக்கு அவன்தான் காரணமென்றால், நீங்கள் உங்கள் மனைவிக்குத் தந்தி அனுப்பி மீண்டும் உங்கள் உறவைப் புதுப்பிக்குமாறு நான் பரிந்துரைக்கிறேன்.” என்று ஹோம்ஸ் ஆலோசனை வழங்கினார்.

“அதற்கான ஏற்பாட்டை முன்பே செய்துவிட்டேன், மிஸ்டர் ஹோம்ஸ். நான் இன்று காலைதான் என் மனைவிக்குக் கடிதம் எழுதினேன்.”

“அப்படியானால், நானும் எனது நண்பரும் இங்கு வந்ததற்கான சிறிய பயணம் மகிழ்ச்சியாக முடிவடைந்தது என்று நினைக்கிறேன். நான் கண்டுபிடிக்காத ஒரு சிறிய விஷயம் ஒன்று உள்ளது. இந்த ஹேய்ஸ் தனது குதிரைகளுக்குக் காலணிகளை அணிவித்துள்ளார். அது மாடுகளின் தடங்களைப் போன்று இருந்தது. மிஸ்டர் வைல்டரிடம் எப்படி அசாதாரணமாகச் சாதித்துக் காட்டினார்?” என்று ஹோம்ஸ் தன் விடை தெரியாத கேள்விக்குப் பதில் கிடைக்குமா என்று எதிர்ப்பார்த்தார்.

டியூக் ஒரு கணம் சிந்தனையில் நின்றார். அவரது முகத்தில் தீவிர ஆச்சரியம் இருந்தது. பின்னர் அவர் ஒரு கதவைத் திறந்து, அருங்காட்சியகமாக அலங்கரிக்கப்பட்ட ஒரு பெரிய அறைக்கு எங்களை அழைத்துச் சென்றார். அவர் ஒரு மூலையில் ஒரு கண்ணாடி பெட்டியை வழிவகுத்து நின்ற கல்வெட்டைச் சுட்டிக்காட்டினார்.

“இந்தக் காலணிகளா என்று பாருங்கள். ஹோல்டர்னெஸ் ஹாலின் அகழியில் தோண்டி எடுக்கப்பட்டது” என்று டியூக் கூறினார். அவை குதிரைகளின் பயன்பாட்டிற்கானவை; கீழே இரும்பு பிளந்த கால்களால் அவை வடிவமைக்கப்பட்டுள்ளன. அவர்கள் ஹோல்டர்னெஸ்ஸின் இடைக்காலத்தைச் சேர்ந்த கொள்ளையர்களால் பயன்படுத்தப்பட்டது.

ஹோம்ஸ் அந்தக் கண்ணாடிப் பெட்டியைத் திறந்து, அந்தக் குதிரையின் காலணியை ஆராய்ந்து, மீண்டும் அதனுள் வைத்தார்.

"நன்றி. உங்கள் நாட்டில் நான் பார்த்த இரண்டாவது சுவாரஸ்யமான பொருள் இது." என்றார்.

"அப்படியென்றா முதல் பொருள்?"

ஹோம்ஸ் தனது காசோலையை மடித்து, தனது நோட்டுப் புத்தகத்திற்குள் கவனமாக வைத்தார். "நான் ஒரு ஏழை" என்று அவர் அன்புடன் கூறி விடைபெற, நாங்கள் மீண்டும் லண்டன் வந்து சேர்ந்தோம்.

30. பிளாக் பீட்டரால் விளைந்த சாகசம்

1895ஆம் ஆண்டில் எனது நண்பர் ஷெர்லாக்பற்றி ஹோம்ஸ் ம ரீதியாகவும், உடல்ரீதியாகவும் நான் அதிகம் தெரிந்துக்கொண்டேன். அதிகரித்து வந்த அவரின் புகழால் பல செல்வந்தர்களும், புதிய வாடிக்கையாளர்களும் பேக்கர் தெருவில் தங்கள் வழக்குகளோடு காத்துக்கொண்டிருந்தார்கள். இருப்பினும், அனைத்துக் கலைஞர்களைப் போலவே, ஹோம்ஸ், தனது வழக்கின் நியாயத்திற்காகவே வாழ்ந்தார், டியூக் ஆஃப் ஹோல்டர்னெஸ் போன்ற வழக்கில் அவர் தனது சேவைக்காகப் பெரிய வெகுமதி பெற்றிருக்கிறார் என்பதை நான் அறிவேன். ஆனால் பெரும்பாலும் தனது சக்தியைப் பணக்காரர்களுக்காகச் செலவு செய்ய மறுத்துவிடுவார். அதே நேரத்தில் அவர் சில எளிய வாடிக்கையாளர்களின் வழக்குகளில் மிகவும் தீவிரமாகத் தன்னை அர்ப்பணித்துக் கொள்வார். இந்த விசித்திரமான வியத்தகு குணங்கள் அவர் மீது எனக்கு மரியாதை பிறக்கிறது. அதுமட்டுமில்லாமல் அவரது புத்தி கூர்மையையும் மதிக்கிறேன்.

1895ஆம் ஆண்டு எங்களுக்கு மறக்க முடியாத ஆண்டாக இருந்தது. கர்தினால் டோஸ்காவின் திடீர் மரணம் பற்றிய அவரது விசாரணை முதல், புனித போப்பின் விருப்பத்தின் பேரில் நடத்தப்பட்ட விசாரணைவரை, ஆர்வமுள்ள பல வழக்குகளைத் தொடர்ச்சியாகக் கையாண்டிருக்கிறார். லண்டனின் கிழக்கு முனையிலிருந்து கேனரி–பயிற்சியாளரான வில்சன் கைது செயயப்பட்டார். பல பிரபலமான வழக்குகளை அந்த ஆண்டு கையாண்டிருந்தாலும், கேப்டன் பீட்டர் கேரியின் மரணத்தைச் சுற்றித் தெளிவற்ற

சூழ்நிலைகளை ஷெர்லாக் ஹோம்ஸ் எப்படிக் கையாண்டார் என்பதைச் சொல்லியாக வேண்டும். இந்த வழக்கு பற்றிய பதிவுகளைப் பகிரவில்லையென்றால் எனது குறிப்புகள் முழுமையடையாது.

ஜூலை முதல்வாரத்தில், என் நண்பர் நாங்கள் தங்குமிடத்திலிருந்து வரவில்லை. அவர் ஏதோ வழக்கு விஷயமாக இருக்கிறார் என்பதை அறிந்தேன். அந்த நேரத்தில் கேப்டன் பாசிலை விசாரித்தபோது ஹோம்ஸ் எங்கோ மாறுவேடங்களில், பெயரை மாற்றித் தனது சொந்த அடையாளத்தை மறைத்துக்கொண்டு வேலை செய்கிறார் என்பது எனக்குப் புரியவந்தது. லண்டனில் குறைந்தது ஐந்து பகுதிகளில் சிறிய புகலிடங்களைத் தனக்காக அவர் வைத்திருக்கிறார். இதுவரை அவர் என்னிடம் தனது வேலையைப் பற்றி எதுவும் சொல்லவில்லை. கட்டாயப்படுத்திக் கேட்பது என் வழக்கமும் இல்லை. அவர் காலை உணவுக்கு முன் வெளியே சென்றுவிட்டார். நான் என்னுடைய அறையில் அமர்ந்திருந்தபோது, அவர் அறைக்குள் நுழைந்தார். அவரது தலையில் தொப்பியும், அவரது கைக்குக் கீழ் ஒரு குடைபோல் ஒரு பெரிய முட்கள் போன்ற ஈட்டியும் இருந்தது.

"ஹோம்ஸ்! நீங்கள் எங்கு சென்றீர்கள்? எந்த வழக்கிற்காக லண்டனைச் சுற்றுகிறீர்கள் என்று என்னிடம் சொல்லியிருக்கலாமே?"

"நான் கசாப்புக் கடைக்காரனாகப் பணியைச் செய்துகொண்டிருந்தேன்."

"என்னது கசாப்புக் கடைக்காரனாகவா?"

"என் அன்பான வாட்சன்! காலை உணவுக்கு முன் உடற்பயிற்சி செய்வது என் பழக்கம் என்பது உங்களுக்குத் தெரியும். ஆனால் எனது உடற்பயிற்சிக்காக என்ன செய்வேன் என்பது உங்களுக்குத் தெரியாது."

"நீங்கள் செய்வதை நான் ஒருபோதும் முயற்சிக்க மாட்டேன்."

ஹோம்ஸ் காபியை கப்பில் ஊற்றியபடி சிரித்தார்.

“அலார்டைஸின் பின் கடையை நீங்கள் பார்த்திருந்தால், ஓர் இறந்த பன்றிக் கூரையின் கொக்கியில் ஊசலாடுவதையும், ஒரு மனிதர் தனது கையிலிருந்த ஆயுதத்தால் ஆவேசமாகக் குத்துவதையும் நீங்கள் பார்த்திருப்பீர்கள். அந்த மனிதன் நான்தான். என் பலத்தால் பன்றியை ஒரே அடியாகப் பிளந்தேன். நீங்கள் விரும்பினால் ஒரு முறை முயற்சி செய்து பார்க்கலாம்.”

“அப்படி ஒரு ஆர்வம் எனக்கு வராது. ஆனால் எதற்காக அப்படிச் செய்ய வேண்டும்?”

“ஏனென்றால், வுட்மேனின் லீயின் மர்மத்தில் மறைமுகத் தொடர்பு இருப்பதாக எனக்குத் தோன்றியது. ஹா.. ஹாப்கின்ஸ்! நேற்றிரவு உங்கள் தந்தி கிடைத்தது, நான் உங்களை எதிர்பார்த்துக் கொண்டிருந்தேன். ஏதாவது சாப்பிட வேண்டுமா?” என்றார்.

ஹாப்கின்ஸ் பார்ப்பதற்கு முப்பது வயது, அமைதியான ட்வீட் சூட் அணிந்திருந்தார், ஆனால் உத்தியோகப்பூர்வச் சீருடையுடன் அவரைப் பார்த்துப் பழகியவருக்கு அவர் வேறு யாரோ போல் தோன்றும். நான் அவரைப் பார்த்ததும் ஒரே நேரத்தில் ஸ்டான்லி ஹாப்கின்ஸ் என்று அடையாளம் கண்டுகொண்டேன். ஒரு இளம் போலீஸ் இன்ஸ்பெக்டர் ஹோம்ஸ்மீது அதிக நம்பிக்கை வைத்திருந்தார். ஹாப்கின்ஸ் மிகவும் மனச்சோர்வுடன் அமர்ந்தார்.

“வேண்டாம் சார். நான் வருவதற்கு முன் காலை உணவைச் சாப்பிட்டேன். நேற்றிரவு டவுனில் தங்கிவிட்டுத் தகவல் தெரிவிக்க வந்திருக்கிறேன்.” என்றார்.

“நீங்கள் எதைப் பற்றித் தெரிவிக்க வேண்டும்?”

“என்னுடைய தோல்வியைப் பற்றி.”

“வழக்கில் நீங்கள் எந்த முன்னேற்றமும் காணவில்லையா?”

“இல்லை.”

“நான் இந்த வழக்கைப் பார்த்துக்கொள்கிறேன்.”

“மிஸ்டர் ஹோம்ஸ், உங்களுக்குச் சொர்க்கம் கிடைக்கும். எனக்குக் கிடைத்த இந்தப் பெரிய வாய்ப்பில் எனது

புத்திசாலித்தனத்தை முழுவதையும் செலுத்திவிட்டேன். நீங்கள் எனக்கு உதவி செய்தால் நன்றாக இருக்கும்."

"சரி, சரி. விசாரணை அறிக்கை உட்பட கிடைக்கக்கூடிய அனைத்து ஆதாரங்களையும் நான் ஏற்கெனவே படித்துவிட்டேன். குற்றம் நடந்த இடத்தில் கண்டெடுக்கப்பட்ட அந்தப் புகையிலை பையை நீங்கள் என்ன செய்கிறீர்கள்? அங்கு வேறு துப்பு இல்லையா?"

ஹாப்கின்ஸ் ஆச்சரியமாகப் பார்த்தார்.

"அது இறந்த மனிதனின் சொந்தப் புகையிலை பை. அவருடைய இனிஷியல் அதில் இருந்தது."

"ஆனால் அவரின் புகைக் குழாய் அங்கில்லை."

"ஆமாம். அவரின் எந்தக் குழாயும் கிடைக்கவில்லை. உண்மையில், அவர் மிகவும் குறைவாகவே புகைப்பவர். இன்னும் இருந்த புகையிலைகூட அவரின் நண்பர்களுக்காக வைத்திருந்திருக்கலாம்."

"சந்தேகமே இல்லை. நானும் அதைத்தான் குறிப்பிடுகிறேன். ஏனென்றால் நான் வழக்கைக் கையாண்டிருந்தால் எனது விசாரணையின் தொடக்கப் புள்ளியாக அதைத்தான் கருதியிருப்பேன். இருப்பினும், எனது நண்பர் டாக்டர் வாட்சனுக்கு இந்த வழக்கு குறித்து எதுவும் தெரியாது. மேலும் நிகழ்வுகளின் வரிசையாக மீண்டும் ஒருமுறை கேட்டால் எங்களுக்கு உதவியாக இருக்கும். சொல்லுங்கள்."

ஸ்டான்லி ஹாப்கின்ஸ் பாக்கெட்டிலிருந்து ஒரு துண்டுக் காகிதத்தை எடுத்தார்.

"இறந்த மனிதரான கேப்டன் பீட்டர் கேரியின் வாழ்க்கை பற்றிய சில தகவல்கள் என்னிடம் உள்ளன. அவர் 1845இல் ஐம்பது வயதில் பிறந்தார். அவர் மிகவும் தைரியமான, வெற்றிகரமான திமிங்கல வேட்டைக்காரர். 1883இல் அவர் டண்டீயின் Sea Unicorn கப்பலை வழிநடத்தியிருக்கிறார். அதன் பிறகு அவர் பல வெற்றிகரமான பயணங்களை மேற்கொண்டார். அடுத்த ஆண்டு, 1884இல், அவர் வேலையிலிருந்து ஓய்வு பெற்றார். அதன்பிறகு, அவர் மேலும் சில வருடங்கள் பயணம் செய்தார். இறுதியாக அவர் சசெக்ஸில்

காட்டில் அருகிலுள்ள "Woodman's Lee" என்ற சிறிய இடத்தை வாங்கினார். அங்கு ஆறு ஆண்டுகள் வாழ்ந்த அவர், ஒரு வாரத்திற்கு முன்பு அந்த இடத்தில் இறந்து காணப்பட்டார்.

அவரைப் பற்றி வேறு சில விஷயங்கள் உள்ளன. பார்ப்பதற்கு மிகவும் சாதாரணமாகத் தெரிந்தாலும், மிகவும் கடுமையாக நடந்துகொள்ளக் கூடியவர். அவரது வீட்டில் மனைவி, இருபது வயது மகள். இரண்டு பணிப்பெண் என எல்லோரும் இருக்கிறார்கள். பணிப்பெண்கள் மட்டும் அவ்வப்போது மாறிக்கொண்டே இருந்தனர். ஏனென்றால் அந்த இடம் பணிக்கு ஒருபோதும் மகிழ்ச்சியான சூழ்நிலையாக இல்லை. அந்த மனிதன் மிகப் பெரிய குடிகாரனாக இருந்தான். கோபத்தில் தனது மனைவியையும் மகளையும் நள்ளிரவில் கதவுகளுக்கு வெளியே துரத்துவதும், வாயில்களுக்கு வெளியே நின்று கத்துவதும் பூங்கா வழியாகக் முழு கிராமத்திற்கும் கேட்கும்.

அவருடன் நட்பு வைத்துக்கொள்ளவே பலரும் அஞ்சினர். உறவு வைத்துக்கொண்டவர்களும் ஒதுங்கி நின்றனர். மிஸ்டர் ஹோம்ஸ்! பீட்டர் கேரியை ஆபத்தான மனிதர் என்று சொல்லுவதைக் கடந்து வெகுதூரம் சென்றுவிட்டார் என்றுதான் சொல்ல வேண்டும். அவர் தனது கப்பலை வழிநடத்தும்போது இதுபோன்ற தன்மையை அவர் மேற்கொண்டதாக கேள்விப்பட்டேன். அவர் பணிசெய்யும் இடத்தில் "பிளாக் பீட்டர்" என்று அறியப்பட்டார். அவரது கோபமான குணம், அவரது பெரிய தாடியின் நிறம் காரணமாக மட்டுமல்லாமல், அவரின் பயமுறுத்தும் நகைச்சுவைகளுக்காகவும் இந்தப் பெயர் வழங்கப்பட்டதாகத் தெரிகிறது. அவரின் ஒவ்வொரு அண்டை வீட்டாரும் அவரை வெறுத்தனர். பழகுவதைத் தவிர்த்தனர் என்று சொல்ல வேண்டியதில்லை. அவருடைய மரணத்தை அறிந்தும்கூட யாரும் சோகமான ஒரு வார்த்தைப் பகிரவில்லை.

"மிஸ்டர் ஹோம்ஸ்! அந்த நபரின் அறையைப் பற்றிய விசாரணை அறிக்கையை நீங்கள் வாசித்திருப்பீர்கள். ஆனால் இங்குள்ள உங்கள் நண்பர் அதைப் பற்றிக் கேள்விப்பட்டிருக்க மாட்டார். அவர் தனக்கென்று ஒரு மர அவுட்ஹவுஸைக் கட்டியிருந்தார். அவர் அதை எப்போதும்

"கேபின்" என்று அழைப்பார். அவரது வீட்டிலிருந்து சில நூறு அடி தூரத்தில் அது இருந்தது. இரவு அவர் அங்குதான் தூங்குவார். அது ஒரு சிறிய அறை. பதினாறு அடிக்குப் பத்து என்ற அளவில் இருக்கும். சாவி சட்டைப் பையில் இருக்கும். அவர் தனது அறையைச் சுத்தம் செய்வதிலிருந்து படுக்கையை அமைத்துக்கொள்வதுவரை அவரே அந்த அறையைப் பராமரித்து வந்தார். வேறு யாரையும் அந்த அறையில் அனுமதித்ததில்லை. ஒவ்வொரு சிறிய ஜன்னல்களும் திரைச்சீலைகளால் மூடப்பட்டிருந்தன. இந்த ஜன்னல்களில் ஒன்று உயர் சாலையை நோக்கி இருந்தது. இரவில் வெளிச்சம் எரிந்தபோது, மக்கள் அந்த ஜன்னலின் வழியாக பிளாக் பீட்டர் அங்கு என்ன செய்கிறார் என்பதைப் பார்க்க முடிந்தது. மிஸ்டர் ஹோம்ஸ்! அந்த ஜன்னலால்தான், விசாரணையில் சில நேர்மறையான ஆதாரங்களில் சில கிடைத்தன.

கொலை நடப்பதற்கு இரண்டு நாள்களுக்கு முன்பு, ஸ்லேட்டர் என்ற கல்வெட்டுத் தொழிலாளி, அதிகாலை ஒரு மணியளவில் காட்டுக்கு நடந்து சென்றுகொண்டிருந்தான். அப்போது, அவன் மரங்களுக்கு இடையில் கடக்கும்போது பீட்டரின் கேபின் அறையில் ஒரு மனிதனின் தலை பக்கவாட்டாகத் திரும்பியதன் நிழல் அவனுக்குத் தெரிந்தது. நிச்சயமாக அது பீட்டர் கேரியின் நிழல் அல்ல என்று அவன் கூறினான். அந்த மனிதனின் தாடி குட்டையாக இருந்தது. கேப்டனின் தாடியைக் காட்டிலும் அந்த நிழலில் ஏதோ வித்தியாசமாகத் தெரிந்ததால் அவன் உறுதியாகக் கூறினான். அந்த நிழல் மனிதன் அந்த அறையில் இரண்டு மணிநேரம் இருந்தான். அது சாலையிலிருந்து ஜன்னலுக்குச் சிறிது தூரம் உள்ளதால் மனிதனின் முகத்தைப் பார்க்கவில்லை. மேலும், இந்தச் சம்பவம் நடந்தது திங்கள்கிழமை அன்று. ஆனால் குற்றம் புதன்கிழமை அன்று நடந்திருக்கிறது.

செவ்வாய் அன்று பீட்டர் கேரி தனது இருண்ட மனநிலையில் அதிகமாகக் குடித்துவிட்டுக் காட்டுமிராண்டித்தனமாக நடந்துகொண்டான். பைத்தியம் போல் வீட்டில் சுற்றித் திரிந்தான். அவன் வருவதைப் பார்த்து அவன் வீட்டுப் பெண்கள் ஓடினர். மாலையில் அவர் தனது

சொந்த கேபினுக்குச் சென்றார். மறுநாள் அதிகாலை இரண்டு மணியளவில், ஜன்னலைத் திறந்து தூங்கிய அவரது மகள், அந்தத் திசையிலிருந்து மிகவும் பயமுறுத்தும் அலறல் கேட்டது. ஆனால் அவர் மது அருந்தியபோது அலறுவதும், கத்துவதும் வழக்கமான ஒன்று என்பதால் அதை அவள் பெரிதாக எடுத்துக்கொள்ளவில்லை. ஏழு மணிக்கு எழுந்ததும் பணிப்பெண் கேபின் கதவு திறந்ததும், அங்கிருந்த பயங்கரமான காட்சியைக் கண்டு கத்தினாள். சம்பவத்தைக் கேள்விப்பட்டு ஒரு மணிநேரத்திற்குள் நான் அந்த இடத்திலேயே இருந்தேன். அங்கு கதவைத் திறந்து பார்த்தபோது உலகத்தின் மிக பயங்கரமான காட்சியைப் பார்த்தேன்.

"மிஸ்டர் ஹோம்ஸ்! இதுவரை என்னை நான் மிகவும் தைரியசாலி என்று நினைத்திருந்தேன். ஆனால் அந்தச் சிறிய அறைக்குள் நான் நுழைந்ததும் என்னைப் பற்றிய கருத்தை மாற்றிக்கொண்டேன். இறந்த சடலத்தைச் சுற்றி ஈக்கள் பறந்துகொண்டிருந்தன. தரையும், சுவர்களும் அலங்கோலமாக இருந்தன. ஒரு கப்பலுக்குத் தேவையான எது வேண்டுமோ அனைத்தும் அந்த அறையில் இருந்தது. ஒரு கடல் ஈட்டி, வரைபடங்கள், கடல் யூனிகார்னின் படத்தை அவர் வைத்திருந்தார். அலமாரியில் பதிவுப் புத்தகங்களின் வரிசை கலைக்கப்பட்டிருந்தது. கேப்டனின் அறையில் எதையோ தேடியிருக்கிறார்கள். இறந்த மனிதனின் உடல் நரகத்தில் தொலைந்துபோன ஆன்மாவைப் போன்று இருந்தது. அவரது உடலைத் திமிங்கலத்தை வேட்டையாடும் ஈட்டியால் மார்பகத்தில் குத்தப்பட்டுச் சுவரின் மரத்தில் ஆழமாகப் பதியப்பட்டிருந்தான். அவரது உடல் அட்டை போல் ஒட்டிக்கொண்டிருந்தது. தாக்குதல் நடந்த நிமிடத்தில் அந்த மனிதர் இறந்துவிட்டார் என்பதில் சந்தேகமில்லை.

உங்கள் முறைகளைப் பயன்படுத்தி அந்த இடத்தை ஆராய்ந்தேன். அங்கு எந்தப் பொருளை நகர்த்துவதற்கும் முன், தரையில் கால் தடங்கள் கிடக்கிறதா என்று ஆராய்ந்தேன். ஆனால் கால் தடங்கள் எதுவும் இல்லை."

"அப்படியெனில் நீங்கள் சரியாக ஆராயவில்லை என்று அர்த்தம்" என்று ஹோம்ஸ் கூறினார்.

"கால் தடங்கள் இல்லை என்பதை என்னால் உறுதியாகக் கூற முடியும்."

"ஹாப்கின்ஸ்! நான் பல குற்றங்களை விசாரித்திருக்கிறேன். ஆனால் யாரும் பறந்து வந்து குற்றம் செய்ததைப் பார்த்ததில்லை. குற்றவாளி இரண்டு கால்களில் இருக்கும் என்றால் சில உள்தள்ளல்கள், சில சிராய்ப்புகள், சில நகர்வுகள் ஆகியவற்றை அறிவியல் பூர்வமாகக் கண்டறிய முடியும். இரத்தம் சிந்தப்பட்ட இந்த அறையில் நமக்கு உதவக்கூடிய எந்தத் தடயமும் இல்லை என்பதை என்னால் நம்ப முடியவில்லை. ஆனால் நீங்கள் கவனிக்கத் தவறிய சில பொருள்கள் இருக்கிறது என்பதை என்னால் புரிந்துகொள்ள முடிகிறது."

என் தோழரின் முரண்பாடான கருத்துகளில் இளம் இன்ஸ்பெக்டர் முகம் சுளித்தார்.

"மிஸ்டர் ஹோம்ஸ்! அந்த நேரத்தில் உங்களை அழைக்காதது என் தவறுதான். இருப்பினும், இப்போது நீங்கள் வழக்கில் உதவினால் சிறப்பாக இருக்கும். அந்த அறையில் சிறப்புக் கவனம் பெற்ற பொருளைப் பற்றிச் சொல்லியாக வேண்டும். ஒன்று கொலைக்குப் பயன்படுத்தப்பட்ட ஈட்டி. அது அங்கு அலங்காரத்திற்காக அலமாரியிலிருந்து வைக்கப்பட்ட மூன்று ஈட்டிகளில் ஒன்றைப் பிடுங்கிக் கொலை செய்யப்பட்டிருக்கிறது. அந்த ஈட்டியில் "S.S. Sea Unicorn, Dundee" என்று கேப்டன் பணியாற்றிய கப்பலின் பெயர் பொறிக்கப்பட்டிருந்தது. கொலைகாரன் கோபத்தின் ஒரு கணத்தில் இந்தக் குற்றம் நடந்திருக்கிறது என்பதும், அதற்கு ஆயுதமாக ஈட்டி பயன்படுத்தப்பட்டிருக்கிறது என்பதும் தெரிகிறது. அதிகாலை இரண்டு மணிக்கு இறந்த பீட்டர் கேரி முழு உடையில் இருந்தான். அப்படியென்றால், கொலைகாரனுடன் ஒரு சந்திப்பை அவர் ஏற்கெனவே திட்டமிட்டிருக்கிறார். அறையின் மேசையில் ஒரு ரம் பாட்டில், இரண்டு அழுக்குக் கண்ணாடிகள் இருப்பதைப் பார்க்கும்போது உறுதிப்படுத்த முடிந்தது."

"நல்லது. இரண்டு ஆதாரங்கள் விசாரணைக்கு உதவக் கூடியதாக இருக்கிறது. அறையில் ரம் தவிர வேறு மதுபானம் இருந்ததா?"

தமிழில் : குகன்

"ஆமாம். ஒரு பாட்டில் பிராந்தியும், ஒரு பாட்டில் விஸ்கியும் அங்கிருந்தது. அது பயன்படுத்தப்படாமல் முழுவதுமாக நிரம்பியிருந்ததால், அது முக்கியமில்லை." என்றார்.

"பயன்படுத்தப்படாமல் இருப்பதுகூட வழக்கின் முக்கியத்துவத்தைக் கொண்டுள்ளது. இருப்பினும், இந்த வழக்கிற்கு முக்கியமாகத் தோன்றும் வேறு சில பொருள்களைப் பற்றி இருந்தாலும் கூறுங்கள்." என்று ஹோம்ஸ் கேட்டார்.

"மேசையின் மேல் இந்தப் புகையிலைப் பை இருந்தது."

"மேசையின் எந்தப் பகுதி?"

"அது நடுவில் கிடந்தது. அது கரடுமுரடான தோலில் செய்யப்பட்ட பையாக இருந்தது. அந்தப் பையின் உள்ளே "PC" என்ற எழுத்து இருந்தது. அதில் அரை அவுன்ஸ் வலிமையான கப்பலின் புகையிலை இருந்தது."

"அருமை! இதற்கு மேல் ஏதாவது?"

ஸ்டான்லி ஹாப்கின்ஸ் தனது சட்டைப் பையிலிருந்து துண்டிக்கப்பட்ட நோட்டுப் புத்தகத்தை எடுத்தார். வெளியே கரடுமுரடாகவும், மங்கிய காகிதங்களாவும் இருந்தது. முதல் பக்கத்தில் 'யிபிழி' என்ற முதலெழுத்துகளும், '1883' என்ற தேதியும் எழுதப்பட்டிருந்தது. ஹோம்ஸ் அதை மேசையின் மீது வைத்து ஆராய்ந்தார். நானும், ஹாப்கின்ஸும் அவரது தோள்பட்டை அருகிலிருந்து பார்த்தோம். இரண்டாவது பக்கத்தில் 'CPR' என்ற எழுத்துகள் அச்சிடப்பட்டு, பின்னர் பல எண்களின் தாள்கள் இருந்தது. ஒரு பக்கத்தில் தலைப்பாக அர்ஜென்டினா, மற்றொன்றில் கோஸ்டாரிகா, வேறொரு பக்கத்தில் சான் பாலோ, ஒவ்வொன்றும் அதன் பின் அடையாளங்கள் கொண்டிருந்தது.

"இவற்றிலிருந்து நீங்கள் என்ன தெரிந்தது?" ஹோம்ஸ் கேட்டார்.

"அவை பங்குச் சந்தை பத்திரங்களின் பட்டியல்களாகத் தோன்றுகிறது. "JHN" என்பது ஒரு தரகரின் இனிஷியல் என்றும், "CPR" என்பது அவருடைய கிளையண்டாக இருக்கலாம் என்றும் நினைக்கிறேன்."

"Canadian Pacific Railway என்றுகூட இருக்கலாம்" என்றார் ஹோம்ஸ்.

ஸ்டான்லி ஹாப்கின்ஸ் தனது பற்களைக் கடித்து, கைளால் தொடையைத் தட்டினார்.

"நான் ஒரு முட்டாள்! நிச்சயமாக நீங்கள் சொல்லுவது போல் பங்கு நிறுவனத்தைத்தான் குறிக்கிறது. அப்படியானால் "JHN" என்பதை மட்டுமே நாம் தீர்க்க வேண்டும். நான் ஏற்கெனவே பழைய பங்குச் சந்தை பட்டியல்களை ஆய்வு செய்துள்ளேன். மேலும் 1883இல் ஹவுஸ் அல்லது வெளியில் உள்ள தரகர்கள் மத்தியில் யாருடைய முதலெழுத்துகளும் இவற்றுடன் ஒத்துப்போகவில்லை. ஆனாலும் அந்தத் துப்பு கிடைத்ததை மிக முக்கியமான ஒன்றாக உணர்கிறேன். மிஸ்டர் ஹோம்ஸ், இந்த முதலெழுத்துகள் பெயர் கொண்ட நபர்தான் அறையிலிருந்த இரண்டாவது மனிதராக இருக்க வேண்டும். அவன்தான் கொலையைச் செய்திருக்க வாய்ப்பிருக்கிறது என்பதை நீங்கள் ஒப்புக்கொள்வீர்கள். இவ்வளவு பெறுமதிப்புள்ள பத்திரங்களுக்காகக் குற்றத்தின் உள்நோக்கமாக இருக்கலாம் என்று தோன்றுகிறது."

ஷெர்லாக் ஹோம்ஸின் முகம் அதிர்ச்சியடைந்ததைக் காட்டியது.

"நீங்கள் கூறிய இரண்டு புள்ளிகளையும் நான் ஏற்றுக்கொள்கிறேன். ஆரம்ப விசாரணையில் தோன்றாத இந்த நோட்டுப் புத்தகம், இந்த வழக்கு குறித்து நான் உருவாக்கிய முந்தைய கருத்துகளை மாற்றியமைக்கிறது. நான் ஒரு கோட்பாட்டிற்கு வந்திருந்தேன். இப்போது அதற்கு இடமில்லை. இங்கு குறிப்பிடப்பட்டுள்ள பங்குப் பத்திரங்களின் விவரங்களில் ஏதேனும் ஒன்றைக் கண்டுபிடிக்க முயற்சித்தீர்களா?"

"இப்போதுதான் அலுவலகங்களில் இது குறித்த விசாரணைகள் செய்யப்பட்டன. இந்தப் பங்குகள் முழுவதும் தென் அமெரிக்காவில் உள்ளது என்றும், பங்குகளைக் கண்டறிய சில வாரங்கள் காத்திருக்க வேண்டும் என்றும் நினைக்கிறேன்."

ஹோம்ஸ் நோட்டுப் புத்தகத்தின் அட்டையைத் தனது பூதக்கண்ணாடியால் ஆராய்ந்தார்.

"இங்கு சில நிறமாற்றம் உள்ளது." என்று அவர் கூறினார்.

"ஆமாம் சார், ரத்தக் கறைதான். நான் புத்தகத்தைத் தரையில் இருந்து எடுத்தேன்." என்று சொன்னார்.

"இரத்தக் கறை மேலே இருந்ததா அல்லது கீழே இருந்ததா?"

"கதவருகே கீழே கிடைத்தது."

"நிச்சயமாக, குற்றம் நடந்த பிறகுதான் புத்தகம் கீழே விழுந்திருக்கிறது என்பது உறுதியாகிறது."

"நானும் அதைத்தான் நினைத்தேன் திரு ஹோம்ஸ். கொலைகாரன் அவசரமாகச் செல்லும்போது கதவுக்கு அருகில் போட்டிருக்க வேண்டும்."

"இதுதவிர வேறு ஏதாவது திருடு போனதுபோல் உள்ளதா?"

"இல்லை சார். குற்றவாளி வேறெதையும் தொட்டதாகத் தெரியவில்லை."

"இது மிகவும் சுவாரஸ்யமான வழக்கு. அங்கு ஒரு கத்தி இருந்தது, இல்லையா?"

"ஆமாம். ஒரு உறை-கத்தி, அதுவும் உறையிலேயே இருந்தது. அது இறந்தவரின் காலடியில் கிடந்தது. திருமதி கேரி அதைத் தனது கணவருடையது என்று அடையாளம் கூறியுள்ளார்."

ஹோம்ஸ் சிறிது நேரம் சிந்தனையில் மூழ்கினார்.

"சரி. நான் நேரில் வந்து பார்த்தால் இன்னும் தெளிவாகும் என்று நினைக்கிறேன்."

"நன்றி ஹோம்ஸ். உண்மையில் இது எனக்கு மிகப் பெரிய உதவியாக இருக்கும்." ஸ்டான்லி ஹாப்கின்ஸ் மகிழ்ச்சியில் கூறினார்.

"ஒரு வாரத்திற்கு முன்பு வந்திருந்தால் என் பணி எளிதாக இருந்திருக்கும்" என்று ஹோம்ஸ் இன்ஸ்பெக்டரை

நோக்கிக் கூறினார். "வாட்சன்! உங்களால் நேரத்தை ஒதுக்க முடிந்தால், நீங்களும் என்னுடன் வாருங்கள். ஹாப்கின்ஸ்! நான்கு சக்கர வாகனத்தை அழைத்தால், இன்னும் கால் மணி நேரத்தில் குற்றம் நடந்த இடத்திற்குச் செல்லலாம்.

சிறிய வழித்தட ஸ்டேஷனில் இறங்கி, அறுபது ஆண்டுகளாக சாக்சன் படையெடுப்பாளர்களை விரிகுடாவில் வைத்திருக்கும் ஊடுருவ முடியாத 'வெல்ட்' என்ற பரந்த காடுகளின் எச்சங்கள் வழியாகச் சில மைல்கள் சென்றோம். அதன் பரந்த பகுதிகள் அழிக்கப்பட்டுள்ளன. ஏனெனில் இது நாட்டின் முதல் இரும்பு வேலைகளின் இருக்கையாகும். இப்போது வடக்கின் பணக்கார வயல்வெளிகள் வர்த்தகத்தை உறிஞ்சிவிட்டன. தாதுவை உருக்குவதற்காக மரங்கள் வெட்டப்பட்டுள்ளன. மேலும் இந்த அழிக்கப்பட்ட தோப்புகள் பூமியிலுள்ள பெரிய வடுக்கள் என்று காட்டுகின்றன. இங்கு ஒரு மலையின் பசுமையான சரிவில் ஒரு நீண்ட, தாழ்வான கல் வீடு நின்றது. சாலைக்கு அருகில், மூன்று பக்கமும் புதர்களால் சூழப்பட்ட ஒரு சிறிய ஜன்னல், கதவு கொண்ட வீட்டிற்குச் சென்றோம். அதுதான் கொலை நடந்த இடம்.

ஸ்டான்லி ஹாப்கின்ஸ் எங்களை முதலில் இறந்தவரின் வீட்டிற்கு அழைத்துச் சென்றார். அங்கு இறந்தவரின் மனைவியை எங்களுக்கு அறிமுகப்படுத்தினார். அவள் முகத்தில் ஓரமாக இருந்த தழும்புகள் பல வருடங்களாக அனுபவித்த கஷ்டங்களைச் சொன்னது. அவளுடைய மகள் வெளிர் நிறத்தில் இருந்தாள். இவ்வளவு நாள் தந்தையின் கொடுமைகளை அனுபவித்தவள், தந்தை இறந்துவிட்டதை நினைத்து மகிழ்ச்சியடைவது தெரிந்தது. இது பிளாக் பீட்டர் கேரி தன் குடும்பத்திற்குச் செய்த பயங்கரம் என்று தோன்றியது. பிறகு, வீட்டின் வெளியே இருக்கும் பீட்டர் உடல் கண்டெடுக்கப்பட்ட கேபின் அறைக்குச் சென்றோம்.

அவுட்ஹவுஸ் மிகவும் எளிமையான வீடாக இருந்தது. மரச் சுவர், ஒற்றைக் கூரை, கதவுக்கு அருகில் ஒரு ஜன்னல், தொலைவில் ஒரு ஜன்னல் என்று இருந்தது. ஸ்டான்லி ஹாப்கின்ஸ் தனது பாக்கெட்டிலிருந்து சாவியை எடுத்து, பூட்டைத் திறக்கக் குனிந்தார். அவர் அதிர்ச்சியோடு நின்றார்.

"இதை யாரோ திறக்க முயற்சித்திருக்கிறார்கள்." என்றார்.

ஹோம்ஸ் ஜன்னலின் மரத்தை வெட்டப்பட்டிருப்பதையும், கீறல்கள் இருப்பதையும் ஆராய்ந்தார்.

"ஜன்னலையும் யாரோ உடைக்க முயன்றுள்ளார்கள். ஆனால் அதையும் உடைக்க முடியவில்லை. திருடத் தெரியாத புதியவனாக அவன் இருந்திருக்க வேண்டும்." என்றார்.

"இது மிகவும் அசாதாரணமான விஷயம். நேற்று மாலைகூட இங்கு வந்தேன். இப்படி உடைத்ததற்கான எந்த அறிகுறியும் கதவிலும், ஜன்னலிலும் இல்லை" என்றார் இன்ஸ்பெக்டர்.

"கிராமத்தில் உள்ளவர்கள் ஆர்வமாகச் செல்ல முயற்சித்திருக்கலாம்" என்று நான் கூறினேன்.

"இதற்குச் சாத்தியமில்லை. இதன் வழியாகச் செல்பவர்கள் மிகக் குறைவு. அதுவும் கொலை நடந்த கேபினுக்குள் செல்லும் துணிச்சல் யாருக்கும் இருக்காது. இதைப் பற்றி நீங்கள் என்ன நினைக்கிறீர்கள், மிஸ்டர் ஹோம்ஸ்?"

"அதிர்ஷ்டம் நம் பக்கம் இருக்கிறது என்றுதான் நான் நினைக்கிறேன்."

"அப்படியென்றால் அந்த நபர் மீண்டும் வருவார் என்று சொல்லுகிறீர்களா?"

"இது மிகவும் சாத்தியம். கதவை எளிதாகத் திறந்துவிடலாம் என்று வந்திருக்கிறான். மிகச் சிறிய பேனாக் கத்தியைக்கொண்டு உள்ளே நுழைய முயன்றான். அவனால் முடியவில்லை. பிறகு என்ன செய்வான்?"

"தனக்குப் பயனுள்ள கருவிகளோடு உடைக்க அடுத்த இரவு மீண்டும் வருவான்."

"அப்படி வருபவனை வரவேற்க நாம் இல்லையென்றால் மிகப் பெரிய தவறு. நாம் கேபினின் உட்புறத்திற்குச் செல்வோம்."

இறந்தவரின் உடல் அகற்றப்பட்டதைத் தவிர அறையில் அனைத்துப் பொருட்களும் அப்படியே இருந்தது. ஹோம்ஸ்

இரண்டு மணிநேரமாக ஒவ்வொன்றையும் மிகத் தீவிரமாக மாறிமாறி ஆராய்ந்துகொண்டிருந்தார். ஆனால் அவரது தேடுதல் வெற்றியடையவில்லை என்பதை அவரது முகம் காட்டியது.

"இந்த அலமாரியிலிருந்து ஏதாவது எடுக்கப்பட்டதா ஹாப்கின்ஸ்?"

"இல்லை; நாங்கள் எதையும் நகர்த்தவில்லை."

"ஏதோ எடுக்கப்பட்டது. மற்ற இடங்களைவிட இந்த அலமாரியில் தூசி குறைவாக உள்ளது. எடுக்கப்பட்டது புத்தகமாகவோ அல்லது ஒரு பெட்டியாகவோ இருந்திருக்கலாம். சரி, என்னால் இதற்கு மேல் எதுவும் செய்ய முடியாது. வாட்சன்! நாம் வெளியே சென்று அழகான காடுகளின் நடுவில் பறவைகளுக்கும், பூக்களுக்கும் இடையே நேரத்தைச் செலவு செய்வோம். இரவு வந்ததும் நாம் இங்கு சந்திக்கலாம் ஹாப்கின்ஸ். இரவில் அந்த மனிதரின் வருகைக்காகக் காத்திருக்கலாம்." என்றார்.

அந்த இடத்தை ஆராய்ந்து முடிப்பதற்கு மணி பதினொன்றைத் தாண்டியிருந்தது. ஹாப்கின்ஸ் கேபினின் கதவைத் திறந்து வைக்கலாம் என்று இருந்தார். ஆனால் வரவிருக்கும் குற்றவாளிக்குச் சந்தேகத்தை அது ஏற்படுத்தும் என்று ஹோம்ஸ் கருதினார். கதவை எளிமையான பூட்டுகொண்டு பூட்டப்பட்டது. ஹோம்ஸ் நாம் கேபினுக்குள் காத்திருக்காமல், வெளியே தொலைதூரத்தில் ஜன்னலைப் பார்த்தபடி கண்காணிக்கலாம் என்று பரிந்துரைத்தார். இந்த அறைக்கு வரும் மனிதன் ஒளிக்காக வெளிச்சத்திற்காக ஏதாவது ஏற்றும்போது, இங்கிருந்து யாரால் பார்க்க முடியும் என்றார்.

ஆனால் நீண்ட இரவு எங்களை மனச்சோர்வடைய வைத்தது. இருப்பினும், இரைக்காகக் காத்திருக்கும் வேட்டைக்காரன்போல் நாங்கள் காத்திருந்தோம். தூரத்தில் சில மனிதர்கள் செல்வதைப் பார்த்தோம். தூரத்தில் தேவாலயத்தின் ஓசைகளும், எங்கள்மீது சில மழைத்துளிகளும் விழுந்தன.

மணி இரவு இரண்டரை மணி நேரமாக இருந்தது. விடியலுக்கு முந்தைய இரண்டு மணிநேரம் அது. கேபினின் வாயில் கதவை யாரோ திறக்க முயற்சிக்கும் சத்தம் கேட்டது. மீண்டும் ஒரு நீண்ட மௌனம் நிலவியது. இது ஒரு தவறான எச்சரிக்கை என்று நான் பயப்பட ஆரம்பித்தேன். கேபினுக்குள் யாரோ திருட்டுத்தனமாக அடியெடுத்து வைத்ததுபோல் கேட்டது. உலோக உராய்வுச் சத்தமும் கேட்டது. பூட்டை வலுக்கட்டாயமாக ஒரு மனிதன் உடைக்க முயல்கிறான்! அந்த மனிதனின் திறமையால் பூட்டு எளிதாக உடையும் சத்தம் கேட்டது. பின்னர் ஒரு மெழுகுவர்த்தி ஏற்றப்பட்டு கேபினுக்குள் வெளிச்சம் படர்ந்தது. வெளியிலிருந்து எங்களால் உள்ளே நிகழும் அந்தக் காட்சியைப் பார்க்க முடிந்தது.

வந்திருந்த மனிதன் ஒரு இளைஞன். மிகவும் பலவீனமான, மெலிந்த தோற்றத்தில் இருந்தான். அவனுக்கு இருபது வயதுக்கு மேல் இருக்க முடியாது. இவ்வளவு பரிதாபமான இலைஞனை நான் பார்த்ததில்லை. ஏனென்றால் அவனது பற்கள் தெரியும்படி சிலிர்த்துக் கொண்டிருந்தன. மேலும் அவன் நடுங்கிக் கொண்டிருந்தான். அவன் ஜென்டில்மேன் போல் உடையணிந்திருந்தான். நார்போக் ஜாக்கெட், தலையில் துணித் தொப்பியுடன் இருந்தார். அவனது கண்களில் பயத்தைப் பார்த்தோம். அவன் மெழுகுவர்த்தியின் முனையை மேசையின் மீது வைத்து, எங்கள் பார்வையில் விலகினான். அவன் ஒரு பெரிய புத்தகத்தை எடுத்துத் திரும்பினான். மேசையில் சாய்ந்துகொண்டு, அந்தப் புத்தகத்தின் பக்கங்களைப் புரட்டினான். பின்னர், கையை இறுக்கிக்கொண்டு கோபத்துடன் புத்தகத்தை மூடிவிட்டு, விளக்கை அணைத்தான். ஹாப்கின்ஸின் கை ஹோம்ஸின் காலரில் வைத்து முன்னேற நினைத்தார். நாங்கள் மூவரும் உள்ளே நுழைந்து அவனைப் பிடித்தோம். மெழுகுவர்த்தி மீண்டும் எரிந்தது. எங்கள் கைகளில் பிடிபட்ட நடுக்கத்துடன் அந்த இளைஞன் இருந்தான்.

ஸ்டான்லி ஹாப்கின்ஸ், "யார் நீ? உனக்கு இங்கே என்ன வேண்டும்?"

அந்த மனிதன் தன்னைத் தானே இழுத்துக்கொண்டு எங்களை எதிர்கொள்ள முயற்சித்தான்.

"நீங்கள் போலீஸ் என்று நான் நினைக்கிறேன். கேப்டன் பீட்டர் கேரியின் மரணத்திற்கும், எனக்கும் தொடர்பு இருப்பதாக நீங்கள் நினைக்கிறீர்கள். நான் குற்றமற்றவன்." என்றான்.

"அதைப் பற்றிப் பிறகு பார்ப்போம். முதலில், உன் பெயர் என்ன?" என்று ஹாப்கின்ஸ் கேட்டார்.

"என் பெயர் ஜான் ஹோப்லி நெலிகன்."

ஹோம்ஸும், ஹாப்கின்ஸும் பார்வையைப் பரிமாறிக்கொண்டனர். பிறகு, ஹாப்கின்ஸ் "நீ இங்கு என்ன செய்கிறாய்?" என்று கேட்டார்.

"நான் உங்களிடம் தனியாகப் பேசலாமா?"

"இல்லை, நிச்சயமாக இல்லை.'

"அப்படியென்றால் நான் ஏன் உங்களிடம் சொல்ல வேண்டும்?"

"உன்னிடம் பதில் இல்லை என்றால், எங்கள் விசாரணை மோசமாகப் போகலாம்."

இளைஞன் பயந்தான்.

"சரி, நான் சொல்லுகிறேன். நான் ஏன் கூடாது என்று நினைத்ததற்குக் காரணம் நாங்கள் ஏமாற்றப்பட்டதைச் சொல்ல வெறுக்கிறேன். டாசன் – நெலிகன் பற்றி நீங்கள் கேள்விப்பட்டதுண்டா?"

ஹாப்கின்ஸும், நானும் எதுவும் கேள்விப்படவில்லை என்பது முகத்தில் தெரிந்தது. ஆனால் ஹோம்ஸ் மிகுந்த ஆர்வம் கொண்டிருந்தார்.

"நீ மேற்கு நாட்டு வங்கியாளர்களைச் சொல்லுகிறீர்கள்" என்றார். "அவர்கள் ஒரு மில்லியனுக்கு அளவு பவுண்ட்ஸ் நஷ்டமடைந்ததால், கார்ன்வாலின் பாதி குடும்பத்தின் செல்வங்கள் அழிந்தது, நெலிகன் காணாமல் போனார்."

"ஆமாம். நெலிகன் என் தந்தை."

கடைசியாக அவனிடம் ஒரு பதிலைப் பெற்றோம். ஆனால் தலைமறைவான வங்கியாளருக்கும், கேப்டன்

பீட்டர் கேரிக்கும் என்ன தொடர்பு இருக்கிறது என்ற ஆர்வம் பிறந்தது. அந்த இளைஞனின் வார்த்தைகளை நாங்கள் அனைவரும் கவனமாகக் கேட்டோம்.

“உண்மையில் நடந்த அனைத்தும் என் அப்பா மீது விழுந்தது. டாசன் ஓய்வு பெற்றிருந்தார். எனக்கு அப்போது பத்து வயதுதான். அவமானம், குற்றவுணர்ச்சி பற்றியெல்லாம் தெரியாதவனாக இருந்தேன். என் அப்பா பத்திரங்களை எல்லாம் திருடிக்கொண்டு ஓடிவிட்டார் என்று அப்போது சொல்லப்பட்டது. ஆனால் அது உண்மையல்ல. என்ன நடந்ததென்று உணர்ந்துகொள்ள அவகாசம் அளிக்கப்பட்டதால், ஒவ்வொரு கடனாளியும் அவருக்கு அதிகமாக அழுத்தம் கொடுத்தனர். அவரைக் கைது செய்வதற்கான வாரண்ட் பிறப்பிக்கப்படுவதற்கு முன்பு, அவர் நோர்வேவிற்குத் தனது சிறிய படகில் சென்றார். அன்றைய இரவு அவர் என் அம்மாவிடம் விடைபெற்றது எனக்கு நினைவிருக்கிறது. அவர் எடுத்துச்செல்லும் பத்திரங்களின் பட்டியலை எங்களிடம் கொடுத்திருந்தார். மேலும் மீண்டும் பணத்துடன் வருவேன் என்றும், தன்னை நம்பியவர்கள் யாரும் பாதிக்கப்பட மாட்டார்கள் என்றும் அவர் சத்தியம் செய்துவிட்டுச் சென்றார். ஆனால் அவரிடமிருந்து எந்தத் தகவலும் வரவில்லை. படகுடன் அவர் மறைந்துவிட்டார் என்று கூறப்பட்டது. என் தந்தை எடுத்துச் சென்ற பத்திரங்களும் கடலுக்கு அடியில் இருப்பதாக நானும், என் அம்மாவும் நினைத்தோம். அப்பாவுக்கு ஒரு உண்மையான தொழிலதிபர் நண்பர் இருந்தார். அவர்தான் எங்களிடம் சில காலத்திற்கு முன்பு அவர் என் தந்தையிடம் கொடுத்த சில பத்திரங்கள் லண்டன் சந்தையில் மீண்டும் தோன்றியதைக் கண்டுபிடித்தார். எங்களின் ஆச்சரியத்தை நீங்கள் கற்பனைசெய்து பாருங்கள். நான் அதை விற்றவர்களைக் கண்டுபிடிக்கப் பல மாதங்கள் முயற்சித்தேன். கடைசியாக, பல சிரமங்களுக்குப் பிறகு என் தேடலில் அசல் விற்பனையாளரான கேப்டன் பீட்டர் கேரி என்பதை நான் கண்டுபிடித்தேன்.

நான் அந்த மனிதரைப் பற்றிச் சிலவற்றை விசாரித்தேன். என் தந்தை நார்வேக்குச் சென்று திரும்பி வரவிருந்த

அதே காலக்கட்டத்தில் ஆர்க்டிக் கடலில் திமிங்கலத்தை வேட்டையாடும் தலைவனாக பீட்டர் இருந்ததைத் தெரிந்துகொண்டேன். அந்த ஆண்டின் இலையுதிர் காலம் புயல் அதிகமாக இருந்தது. என் தந்தையின் படகு வடக்கே வீசப்பட்டிருக்கலாம். அங்கு கேப்டன் பீட்டர் கேரியின் கப்பல் சந்தித்திருக்கும். அப்படி இருந்தால் என் தந்தையின் நிலை என்ன? என் தந்தை பீட்டருக்கு லாபத்தில் விற்கவில்லை. அப்படியென்றால் அவன் அதைத் திருடி யிருக்க வேண்டும். பீட்டர் கேரி திருடிய பத்திரங்களைச் சந்தையில் விற்றான் என்பது நிரூபிக்கப்பட்டால், என் தந்தை அந்தப் பத்திரங்களை விற்கவில்லை என்பதையும், தன்னுடைய சொந்த லாபத்திற்காக அவர் எதுவும் செய்யவில்லை என்பதையும் நிரூபித்து என் தந்தை மீதுள்ள கலங்கத்தைப் போக்குவேன். இதனால், கேப்டனைப் பார்க்கும் நோக்கத்துடன் சசெக்ஸ் வந்தேன். ஆனால் இந்த நேரத்தில்தான் அவரது பயங்கரமான மரணம் நிகழ்ந்தது. அவரின் மரணத்தைப் பற்றிய செய்தியில் அவரது கப்பலின் பழைய பதிவுப் புத்தகங்கள் பாதுகாக்கப்பட்டதாகக் குறிப்பிடப்பட்டிருந்தது. 1883ஆம் ஆண்டு ஆகஸ்ட் மாதத்தில் கடல் யூனிகார்ன் கப்பலில் என்ன நடந்தது என்பதைப் பார்க்க முடிந்தால், என் தந்தையின் தலைவிதியின் மர்மத்தை நான் தெரிந்துகொள்ளலாம் என்று எனக்குத் தோன்றியது. நேற்றிரவு இந்தப் பதிவுப் புத்தகங்களைப் பெற முயற்சித்தேன். ஆனால் கதவைத் திறக்க முடியவில்லை. இன்றிரவு நான் மீண்டும் முயற்சி செய்து வெற்றி பெற்றேன்; ஆனால் அந்த மாதத்தைப் பற்றிய பக்கங்கள் புத்தகத்தில் இருந்து கிழிக்கப்பட்டுள்ளதை நான் காண முடிந்தது. அந்த நேரத்தில்தான் நான் உங்கள் கைகளில் கைதியாகப் பிடிபட்டேன்." என்று கதைசொல்லி முடித்தான்.

"அவ்வளவுதானா?" ஹாப்கின்ஸ் கேட்டார். "ஆமாம்" என்று கண்கள் கலங்கியபடி பதிலளித்தான்.

"எங்களிடம் சொல்ல வேறு எதுவும் உன்னிடம் இல்லையா?"

"இல்லை; எதுவும் இல்லை." பயத்துடன் கூறினான்.

"அப்படியென்றால் நேற்றிரவுக்கு முன்பு இந்த கேபினுக்கு நீ வரவில்லையா?"

"இல்லை."

"அப்படியென்றால் கொலை நடந்த இடத்தில் கிடைத்த இந்த நோட்புக்கிற்கு என்ன பதில் சொல்லப்போகிறாய்?" என்று ஹாப்கின்ஸ் கேட்டார். அதில், முதல் பக்கத்தில் எங்கள் கைதியின் முதலெழுத்துகளும், அட்டையில் இரத்தக் கறையும் இருந்தது.

அந்த இளைஞன் பரிதாபமான நிலையில் சரிந்தான். மேலும் பயத்தில் நடுங்கினான்.

"இது ஹோட்டலில் தொலைந்துவிட்டதாக நினைத்தேன். உங்களுக்கு எப்படிக் கிடைத்தது?" என்று பதற்றமாகப் பேசினான்.

"போதும். நீ என்ன சொல்லுவதாக இருந்தாலும் கோர்ட்டில்தான் சொல்ல வேண்டும். இப்போது நீ என்னுடன் காவல் நிலையத்திற்கு வா" என்று ஹாப்கின்ஸ் கடுமையாக அவனிடம் கூறினார். "மிஸ்டர் ஹோம்ஸ்! எனக்காக உதவி செய்ய வந்ததற்கு உங்களுக்கும், உங்கள் நண்பருக்கும் நான் மிகவும் கடமைப்பட்டிருக்கிறேன். உங்கள் வருகையில்லாமல் இந்த வழக்கை நான் முடித்திருக்க வேண்டும். உங்களுக்காக Brambletye ஹோட்டலில் அறைகள் ஒதுக்கப்பட்டுள்ளன. நீங்கள் ஒன்றாகக் கிராமத்தில் தங்கிவிட்டுச் செல்லலாம்." என்றார்.

ஹோம்ஸ் எதுவும் பேசாமல் அறைக்கு வந்தார்.

"சரி, வாட்சன்! இந்த வழக்கைப் பற்றி நீங்கள் என்ன நினைக்கிறீர்கள்?" மறுநாள் காலை பேக்கர் தெருவிற்கு நாங்கள் திரும்பிய பிறகு ஹோம்ஸ் கேட்டார்.

"நீங்கள் திருப்தியடையவில்லை என்பதை என்னால் பார்க்க முடிகிறது."

"வாட்சன்! நான் பூரண திருப்தி அடைகிறேன். அதே நேரத்தில் ஸ்டான்லி ஹாப்கின்ஸ் முறைகளில் எனக்குத் தவறுகள் இருப்பதுபோல் தோன்றுகிறது. இந்த வழக்கில்

மிக விரைவாக அவர் முடிவுக்கு வந்துவிட்டார் என்று தோன்றுகிறது. இதனால், அவர் மீது எனக்கு ஏமாற்றம்தான். ஒருவர் குற்ற விசாரணை செய்யும்போது ஒரு வழியைத் தேர்வு செய்தால், மாற்று வழிகள் ஏன் இருக்கக் கூடாது என்பதற்குப் பதில் தேடி இருக்க வேண்டும். இதுதான் முதல் விதி."

"அப்படியானால், இந்த வழக்கில் மாற்று வழிதான் என்ன?"

"இதுவரை நானே விசாரணை செய்ததில் எனக்கு எதுவும் கிடைக்கவில்லை. அதனால், எதுவும் உறுதியாகச் சொல்ல முடியாது. ஆனால் குறைந்தபட்சம் வழக்கை முழுமையாக விசாரிக்க விரும்புகிறேன்."

பேக்கர் தெருவில் ஹோம்ஸுக்காகப் பல கடிதங்கள் காத்திருந்தன. அவற்றில் ஒன்றைப் படிக்கும்போது, அவர் வெற்றிச் சிரிப்பில் வெடித்தார்.

"அருமை, வாட்சன்! மாற்றுவழி உருவாகிவிட்டது. உங்களிடம் தந்திப் படிவங்கள் உள்ளதா? எனக்காக இரண்டு செய்திகளை எழுதுங்கள்: 'சம்னர், ஷிப்பிங் ஏஜெண்ட், ராட்கிளிஃப் நெடுஞ்சாலை. மூன்று பேரை அனுப்புங்கள், நாளை காலை பத்து மணிக்கு வந்து சேருங்கள். – பாசில்.' அந்தப் பகுதிகளில் அதுதான் என் பெயராக இருக்க வேண்டும்." என்றார். "மற்றொரு தந்தி, 'இன்ஸ்பெக்டர் ஸ்டான்லி ஹாப்கின்ஸ், 46, லார்ட் ஸ்ட்ரீட், பிரிக்ஸ்டன். நாளை காலை ஒன்பது முப்பது மணிக்கு வாருங்கள். மிக முக்கியம். ஒரு வேளை வர முடியாவிட்டால் தந்தி அனுப்பவும். – ஷெர்லாக் ஹோம்ஸ்.' வாட்சன், இந்த நரக வழக்கு பத்து நாள்களாக என்னை ஆட்டிப்படைத்துவிட்டது. நாளை இந்த வழக்கு முழுமையாக முடிந்துவிடும் என்று நம்புகிறேன்" என்றார்.

அடுத்த நாள் காலை சொன்ன நேரத்தில் இன்ஸ்பெக்டர் ஸ்டான்லி ஹாப்கின்ஸ் வந்தார். திருமதி ஹட்சன் தயாரித்த சிறந்த காலை உணவை நாங்கள் ஒன்றாக அமர்ந்து உண்டோம். ஹாப்கின்ஸ் தனது வெற்றியில் மிகுந்த உற்சாகத்தில் இருந்தார்.

"ஹாப்கின்ஸ்! உங்கள் தீர்வு சரியானதுதானா என்று நீங்கள் உண்மையில் நினைக்கிறீர்களா?" ஹோம்ஸ் கேட்டார்.

"இதைவிட வழக்கை முழுமையாக முடிக்க முடியுமா?"

"எனக்கு அது உறுதியாகத் தோன்றவில்லை."

"நீங்கள் என்னை ஆச்சரியப்படுத்துகிறீர்கள், மிஸ்டர் ஹோம்ஸ். இந்த வழக்கில் எது விடுபட்டது என்று நீங்கள் நினைக்கிறீர்கள்?"

"இந்த வழக்கில் உங்கள் விளக்கத்தை முதலில் கூறுங்கள்."

"உங்களுக்கு விளக்கக் கடமைப்பட்டிருக்கிறேன் ஹோம்ஸ். குற்றம் நடந்த நாளில் இளம் நெலிகன் பிராம்பிள்டி ஹோட்டலுக்கு வந்து தங்கியிருக்கிறான். அவர் கோல்ஃப் விளையாடுவதுபோல் நடித்தார். அவரது அறை தரைத் தளத்தில் இருந்தது. அவர் விரும்பியபோது வெளியே செல்லலாம். அன்றிரவே அவர் உட்மேன்ஸ் லீக்குச் சென்று, கேபினுக்குச் சென்று பீட்டர் கேரியைச் சந்தித்திருக்கிறான். அவருடன் சண்டையிட்டதில் திமிங்கல ஈட்டியால் அவரைக் கொன்றிருக்கிறான்.

பின்னர், அவன் தனது கோபத்தின் விளைவாகச் செய்ததை நினைத்துப் பயந்திருக்கிறான். பயத்தில் பத்திரங்களைப் பற்றி பீட்டர் கேரியிடம் கேள்வி கேட்பதற்காகத் தன்னுடன் கொண்டு வந்த நோட்டுப் புத்தகத்தைக் கீழே போட்டுவிட்டு கேபின்னை விட்டு வெளியேறி இருக்கிறான். அவற்றில் சில பங்குகள் டிக் அடிக்கப்பட்டிருப்பதை நீங்கள் கவனித்திருக்கலாம், மற்ற பெரும்பான்மையானவை டிக் அடிக்கவில்லை. டிக் செய்யப்பட்டவை லண்டன் சந்தையில் கண்டுபிடிக்கப்பட்டுள்ளன; ஆனால் மற்றவை மறைமுகமாக இன்னும் பீட்டர் கேரியின் வசம் இருந்திருக்கலாம். அதை இளம் நெலிகன் தனது தந்தையின் கடனைச் சரி செய்ய அவற்றை மீட்க ஆர்வமாக இருந்திருக்கிறார். குற்றம் நடந்த பிறகு அங்கிருந்து சென்றதிலிருந்து மீண்டும் கேபினுக்குச் செல்ல அவனுக்குத் துணிவில்லை; ஆனால் கடைசியில் அவன் தனக்குத் தேவையான தகவல்களைப் பெறுவதற்காக தைரியத்தை வரவழைத்துக்கொண்டு கேபினுக்கு வர, நம்மிடம்

மாட்டிக்கொண்டான். மிக எளிமையாக விளக்கியிருக்கிறேன் என்று நினைக்கிறேன்." என்று ஹாப்கின்ஸ் கூறினார்.

ஹோம்ஸ் சிரித்துக்கொண்டே தலையை ஆட்டினார்.

"ஹாப்கின்ஸ்! இதில் ஒரு குறைபாடு இருப்பதாக எனக்குத் தோன்றுகிறது. நீங்கள் சொல்லுவது சாத்தியமற்றது என்றுகூடச் சொல்லலாம். மெல்லிய உடல், பலவீனமாக அந்த இளைஞன் வலிமையான திமிங்கல ஈட்டியைச் சுமந்து தாக்கியிருக்க முடியும் என்று நினைக்கிறீர்களா? இல்லை. ஹாப்கின்ஸ்! இந்த விவரத்திற்கு நீங்கள் கவனம் செலுத்த வேண்டும். அதற்கான பயிற்சியில் நான் ஒரு காலை முழுவதையும் கழித்தேன் என்பதை என் நண்பர் வாட்சன் உங்களுக்குச் சொல்ல முடியும். இது எளிதான விஷயமல்ல. அதைச் சுமந்து தாக்குதல் நடத்துவதற்கு வலிமையான பயிற்சி பெற்ற கையால்தான் முடியும். மிகவும் வன்முறையுடன் ஆயுதத்தின் தலை சுவரில் ஆழமாகப் பதியப்பட்டிருக்கிறது. இந்த இரத்த சோகை இளைஞன் இவ்வளவு பயமுறுத்தலுடன் தாக்குதல் நடத்தியிருப்பான் என்று நீங்கள் கற்பனை செய்கிறீர்களா? இரவில் பிளாக் பீட்டருடன் தண்ணீருடன் ரம் அருந்திய மனிதன் யார்? இரண்டு இரவுகளுக்கு முன்பு பார்வையாளனாக பீட்டரைச் சந்தித்தவனின் விவரம் கிடைத்ததா? இல்லை, ஹாப்கின்ஸ்! நாம் தேட வேண்டியது மிகவும் வலிமையான மனிதன்" என்று ஹோம்ஸ் கூறினார்.

ஹோம்ஸின் விளக்கத்தில் ஹாப்கின்ஸ் முகம் மாறியது. அவரது நம்பிக்கை அனைத்தும் நொறுங்கின. ஆனால் தனது நிலையிலிருந்து மாற அவர் விரும்பவில்லை.

"ஹோம்ஸ்! அன்றிரவு நெலிகன் இருந்ததை உங்களால் மறுக்க முடியாது. அவனுடைய புத்தகம் அங்கிருந்திருக்கிறது. கோர்ட்டில் நீதிபதி முன்னால் அவன் குற்றவாளி என்பதற்குப் போதுமான ஆதாரம் என்னிடம் உள்ளது. தவிர, நீங்கள் சொல்லுவதுபோல் உடல் வலிமை கொண்ட மனிதன்தான் இந்தக் கொலையைச் செய்தான் என்றால் அவன் எங்கே?"

"அவன் படிக்கட்டில் வந்துகொண்டிருக்கிறான் என்று நான் நினைக்கிறேன்." ஹோம்ஸ் அமைதியாகக் கூறினார்.

"வாட்சன், அந்த ரிவால்வரை நீங்கள் தயாராக வைத்துக் கொள்வது நல்லது" என்று கூறிவிட்டு எழுந்தார். ஒரு பக்கமாக மேசையில் எழுதப்பட்ட காகிதத்தை வைத்து, "இப்போது நாம் தயாராக இருக்கிறோம்" என்று அவர் கூறினார்.

வெளியே கரடுமுரடான குரல்களில் சிலர் பேசிக் கொண்டிருந்தனர். அப்போது திருமதி ஹட்சன் கதவைத் திறந்து, மூன்று பேர் கேப்டன் பாசிலை விசாரிக்கிறார்கள் என்று கூறினார்.

"ஒவ்வொருவராக உள்ளே அனுப்புங்கள்" என்றார் ஹோம்ஸ்.

முதலில் உள்ளே நுழைந்தவர் சிவப்புக் கன்னங்கள், பஞ்சு போன்ற வெள்ளைத் தோளுடன் இருந்தார். ஹோம்ஸ் பாக்கெட்டிலிருந்து ஒரு கடிதத்தை எடுத்தார்.

"உங்கள் பெயர்?" அவர் கேட்டார்.

"ஜேம்ஸ் லான்காஸ்டர்."

"மன்னிக்கவும், லான்காஸ்டர். பணியிடம் நிரம்பிவிட்டது. நீங்கள் வந்ததற்காக அரை பவுண்ட் பெற்றுக்கொண்டு, இந்த அறைக்குள் சில நிமிடங்கள் காத்திருக்கவும்" என்றார்.

இரண்டாவது மனிதர் மிக உயரம், மெல்லிய முடி, மெதுவான கன்னங்களைக் கொண்டிருந்தார். அவர் பெயர் ஹக் பாட்டின்ஸ். அவருக்கும் அரை பவுண்ட் கொடுத்து, அறைக்குள் காத்திருக்கச் சொன்னார்.

மூன்றாவது மனிதர் குறிப்பிடத்தக்கத் தோற்றம் கொண்டிருந்தார். ஒரு கடுமையான, காளை போன்ற முகம், தாடி கட்டமைக்கப்பட்டிருந்தது. புருவங்கள் இருண்ட கண்களைப் பளபளப்பாகக் காட்டின. அவர் வணக்கம் செலுத்தி, மாலுமி பாணியில் நின்று, தனது தொப்பியைக் கைகளில் திருப்பினார்.

"உங்கள் பெயர்?" ஹோம்ஸ் கேட்டார்.

"பேட்ரிக் கெய்ர்ன்ஸ்."

"திமிங்கல வேட்டைக்காரரா?"

"ஆமாம். இருபத்தாறு பயணங்கள்."

"Dundee-இல் வருகிறீர்கள் என்று நினைக்கிறேன்?"

"ஆமாம்."

"எங்களின் பயணக் கப்பலுக்கு நீங்கள் பணி செய்யத் தயாரா?"

"நிச்சயமாக."

"எவ்வளவு ஊதியம் எதிர்ப்பார்க்கிறீர்கள்?"

"மாதத்திற்கு எட்டு பவுண்டுகள்!"

"எங்களுடன் பயணத்தை உடனே தொடங்க முடியுமா?"

"என் பணிக்கான பொருட்கள் கிடைத்தவுடன்."

"உங்கள் ஆவணங்கள் உங்களிடம் உள்ளதா?"

"உள்ளது சார்." அவர் தனது பாக்கெட்டிலிருந்து க்ரீஸ் வடிவத்தில் தேய்ந்த உறையை எடுத்தார். ஹோம்ஸ் அவர்களைப் பார்த்துவிட்டுத் திரும்பினார்.

"எங்களுக்கு வேண்டிய மனிதர் நீங்கள்தான்" என்றார். "இதோ பக்கத்து மேசையில் ஒப்பந்த ஆவணங்கள் இருக்கிறது. அதில் கையெழுத்துப் போட்டால் நீங்கள் எங்கள் நிறுவனத்தில் சேர்ந்துவிட்டீர்கள்."

அந்த மனிதன் பேனாவை எடுத்து, "நான் இங்கு கையெழுத்திட வேண்டுமா?" என்று மேசையில் குனிந்துகொண்டு கேட்டார். ஹோம்ஸ் அவன் தோளில் சாய்ந்து அவனது இரு கைகளையும் கட்டிவிட முயன்றார்.

க்ளிக் என்று சத்தம் கேட்டது. சீற்றம் கொண்ட காளையாக அந்த மனிதன் முரண்டு பிடித்தான். அடுத்த நொடியில் ஹோம்ஸும், அந்த மாலுமியும் ஒன்றாகத் தரையில் உருண்டனர். ஹோம்ஸ் அவனைச் சாமர்த்தியமாகக் கட்டிப்போட நினைக்க, ஹாப்கின்ஸ் அந்த மாலுமியைப் பிடிக்க முடியாமல் திணறினார். நான் அவரைக் காப்பாற்ற ரிவால்வரை எடுத்து அவனை நோக்கிக் காட்டினேன். ஹோம்ஸ் அவனது கணுக்கால்களை அடித்து, போராட்டத் திலிருந்து மூச்சுத் திணறி எழுந்தார்.

தமிழில்: குகன் ● 203

"ஹாப்கின்ஸ்! நான் உண்மையிலேயே மன்னிப்பு கேட்க வேண்டும் உங்களுக்காக வைக்கப்பட்ட முட்டை குளிர்ச்சியாக இருக்கும் என்று நினைக்கிறேன். இருப்பினும், உங்கள் வழக்கை வெற்றிகரமான முடிவுக்குக் கொண்டுவந்துவிட்டீர்கள் என்ற எண்ணத்தில் உங்கள் காலை உணவை நன்றாக அனுபவிப்பீர்கள்" என்று ஷெர்லாக் ஹோம்ஸ் கூறினார்.

ஸ்டான்லி ஹாப்கின்ஸ் ஆச்சரியத்தில் வாயடைத்து நின்றார்.

"என்ன சொல்லுவது என்று தெரியவில்லை, மிஸ்டர் ஹோம்ஸ். ஆரம்பத்திலிருந்தே நான் என்னை முட்டாளாக்கிக் கொண்டிருக்கிறேன் என்று எனக்குத் தோன்றுகிறது. நான் ஒரு மாணவன், நீங்கள்தான் மாஸ்டர் என்பதை நான் ஒரு போதும் மறந்திருக்கக் கூடாது. இப்போதும் நீங்கள் என்ன செய்தீர்கள், எப்படிச் செய்தீர்கள் என்பது எனக்குத் தெரியவில்லை" என்று அவர் கடைசியாக மிகவும் சிவந்த முகத்துடன் மழுப்பினார்.

"சரி, சரி.. நாம் அனைவருமே அனுபவத்தால் கற்றுக்கொள்கிறோம். இந்த நேரத்தில் உங்கள் பாடம் என்னவென்றால், நீங்கள் மாற்றீட்டு வழியென ஒன்று இருப்பதைப் பற்றி மறந்திருக்கக் கூடாது. பீட்டர் கேரியின் உண்மையான கொலையாளியான பேட்ரிக் கெய்ர்ன்ஸைப் பற்றிச் சிந்திக்க முடியாதபடி இளம் நெலிகன் தான் குற்றவாளி என்பதை முன்தீர்மானத்தோடு அனுகியிருக்கிறீர்கள்" என்று ஹோம்ஸ் நல்ல நகைச்சுவையுடன் கூறினார்.

எங்கள் உரையாடலில் மலூரமியின் கரகரப்பான குரல் உடைந்தது.

"இங்கே பார், மிஸ்டர். நீங்கள் என்னை இப்படிக் கையாளப்படுவதைப் பற்றி எனக்குக் கவலையில்லை. நான்தான் பீட்டர் கேரியைக் கொன்றேன். ஆனால் ஏன் கொன்றேன் என்ற காரணத்தை நீங்கள் நம்பாமல் இருக்கலாம். நான் பொய் சொல்லுவதாகக்கூட நீங்கள் நினைக்கலாம்."

"இல்லை. நீங்கள் சொல்லுவதைக் கேட்கிறோம்." என்றார் ஹோம்ஸ்.

“இப்போது நான் சொல்லப்போகும் ஒவ்வொரு வார்த்தையும் உண்மை. எனக்கு பிளாக் பீட்டரைத் தெரியும். அவர் தனது கத்தியால் என்னைத் தாக்க வரும்போது, நான் ஒரு திமிங்கல ஈட்டியால் அவனைத் தாக்கினேன். அப்படித்தான் அவன் இறந்தான்.”

“நீ எப்படி அங்கு வந்தாய்?” ஹோம்ஸ் கேட்டார்.

“நான் ஆரம்பத்திலிருந்தே சொல்கிறேன். நான் எளிதாகப் பேசுவதற்கு என்னைக் கொஞ்சம் உட்கார வைக்கவும். அது நடந்தது 1883இல் – ஆகஸ்ட் மாதம். பீட்டர் கேரி கடல் யூனிகார்னின் மாஸ்டர். நான் உதவியாளன். நாங்கள் வீட்டிற்குச் செல்லும் வழியில் பனிக்கட்டியிலிருந்து வெளியே வந்துகொண்டிருந்தோம். பெரிய காற்று வீச, தெற்குப் புயலுடன் வீசப்பட்ட ஒரு சிறிய பெட்டியை நாங்கள் எடுத்தோம். அதன்மீது ஒரு மனிதன் மிதந்துகொண்டிருந்தான். நோர்வே கடற்கரைக்குச் சென்றுகொண்டிருந்த கப்பல் நீரில் மூழ்கிவிட்டதால், அவர் அந்த நிலையில் இருந்தார் என்று நினைத்து எங்கள் கப்பலில் ஏற்றி காப்பாற்றினோம். இந்த மனிதரும், பீட்டரும் கேபினில் நீண்ட நேரம் பேசிக் கொண்டிருந்தனர். எனக்குத் தெரிந்தவரை, அந்த மனிதனின் பெயர் ஒருபோதும் குறிப்பிடப்படவில்லை, இரண்டாவது இரவில் அவர் காணாமல் போனார். கடும் வானிலையில் அவர் கடலில் தூக்கி எறிந்தார் அல்லது கடலில் விழுந்துவிட்டார் என்று கூறப்பட்டது. அவருக்கு என்ன நடந்ததென்று எனக்கு மட்டுமே தெரியும். கேப்டன் அவரைத் தாக்கி, அவரது குதிகால் நுனியை மேலே உயர்த்திக் கடலில் தள்ளியதை என் கண்களால் பார்த்தேன்.”

“இதைப் பற்றி நான் யாரிடமும் சொல்லவில்லை. நாங்கள் ஸ்காட்லாந்திற்குத் திரும்பியதும் யாரும் பெரிதாக எடுத்துக்கொள்ளவில்லை. ஒரு அந்நியன் ஒரு விபத்தில் இறந்துவிட்டான். அதை விசாரிப்பது யாருக்கும் வேலை இல்லை. பீட்டர் கேரி கடல் வேலைக்கு எங்கு சென்றான் என்பதைக் கண்டுபிடிக்கப் பல வருடங்கள் ஆயின. அந்த அந்நியனிடமிருந்த தகரப்பெட்டிக்காகத்தான் அவன் அந்தச்

செயலைச் செய்திருக்கிறான் என்றும், நான் இதைப் பற்றிச் சொல்லாமல் இருக்க அவனிடம் பணம் வாங்கலாம் என்றும் இருந்தேன்.

லண்டனில் அவரைச் சந்தித்த ஒரு மாலுமியின் மூலம் அவன் இருக்குமிடத்தைக் கண்டுபிடித்தேன். நான் அவனைத் தேடிச் சென்றேன். அவனை சந்தித்த இரவில் போதுமான அளவு நியாயமாக நடந்துகொண்டான். என் வாழ்நாள் முழுவதும் கடல் வேளையிலிருந்து ஓய்வு பெருமளவிற்குப் பணம் கொடுக்கத் தயாராக இருப்பதாகக் கூறினார். இரண்டு இரவுகள் கழித்து நான் அவனைச் சந்தித்தபோது அதிகமாகக் குடித்துவிட்டு பிசாசுபோல் நடந்துகொண்டிருப்பதைக் கண்டேன். என்னை உட்கார வைத்து ரம் கொடுத்தான். நாங்கள் இருவரும் பழைய கதைகளைப் பற்றி பேசினோம். அவன் குடிக்கும்போது நான் சுவரிலிருந்த திமிங்கல ஈட்டியைப் பார்த்தேன். நான் அறையை விட்டுச் செல்லும்போது எனக்குக் கேட்டு வாங்கிக்கொள்ளலாம் என்று நினைத்தேன். கடைசியாக அவர் கண்களில் கொலைவெறியுடன், தன் கையில் ஒரு பெரிய கொக்கு கத்தியுடன் என் மீது எச்சில் துப்பினார். தகாத வார்த்தைகளில் என்னைச் சபித்தான். அவன் உறையிலிருந்து கத்தியை எடுப்பதற்குள், நான் அவன்மீது திமிங்கல ஈட்டியைச் செலுத்தினேன். அடக் கடவுளே! என்று கத்தினான்; அவனுடைய முகம் இருண்டு இறப்பதைக் கண்டேன். அதிர்ச்சியில் நான் அங்கேயே நின்றுகொண்டிருந்தேன். அவருடைய இரத்தம் என்னைச் சுற்றித் தெறித்தது. நான் சிறிது நேரம் அமைதியாகி, மீண்டும் ஒரு முறை தைரியத்தை வரவழைத்துக்கொண்டேன். நான் சுற்றிப் பார்த்தேன். ஒரு அலமாரியில் தகரப் பெட்டி இருந்தது. பீட்டர் கேரியைப் போலவே எனக்கும் அதில் உரிமை இருந்தது. அதனால் அதை என்னுடன் எடுத்துக்கொண்டு கேபினை விட்டு வெளியேற நினைக்கும்போது, முட்டாளைப் போல இருபது வயது பையன் அங்கு வந்தான்.

இப்போது முழுக்கதையின் வினோதமான பகுதியைக் கேளுங்கள். யாரோ வருவதைக் கேட்டு நான் கேபினைவிட்டு வெளியே வரவில்லை. அங்கேயே யார் கண்ணிலும் படாமல் மறைந்துகொண்டேன். அந்த இளைஞன் வளைந்து

நெளிந்து வந்து, கேபினுக்குள் சென்று, பேயைப் பார்த்தது போல் அழுதான். அவன் யார், எதற்காக அங்கு வந்தான் என்ற விவரங்கள் எதுவும் எனக்குத் தெரியாது. நான் பத்து மைல்கள் நடந்தேன், டன்பிரிட்ஜ் வெல்ஸில் ரயில் கிடைத்தது. அதில் லண்டனை அடைந்தேன்.

சரி. நான் பெட்டியை ஆய்வு செய்தபோது அதில் பணம் இல்லை. அதில் விற்கப்படாத பங்குப் பத்திரங்கள் தவிர வேறெதுவும் இல்லை. நான் பிளாக் பீட்டரின் உதவி இழந்து, லண்டனில் ஒரு ஷில்லிங் இல்லாமல் தவித்தேன். எனக்குத் தெரிந்தது திமிங்கல வேட்டை மட்டும்தான். அப்போதுதான், திமிங்கல வேட்டைக்காரனுக்கான வேலை, அதிக ஊதியம் பற்றிய விளம்பரத்தைப் பார்த்தேன். அதனால் நான் கப்பல் முகவர்களிடம் சென்று, அவர்கள்தான் என்னை இங்கு அனுப்பினார்கள். எனக்கு அவ்வளவுதான் தெரியும். நான் பிளாக் பீட்டரைக் கொன்றால், சட்டத்தின் வேலையைக் குறைத்திருக்கிறேன். அதற்காக உங்கள் சட்டம் எனக்கு நன்றி சொல்ல வேண்டுமென்று மீண்டும் சொல்கிறேன்.

"மிகத் தெளிவான உன் வாக்குமூலத்தைக் கொடுத்துவிட்டாய்" என்று ஹோம்ஸ் எழுந்து தனது குழாயைப் பற்றவைத்தார். "ஹாப்கின்ஸ்! உங்கள் கைதியைப் பாதுகாப்பான இடத்திற்கு அழைத்துச் செல்லுங்கள். இந்த அறையின் கம்பளம் பேட்ரிக் கெய்ர்ன்ஸுடன் ஏற்பட்ட கலகத்தால் கலைந்துள்ளது. அதைச் சரி செய்ய வேண்டும்."

"மிஸ்டர் ஹோம்ஸ்! எனது நன்றியை எப்படி வெளிப்படுத்துவது என்று எனக்குத் தெரியவில்லை. இப்போதும், நீங்கள் எப்படிக் கண்டுபிடித்தீர்கள் என்று எனக்குப் புரியவில்லை" என்று ஹாப்கின்ஸ் கூறினார்.

"ஆரம்பத்திலிருந்தே சரியான துப்பு பெற நல்ல அதிர்ஷ்டம் இருப்பதால் முடிந்தது. இந்த நோட்டுப் புத்தகத்தைப் பற்றி நான் அதிகம் கவனித்திருந்தால், உங்களைப் போலவே நானும் நினைத்திருப்பேன். அதிகமான வலிமை, திமிங்கல ஈட்டியைப் பயன்படுத்துவதில் திறமை, தண்ணீருடன் ரம், முத்திரை தோல் புகையிலை பை, கரடுமுரடான புகையிலை – இவையனைத்தும் ஒரு

கடலோடியையும், திமிங்கல வேட்டைக்காரனையும் சுட்டிக்காட்டியது. பையில் 'PC' என்ற முதலெழுத்துகள் தற்செயல் நிகழ்வுதான். பீட்டர் கேரியின் எழுத்துகள் அல்ல என்று நான் உறுதியாக நம்பினேன். ஏனெனில் அவர் எப்போதாவது புகைபிடிப்பவர். மேலும் அவரது கேபினில் குழாய் எதுவும் இல்லை. கேபினில் விஸ்கியும் பிராந்தியும் இருக்கிறதா என்று நான் கேட்டது உங்களுக்கு நினைவிருக்கிறது. அவை இரண்டும் இருந்தும் ரம் குடிப்பவர்கள் மாலுமியாகத்தான் இருக்க முடியும் என்பதில் நான் உறுதியாக இருந்தேன்.

"அவனை எப்படிக் கண்டுபிடித்தீர்கள்?"

"பிரச்சினை மிகவும் எளிமையான ஒன்றாகிவிட்டது. நாம் தேடுவது மாலுமி என்றால், அவன் கண்டிப்பாகக் கடல் யூனிகார்னில் சேர்ந்தவனாக இருக்க முடியும். எனக்குத் தெரிந்தவரை, இறந்த பீட்டர் வேறெந்த கப்பலிலும் பயணம் செய்யவில்லை. நான் மூன்று நாள்கள் டண்டீக்கு வயரிங் செய்தேன். அதன் முடிவில் நான் 1883இல் Y யூனிகார்னின் பணியாளர்களின் பெயர்களைக் கண்டறிந்தேன். திமிங்கல வேட்டைக்காரன் பெயரில் பேட்ரிக் கெய்ர்ன்ஸைக் கண்டபோது எனது தேடல் முடிவடைந்திருந்தது. அந்த நபர் அநேகமாக லண்டனில் இருப்பதாகவும், அவர் சிறிது காலத்திற்கு நாட்டை விட்டு வெளியேற இருக்கிறார் என்பதையும் கேள்விப்பட்டேன். அதனால், கேப்டன் பாசில் என்ற பெயரில் திமிங்கல வேட்டைக்காரனுக்காக வேலை இருப்பதாகவும், அதிக ஊதியம் வழங்குவதாகவும் விளம்பரம் செய்தேன். அதன் முடிவில் குற்றவாளி பிடிபட்டான்." என்று ஹோம்ஸ் தனது விளக்கத்தைச் சொல்லி முடித்தார்.

"அருமை. அருமை!" ஹாப்கின்ஸ் பாராட்டினார்.

"இளைஞரான நெலிகனை நீங்கள் விடுதலை செய்ய வேண்டும். மேலும், நீங்கள் அவரிடம் மன்னிப்பும் கேட்க வேண்டும். அந்தப் பெட்டியும்கூடத் திரும்ப அவனிடம் கொடுக்கப்பட வேண்டும். மேலும், பீட்டர் கேரி விற்ற பத்திரங்கள் மூலம் வந்த பணத்தை இளைஞனிடம்

ஒப்படைக்க வேண்டும். டாக்சி வந்துவிட்டது. ஹாப்கின்ஸ்! நீங்கள் உங்கள் கைதியை அழைத்துச் செல்லலாம். விசாரணைக்கு நீங்கள் அணுக விரும்பினால் எங்களின் நார்வே முகவரிக்குத் தந்தி அனுப்பவும்" என்று ஹோம்ஸ் கூறினார்.

வி கேன் புக்ஸ் வெளியீடுகள்

வாழ்க்கை வரலாறு

★ ஹிட்லர் : ஒரு நல்ல தலைவர் - குகன் ரூ. 70
★ ஜெ.ஜெ : தமிழகத்தின் இரும்புப் பெண்மணி - குகன் ரூ. 90
★ இனப் படுகொலைகள் - குகன் ரூ. 150
★ ஸ்டீஃபன் ஹாக்கிங் : - தாரகேஷ்வர் ரூ. 70
★ ஹர்ஷத் மேத்தா என்னும் பணச்சாத்தான் - குகன் ரூ. 133
★ கலைஞர் நினைவலைகள் 100 - குகன் ரூ. 80

அரசியல்

★ இருவர் : எம்.ஜி.ஆர் vs கருணாநிதி உருவான கதை - குகன் ரூ. 160
★ காவிரி ஒப்பந்தம் : புதைந்த உண்மைகள் - வழக்கறிஞர் சி.பி.சரவணன் ரூ.170
★ ஆன்மீக அரசியல் - வழக்கறிஞர் சி.பி.சரவணன் ரூ. 200

பொது

★ RAW : இந்திய உளவுத்துறை - குகன் ரூ. 160
★ டிஜிட்டல் மாஃபியா - வினோத் ஆறுமுகம் ரூ. 120
★ CBI ஊழலுக்கு எதிரான முதல் அமைப்பு - குகன் ரூ. 130
★ இந்திய அரண்கள் - குகன் ரூ. 110
★ கார்பரேட் சாமியார்கள் - குகன் ரூ. 130
★ கிரிப்டோகரன்ஸி - வினோத் ஆறுமுகம் ரூ. 110
★ டார்க்நெட் - வினோத்குமார் ஆறுமுகம் ரூ. 166
★ உளவு ராணிகள் - குகன் ரூ. 110
★ கலீலியோ கலீலி - குகன் ரூ. 80

★ ரைட் சகோதரர்கள் - குகன் ரூ. 70

★ பணக்குட்டி - பிரதீப்செல்லதுரை ரூ. 180

★ எந்திர அறிஞன் - வினோத் ஆறுமுகம் ரூ. 150

மர்ம நாவல்

★ நந்தகுமார் தற்கொலை? - குகன் ரூ. 100

★ மெஜந்தா - பிரதீப் செல்லத்துரை ரூ. 120

★ கடவுள் என்னும் கொலைகாரன் - குகன் ரூ. 100

★ கற்பழித்தவனின் வாக்குமூலம் - குகன் ரூ. 120

★ ஒரு உளவாளியின் கதை - குகன் ரூ. 110

மொழியாக்கம்

★ ஷெர்லாக் ஹோம்ஸின் சாகசக் கதைகள்
- சர் ஆர்தர் கோனான் டாயில்- *தமிழில்: குகன்* ரூ. 390

★ ஷெர்லாக் ஹோம்ஸின் நினைவுக் குறிப்புகள்
- சர் ஆர்தர் கோனான் டாயில்- *தமிழில்: குகன்* ரூ. 400

★ EVM: மின்னணு வாக்குப்பதிவு இயந்திரம்:
ஓர் உண்மைக் கதை - அலோக் ஷூக்லா
தமிழில்: குகன் ரூ. 350

★ இளவரசன் (தி பிரின்ஸ்)
நிக்கோலோ மாக்கியவெல்லி
தமிழில்: குகன் ரூ. 170

English

★ Spy Queens - Guhan Kannan Rs. 150

★ The Power of Your Subconcious Mind
- Dr Joseph Murphy Rs. 210

★ Think and Grow Rich - Napoleon Hill Rs. 250

★ The Adventures of Sherlock Holmes
- Sir Arthur Conan Doyle Rs. 250